വയനാടിന്റെ
രാജസ്ഥാൻ വേരുകൾ

കെ.ആർ. രമിത്

ഫൊട്ടോഗ്രഫർ, ഡോക്യുമെന്ററി സംവിധായകൻ, ഗ്രാഫിക് ഡിസൈനർ. വയനാട്ടിലെ വാളവയൽ സ്വദേശി. 2003–2006 ൽ ഷൊർണ്ണൂർ ഇൻസ്റ്റിറ്റ്യൂട്ട് ഓഫ് പ്രിൻറിംഗ് ടെക്നോളജിയിൽ പഠനം. 2007 ൽ ദുബായിലെ എമിറേറ്റ്സ് പ്രസ്സിൽ കസ്റ്റമർ കോർഡിനേറ്ററായി ജോലിയാരംഭിച്ചു. ഫൊട്ടോഗ്രഫിയിലെ കമ്പം കലശലായപ്പോൾ പ്രവാസ ജീവിതം അവസാനിപ്പിച്ച് 2015 ൽ നാട്ടിൽ തിരിച്ചെത്തി. കേരള കാർഷിക സർവ്വകലശാലയുടെ ആഭിമുഖ്യത്തിൽ നടക്കുന്ന പൂപ്പൊലി അന്താരാഷ്ട്ര പുഷ്പോത്സവം 2016 മുതൽ 2019 വരെ ക്യാമറയിൽ പകർത്തി. വയനാടിന്റെ തനത് നെല്ലിനങ്ങൾ എന്ന വിഷയത്തിൽ കാർഷിക സർവ്വകലാശാലയും കൃഷി വകുപ്പും ചേർന്ന് പ്രസിദ്ധീകരിച്ച പുസ്തകം രൂപകൽപ്പന ചെയ്യാൻ 2018 ൽ അവസരം ലഭിച്ചു. 2019 മുതൽ 2022 വരെ കേരള കൗമുദി പത്രത്തിൽ ഫോട്ടോ ജേർണലിസ്റ്റായി പ്രവർത്തിച്ചു. 2022 മുതൽ വയനാടിന്റെ ഗോത്ര സംസ് കാരവും ജീവിതവുമായി ബന്ധപ്പെട്ട ഡോക്യുമെന്ററികൾ ചിത്രീകരിച്ച് വരുന്നു. 2023 ൽ കുങ്കിച്ചിറയിലെ ഗോത്ര പൈതൃക മുസിയം സജ്ജ മാക്കുന്ന പ്രവർത്തനങ്ങളുടെ ഭാഗമാകാൻ കഴിഞ്ഞു. തുടർന്ന് വയനാട്ടിലെ മുള്ളുക്കുറുമർ, കുറിച്യർ, അടിയർ എന്നീ ഗോത്രങ്ങളുടെ പൂർവ്വികരെ കുറിച്ചുള്ള നിർണ്ണായക വിവരങ്ങൾ കണ്ടെത്തി.

വയനാടിന്റെ രാജസ്ഥാൻ വേരുകൾ

കെ.ആർ. രമിത്

പഠനം

Made with ♥ on the Notion Press Platform
www.notionpress.com

ആമുഖം

രാജസ്ഥാൻ, ഒഡീഷ, മൊറോക്കോ എന്നിവടങ്ങളിൽ നിന്ന് വയനാട്ടിലെത്തിയവരാണ് വയനാട്ടിലെ മൂന്ന് പ്രധാന ഗോത്രങ്ങളുടെ പൂർവ്വികരെന്ന എന്റെ കണ്ടെത്തലുകളാണ് ഈ പുസ്തകത്തിന്റെ ഉള്ളടക്കം. എന്താണ് ആ കണ്ടെത്തലു കളെന്നും എങ്ങനെയാണ് ഞാനതിലേക്ക് എത്തിച്ചേർന്നതെ ന്നുമാണ് ഇനി വരുന്ന താളുകളിൽ വിശദീകരിക്കുന്നത്. രാജസ്ഥാനിലേക്ക് നീളുന്ന വയനാട്ടിലെ മുള്ളുക്കുറുമരുടെ വേരുകളെക്കുറിച്ചാണ് ഇതിലെ അദ്ധ്യായങ്ങൾ പ്രധാന മായും സംവദിക്കുന്നത്. പഠനാർത്ഥം നടത്തിയ രാജസ്ഥാൻ യാത്രയുടെ അനുഭവങ്ങളിലൂടെ വയനാട്ടിലെ ഗോത്ര ജന തകളുമായ് ബന്ധപ്പെട്ട ചരിത്ര യാഥാർത്ഥ്യങ്ങൾ അനാവ രണം ചെയ്യുന്ന രീതിയാണ് എഴുത്തിൽ ഞാൻ സ്വീകരി ച്ചത്. യാത്രകളിൽ പകർത്തിയ ചിത്രങ്ങളും ഈ പുസ്ത കത്തിലുടനീളം കാണാം. യാത്രാ വിവരണങ്ങളിലൂടെ, ചിത്ര ങ്ങളിലൂടെ, നിങ്ങളും എന്നോടൊപ്പം വ്യത്യസ്തമായ ഈ യാത്രയിൽ പങ്ക് ചേരുമെന്ന് പ്രതീക്ഷിക്കുകയാണ്...

ഉള്ളടക്കം

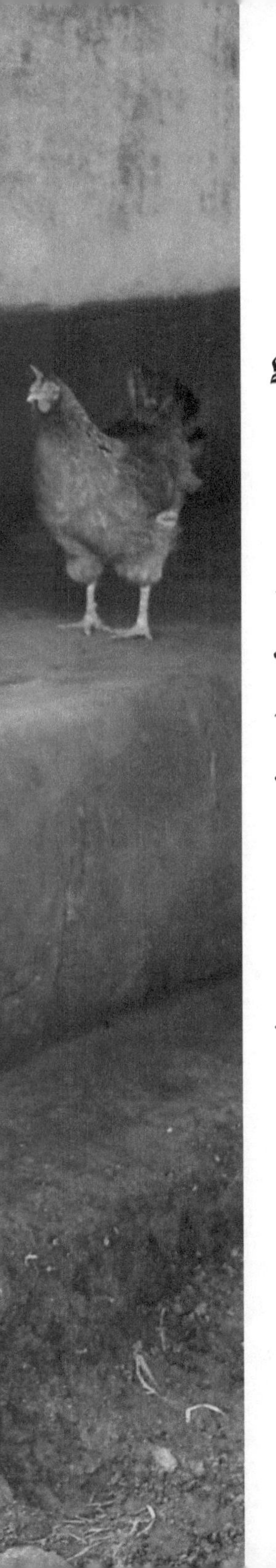

തിരുമുഖത്തെ ദേവകിയമ്മ
ദൈവപ്പുരയുടെ മുന്നില്‍

ചിത്രം : കെ.ആര്‍. രമിത്

ഗോതമ്പ് പാടങ്ങൾ
ചിത്രം : കെ.ആർ. രമിത്

ഭൂമിയുടെ സ്പന്ദനം

സ്വര്‍ണ്ണം വിളഞ്ഞത് പോലെ ഗോതമ്പ് പാടങ്ങള്‍. ഇരുമ്പഴികളുള്ള ജനാലക്കപ്പുറം അപരിചിതമായ ഒരു ലോകത്ത്, സൂര്യന്റെ ആദ്യ കതിരുകള്‍ ചാഞ്ഞ് പതിയുന്നു. വയലുകളില്‍ വര്‍ണ്ണപ്പൊട്ടുകളായ് അലിഞ്ഞ് ചേരുന്ന മനുഷ്യര്‍. എത്ര മനോഹരമായാണ് ഓരോ പുലരിയും പിറക്കുന്നത്. തീവണ്ടി രാജസ്ഥാനോട് അടുക്കുകയാണ്.

രാജസ്ഥാനോളം ഞാന്‍ കാണാന്‍ കൊതിച്ച, ചിത്രങ്ങള്‍ പകര്‍ത്താനാഗ്രഹിച്ച മറ്റൊരിടം ഇന്ത്യയിലില്ല. ആ നാട്ടിലെ മനുഷ്യരുടെ ചിത്രങ്ങള്‍ അത്രത്തോളമെന്നെ കൊതിപ്പിച്ചിട്ടുണ്ട്. പക്ഷേ അവിടേക്കുള്ള ആദ്യത്തെ ഈ യാത്ര, ആ നാട്ടിലെ ചിത്രങ്ങള്‍ പകര്‍ത്താനല്ല. ജനിച്ച് വളര്‍ന്ന എന്റെ നാടിനെ, വയനാടിനെ, അവിടുത്തെ മനുഷ്യരെ അടുത്തറിയാനുള്ള സഞ്ചാരമാണിതെനിക്ക്.

യാത്ര ചെയ്യുമ്പോഴൊക്കെ ജനാലക്കടുത്തിരുന്ന് പുറത്തോടി മറയുന്ന ലോകത്തെ നോക്കിയിരിക്കാന്‍ ഒരുപാട് ഇഷ്ടമാണ്. മലകള്‍, പുഴകള്‍, പാടങ്ങള്‍, മരങ്ങള്‍, മനുഷ്യര്‍; അങ്ങനെ എത്രയെത്ര കാഴ്ചകള്‍. നമ്മുടെ ചുറ്റുവട്ടത്തെ പ്രകൃതി തന്നെയാണ് ഏറ്റവും വലിയ ഗ്രന്ഥശാലയെന്ന് തോന്നാറുണ്ട്. കിളികളും മരങ്ങളും മനുഷ്യരുമെല്ലാം ആഴത്തില്‍ വായിച്ചറിയാനാകുന്ന നല്ല പുസ്തകങ്ങള്‍ തന്നെയാണ്. മനസ്സിലുയരുന്ന ചില ചോദ്യങ്ങള്‍ക്കുത്തരം നല്‍കാന്‍ പ്രകൃതിക്കല്ലാതെ മറ്റാര്‍ക്കാണ് കഴിയുക? പ്രകൃതിയെ അടുത്തറിയാന്‍ ശ്രമിച്ചപ്പോഴാണ് വയനാട്ടിലെ ഗോത്ര സമൂഹങ്ങളുടെ വേരുകളെക്കുറിച്ചുള്ള നിര്‍ണ്ണായക മായ വിവരങ്ങളെനിക്ക് കണ്ടെത്താനായത്.

ചരിത്രത്തിന്റെ ഭൂമിശാസ്ത്രം

പഠിക്കുമ്പോൾ ഒരേപുസ്തകത്തിന്റെ ഇരുവശങ്ങളിലുമാ യിരുന്നു ഭൂമിശാസ്ത്രവും ചരിത്രവും. ഭൂമിശാസ്ത്രം ആ പുസ്തക ത്തിന് തന്നെ ഒരധികപ്പറ്റായാണ് അന്ന് തോന്നിയിരുന്നത്. സിനിമാ കഥപോലെ വായിച്ചാസ്വദിക്കാനാകുന്ന ചരിത്രപാഠങ്ങളാ യിരുന്നു എനിക്കേറെയിഷ്ടം. വാളും തോക്കും കയ്യിലേന്തിയ രാജാക്കന്മാർ, അവർ അരിഞ്ഞ് തള്ളിയ ശത്രു സൈന്യങ്ങൾ, കാൽച്ചുവട്ടിലാക്കിയ ഭൂപ്രദേശങ്ങൾ; അങ്ങനെ എരിവും പുളിയുമുള്ള എത്രയെത്ര ചരിത്രഗാഥകൾ. ഭൂമിശാസ്ത്ര ത്തിലെ മണ്ണിന്റെ ഘടനയും വിവിധയിനം ശിലകളുമെല്ലാം മനസ്സ് മടുപ്പിക്കുന്നതായിരുന്നു. പക്ഷേ ആ പുസ്തകം മടക്കി വെച്ച് കാൽനൂറ്റാണ്ട് പിന്നിടുമ്പോൾ എന്റെയുള്ളിലെ ചിന്തകൾ തലകീഴായ് മറിയുകയാണ്. ചരിത്ര കഥകളെ ഓരത്തേയ്ക്ക് തള്ളിമാറ്റി ഭൂമിശാസ്ത്രം മനസ്സിനെ കീഴടക്കുന്നു.

ഒരു നാടിന്റെ ചരിത്രം, വർത്തമാനം, ഭാവി; അങ്ങനെയെല്ലാം രൂപപ്പെടുത്തുന്നത് അവിടുത്തെ ഭൂമി ശാസ്ത്രപരമായ പ്രത്യേകതകളാണെന്ന് വൈകിയാണെങ്കിലും ഞാൻ തിരിച്ചറിയുന്നു. ഒരു ദേശത്തിന്റെ ഭാഷ, സാഹിത്യം, സമ്പത്ത് തുടങ്ങി സർവ്വവും നിർണ്ണയിക്കുന്നതും നിശ്ചയി ക്കുന്നതും അവിടുത്തെ ഭൂപ്രകൃതിയാണ്. അക്കാര്യത്തിന് ഏറ്റവും നല്ല ഉദാഹരണമാണ് നമ്മുടെ കേരളം.

കേരളമെന്ന ആഗോള മാതൃക

ലോകത്തിലെ വികസിത രാഷ്ട്രങ്ങളുടെ സാമൂഹിക നിലവാരത്തോട് പോലും കിടപിടിക്കുന്നതാണ് നമ്മുടെ കേരള ത്തിലെ ജീവിത നിലവാരം. ഇവിടുത്തെ ഭരണകൂടങ്ങളുടെ, സംഘടനകളുടെ, സാമൂഹിക പരിഷ്കർത്താക്കളുടെയുമെല്ലാം ഇടപെടൽ തീർച്ചയായും നമ്മുടെ ജീവിത സാഹചര്യങ്ങൾ ഉയർത്തിയതിൽ വലിയ പങ്ക് വഹിച്ചിട്ടുണ്ട്. എങ്കിലും ഇന്നത്തെ കേരളം, ഇത്തരത്തിൽ രൂപപ്പെടുത്തിയതിന്റെ മുഖ്യ കാരണ ക്കാരൻ നമ്മുടെ ഭൂമിശാസ്ത്രം തന്നെയാണ്. പടിഞ്ഞാ റൻ തീരത്ത് തെക്കേയറ്റം മുതൽ വടക്കേയറ്റം വരെ

നീണ്ട് പരന്ന് കിടക്കുന്ന അറബിക്കടൽ. കിഴക്ക് കോട്ട കെട്ടിയ പശ്ചിമഘട്ട മലനിരകൾ. കേരളത്തെ ദൈവത്തിന്റെ സ്വന്തമിട മാക്കി മാറ്റിയത് അറബിക്കടലും പശ്ചിമ ഘട്ടവും ചേർന്നാണ്.

സൂര്യന്റെ ചൂടേറ്റ് അറബിക്കടലിൽ നിന്നുയരുന്ന നീരാവി മഴമേഘങ്ങളായ് മാറുകയും; ആ മേഘങ്ങളെ പശ്ചിമഘട്ടം തടഞ്ഞ് നിർത്തി മഴ പെയ്യിക്കുകയും ചെയ്യുന്നു. മലഞ്ചെരിവുകളിലൂടെ ഒഴുകിയിറങ്ങുന്ന വെള്ളം ചോല കളായും വെള്ളച്ചാട്ടങ്ങളായും രൂപമെടുക്കുന്നു. താഴ്‌വര കളിലൂടെ ഒഴുകുന്ന തോടുകൾ നാൽപ്പത്തിനാല് നദി കൾക്കും ജന്മമേകുന്നു. അറബിക്കടലിൽ തന്നെ ഒഴുകി തിരിച്ചെത്തുന്നതിന് മുൻപ് ആ ജീവജലം നിരവധി ചെടി കൾക്ക്, കാടുകൾക്ക്, ജീവികൾക്കുമെല്ലാം ജീവനേകുന്നു. തുടർച്ചയായ് ലഭിക്കുന്ന വെയിലും മഴയും മഞ്ഞുമെല്ലാം ചേർന്ന് സൃഷ്ടിച്ച അമൂല്യമായ ജൈവവൈവിധ്യത്താൽ അനുഗ്രഹീതമാണ് നമ്മുടെ നാട്. ആനയും കടുവയും വിഹരിക്കുന്ന പച്ചപ്പട്ടണിഞ്ഞ കാടുകൾ, മീനുകൾ നീന്തി ത്തുടിക്കുന്ന പുഴകൾ, ലോകത്ത് മറ്റൊരിടത്തുമില്ലാത്ത വിധം സമ്പന്നമായ ഇടമാക്കി നമ്മുടെ കേരളത്തെ മാറ്റിയത് ഇവിടുത്തെ ഭൂമിശാസ്ത്രമാണ്.

ഫലഭൂയിഷ്ടമായ ആ മണ്ണിൽ പിന്നീട് കുരുമുളകും ഏലവും ഇഞ്ചിയുമെല്ലാം പൊന്ന് പോലെ വിളഞ്ഞു. സ്വർണ്ണം വിളയുന്ന ആ നാട്ടിലേക്ക് മനുഷ്യരുടെ പറ്റങ്ങൾ പലപ്പോഴായ് വന്ന് ചേർന്നു. കറുത്ത പൊന്നായ കുരുമുളക് തേടി കടലുകൾക്കമെപ്പുറത്ത് നിന്ന് കപ്പലുകൾ വന്നു. വിശാലമായ പടിഞ്ഞാറൻ തീരങ്ങളിൽ അവ നങ്കൂരമിട്ടു. കച്ചവടം പൊടിപൊടിച്ചു. കപ്പലുകളിലെത്തിയത് ചരക്കുകൾ മാത്രമായിരുന്നില്ല, വ്യത്യസ്തമായ മതങ്ങളും സംസ്കാര ങ്ങളുമെല്ലാം അതിനകത്തുണ്ടായിരുന്നു. സെമിറ്റിക് മതങ്ങൾ കപ്പലിറങ്ങുകയും ഇവിടെയുണ്ടായിരുന്ന ഗോത്ര സംസ്കാര ങ്ങളോടൊപ്പം പടരുകയും ചെയ്തു. അങ്ങനെയാണ് നമ്മളിന്നേറെ ഊറ്റം കൊള്ളുന്ന മതേതര കേരളം രൂപപ്പെട്ടത്. യഥാർത്ഥത്തിൽ നമ്മുടെ മതേതരത്വത്തെ സൃഷ്ടിച്ചതും ഭൂമിശാസ്ത്രം തന്നെയാണ്.

ലോകം കേരളത്തിന്റെ തറവടായ് മാറി. പൗരാണിക സമൂഹങ്ങളിൽ നിന്നെത്തിയ അതിഥികളുടെ

സാന്നിദ്ധ്യം, മലയാളിയുടെ ചിന്തയേയും ജീവിതത്തേയും ലോകനിലവാരത്തിലേക്ക് ഉയർത്തി. ഇന്ത്യയിലെ മറ്റ് ഭൂവിഭാഗങ്ങളിൽ നിന്ന് തികച്ചും വിഭിന്നമായ ഒരു സംസ്കൃതി കേരളത്തിലുടലെടുക്കുകയും ചെയ്തു. ലോക ചരിത്രത്തിൽ തന്നെ ബാലറ്റിലൂടെ ഒരു കമ്മ്യൂണിസ്റ്റ് സർക്കാർ ആദ്യമായ് അധികാരത്തിലെത്തിയ ഇടമായ് കേരളത്തെ മാറ്റിയതും ഇതേ കാരണങ്ങൾ തന്നെയാണ്.

ഓരോ യാത്രയും എന്തെല്ലാം പുതിയ കാഴ്ചകളാണ് സമ്മാനിക്കുന്നത്. തീവണ്ടിയുടെ അകത്ത് ഒരു രാജസ്ഥാനി ഗായകന്റെ പാട്ട് നിറയുകയാണ്. അജ്മേർ ദർഗ്ഗയിലെ സൂഫി വര്യനെ കുറിച്ചുള്ള വരികളാകാം അദ്ദേഹം പാടുന്നത്. രാജസ്ഥാനിലെ മരുഭൂമിയേയും കന്യാകുമാരിയിലെ കടലിനേയും ബന്ധിപ്പിക്കുന്ന ഈ 'മരുസാഗർ' യാത്ര അവസാനിപ്പിക്കുന്നത് അജ്മേരിലാണ്. പരിശുദ്ധ റമദാനിൽ അവിടുത്തെ ദർഗ്ഗകൾ സന്ദർശിക്കാൻ യാത്ര ചെയ്യുന്ന തീർത്ഥാടകരാണ് എന്നോടൊപ്പമുള്ളവരിലേറെയും.

തീവണ്ടിയുടെ വൃത്യസ്ത ബോഗികൾ പോലെയാണ് ഭാരതത്തിലെ മനുഷ്യരേയും സമൂഹം പല തട്ടുകളിലായ് വേർതിരിച്ചിരിക്കുന്നത്. ചില്ല് ജനാലകൾക്കകത്ത് ഭൂമിയുടെ ചൂടും തണുപ്പുമറിയാതെ മൃദുവായ കസേരകളിലിരുന്നും കിടന്നും യാത്ര ചെയ്യുന്ന മേൽത്തട്ടുകാർ. തുറന്ന ഇരുമ്പ് ജനാലകൾക്കകത്ത്, തങ്ങൾക്ക് മാത്രം അവകാശപ്പെട്ട ഇരിപ്പിടങ്ങളിൽ ഇരുന്നും വേണമെങ്കിൽ കിടന്നും യാത്ര ചെയ്യാൻ ഭാഗ്യം ലഭിച്ച ഇടത്തട്ടുകാർ. ഒടുവിൽ സുരക്ഷ ഏറ്റവും കുറഞ്ഞ രണ്ടറ്റങ്ങളിൽ, ഭാഗ്യമുണ്ടെങ്കിൽ മാത്രമിരിക്കാൻ അവസരം കിട്ടുന്ന, നിന്നും നിലത്തിരുന്നും കിടന്നും യാത്ര ചെയ്യേണ്ടി വരുന്ന സാധാരണ മനുഷ്യരുടെ ബോഗികൾ.

എങ്ങനെയാണ് നമ്മുടെ നാട്ടിലെ മനുഷ്യർ ഇത്ര വികലമായ് വേർതിരിക്കപ്പെട്ടത്? ചാതുർവർണ്യവും മനുസ്മൃതിയുമെല്ലാം അതിന് കുട പിടിച്ചിട്ടുണ്ടെങ്കിലും എങ്ങനെയാണ് ഈ വർണ്ണ വ്യത്യാസങ്ങൾ നമ്മുടെ സമൂഹത്തിൽ, മനുഷ്യരുടെ മനസ്സിൽ, അതിന്റെ നഖങ്ങൾ ആഴ്ത്തിയത്?

വിഡ്ഢികളുടെ അവർണ്ണ സവർണ്ണ ലോകങ്ങൾ

ഒരു മനുഷ്യന്റെ നിറം എന്താവണമെന്ന് ആരാണ് തീരുമാനിക്കുന്നത്? ഭൂമിശാസ്ത്രം എന്ന ഒറ്റയുത്തരം മാത്ര മാണ് ആ ചോദ്യത്തിനുള്ളത്. ഒരിക്കലും പൂർവ്വജന്മമോ പുണ്യപാപങ്ങളോ മനുസ്മൃതിയോ വംശപരമ്പരയോ ഒന്നു മല്ല ഒരാളുടെ നിറത്തെ നിർണ്ണയിക്കുന്നത്. ഭൂമിയുടെ ആകൃതി, സൂര്യന് ചുറ്റിലും സ്വന്തം അച്ചുതണ്ടിലുമാ യുള്ള അതിന്റെ കറക്കം, സൂര്യനിൽ നിന്ന് ഭൂമിയുടെ വിവിധ പ്രദേശങ്ങളിലേക്കുള്ള അകലം, ഭൗമോപരിതല ത്തിലെ പ്രത്യേകതകൾ തുടങ്ങിയ ഘടകങ്ങളാണ് യഥാർത്ഥ ത്തിൽ മനുഷ്യരുടെ നിറം, ആകാരം, മുഖച്ഛായ, ശബ്ദം തുടങ്ങിയവ എങ്ങനെയാകണമെന്ന് നിശ്ചയിക്കുന്നത്. പ്രകൃതിയെ ഒരൽപ്പം നിരീക്ഷിച്ചതിൽ നിന്ന് ഞാനറിഞ്ഞ നേരുകളാണത്.

തെക്കെ ഇന്ത്യ പൊതുവേ ചൂടും വെയിലും കൂടു തൽ ലഭിക്കുന്ന ഇടമായതിനാൽ ഇവിടുത്തെ മനുഷ്യരുടെ നിറം ഇരുണ്ടതാണ്. ഇരുട്ട് നിറഞ്ഞ കാടുകൾക്കുള്ളിലും ഗുഹകൾക്കുള്ളിലുമെല്ലാം സുരക്ഷിതമായ് കഴിയാൻ കറുത്ത നിറം അവരെ സഹായിക്കുന്നു. പശ്ചാത്തലത്തോട് ഇണങ്ങി നിൽക്കുന്ന നിറങ്ങളാണ് ജീവജാലങ്ങൾക്ക് പ്രകൃതി നൽകുക. നമ്മുടെ കാടുകളിൽ കാണപ്പെടുന്ന കടുവകൾക്ക് മഞ്ഞ നിറമാണ്. പക്ഷേ തണുത്തുറഞ്ഞ് മഞ്ഞ് പെയ്യുന്ന യൂറോപ്പി ലെ കടുവകളുടെ നിറം വെളുപ്പാണ്. അവിടുത്തെ കരടി യുടെ നിറം വെളുത്തും നമ്മുടെ നാട്ടിലെ കരടി കറുത്തിട്ടുമാണ്. മനുഷ്യരുടെ നിറത്തിലും ഇതേ വ്യത്യാസ മാണുള്ളത്. ഉത്തരേന്ത്യയിൽ ചൂട് കൂടുതലാണെങ്കിലും തണുപ്പും കൂടുതലാണ്. മഞ്ഞ് പുതച്ച് നിൽക്കുന്ന ഹിമാലയ പർവ്വതനിരകളടക്കം സ്ഥിതി ചെയ്യുന്ന അവി ടുത്തെ മനുഷ്യരുടെ നിറം വെളുപ്പാകുന്നത് അങ്ങനെ യാണ്. ഉത്തരേന്ത്യയിൽ മാത്രമല്ല വെളുത്ത മനുഷ്യരുള്ളത്. അയല് രാജ്യങ്ങളായ പാകിസ്ഥാനിലും നേപ്പാളിലും ചൈനയിലുമൊക്കെയുള്ള മനുഷ്യരും വെളുത്ത നിറമുള്ള സവർണ്ണരാണ്.

ഭൂമിശാസ്ത്രപരമായ ഈ യാഥാർത്ഥ്യങ്ങൾ തിരിച്ച റിയാത്ത കൊളോണിയൽ എഴുത്തുകാരുടെ വിഡ്ഢിത്തം നിറഞ്ഞ കൃതികളിലൂടെയാണ് സവർണ്ണതയുടെ ആര്യവംശ സിദ്ധാന്തവും അവർണ്ണതയുടെ ദ്രാവിഡ വംശ സിദ്ധാന്തവും പുസ്തകങ്ങളിലൂടെ ഉറപ്പിക്കപ്പെട്ടത്. ഇത്തരം വംശീയ സിദ്ധാന്തങ്ങൾ നമ്മുടെ നാട്ടിൽ മാത്രമല്ല, ലോകത്താകമാനം പ്രചരിപ്പിക്കപ്പെട്ട പെരുംനുണകളാണ്. നിരവധി മനുഷ്യരെ അടിമകളാക്കാനും പീഡിപ്പിക്കാനും കൊന്ന് തള്ളാനുമെല്ലാം, നൂറ്റാണ്ടുകൾക്ക് മുൻപ് തന്നെ ഇത്തരം വംശീയ സിദ്ധാന്ത ങ്ങളെ പലരും ഉപയോഗപ്പെടുത്തിയിട്ടുമുണ്ട്. ചിലർക്ക് ഭരണാധികാരികളും പുരോഹിതരുമായ് ചമയാൻ, മറ്റുള്ളവരേ ക്കാൾ ഔന്നത്യം തങ്ങൾക്കുണ്ടെന്ന നെറികേട് ചമയ്ക്കാൻ, അവർക്ക് വേണ്ടി അടിമകളെ പോലെ പണിയെടുക്കുന്ന മനുഷ്യക്കൂട്ടങ്ങളെ സൃഷ്ടിക്കാനുമെല്ലാം ഇത്തരം വ്യാജ സിദ്ധാന്തങ്ങളെ അവർ കൃത്യമായ് എല്ലാക്കാലത്തും ഉപയോഗപ്പെടുത്തിയിട്ടുണ്ട്.

നിറം പിടിപ്പിച്ച കഥകൾ

കഥകൾക്ക് മനുഷ്യരെ വളരെയെളുപ്പത്തിൽ സ്വാധീ നിക്കാനാകുന്നു, ബഹളം വെക്കുന്ന കുട്ടിയെ ഒരു കഥ പറഞ്ഞ് കൊടുത്ത് അടക്കിയിരുത്താനാകും. നമ്മുടെ സമൂഹത്തിൽ നിലനിൽക്കുന്ന അസമത്വങ്ങളെ സൃഷ്ടി ച്ചതും നിലനിർത്തുന്നതും കഥകൾ ഉപയോഗിച്ച് തന്നെ യാണ്. വേർതിരിവുകളുടെ രാഷ്ട്രീയം സമൂഹത്തിന്റെ മനസ്സിലേക്ക് കുത്തി വെക്കാൻ കഥകൾ, പുസ്തകങ്ങൾ, സിനിമകൾ തുടങ്ങിയ വിവിധ മാധ്യമങ്ങൾ അവരുപയോ ഗിക്കുന്നു. അവരെന്നത് കൊണ്ട് ഞാനുദ്ദേശിക്കുന്നത്, ആരോണോ സമൂഹത്തിൽ തങ്ങൾ ഉയർന്നവരും മറ്റ് ചിലർ താഴ്ന്നവരുമെന്ന നുണ പ്രചരിപ്പിക്കുന്നത്, അവരെ തന്നെയാണ്.

ദേവന്മാരും അസുരന്മാരും എന്ന് കേൾക്കുമ്പോൾ എന്താണ് നമ്മുടെ മനസ്സിൽ ആദ്യമെത്തുന്നത്? അവരുടെ നിറം തന്നെയാകും. പൂണൂലണിഞ്ഞ വെളുത്ത് സുന്ദര ന്മാരായ ദേവന്മാർ, പൂണൂലില്ലാത്ത കറുത്ത് വിരൂപികളായ

അസുരന്മാർ. വെളുത്തവർ നന്മയുടെ പക്ഷത്തും, കറുത്തവർ തിന്മയുടെ വശത്തും. വെളുത്തവരെ നായകരും കറുത്തവരെ ക്രൂരന്മാരുമായ് ചിത്രീകരിക്കുന്ന എത്രയോ കഥകൾ നിങ്ങളും ഞാനും എത്രയോ തവണ കേട്ടിരിക്കുന്നു. നമ്മുടെ കുട്ടികളും കേൾക്കുന്നു, പഠിക്കുന്നു, പഠിപ്പിക്കുന്നു. നിറ ത്തിന്റെ രാഷ്ട്രീയം നമ്മളറിയാതെ തന്നെ നമ്മുടെ തലച്ചോറിലേക്ക് കുത്തിവെക്കുകയാണവർ. ദൈവത്തിന്റെ കഥകളായാൽ പിന്നെ സാധാരണ മനുഷ്യർക്ക് തിരുത്താനോ ചോദ്യം ചെയ്യാനോ കഴിയില്ലല്ലോ!

ജാതിയുടെ രാഷ്ട്രീയം

ഭൂമിശാസ്ത്രപരമായ് തെക്കേ ഇന്ത്യ ഇരുണ്ട നിറ മുള്ള മനുഷ്യരുടെ നാടാണ്. അതുകൊണ്ട് തന്നെ ഇവിടെ കാണുന്ന വെളുത്ത മനുഷ്യർ കഴിഞ്ഞ നൂറ്റാണ്ടുകളിലായ് ഇവിടേയ്ക്ക് കുടിയേറിയെത്തിയവരാണ്. വന്നെത്തിയവരിൽ ചിലർ, കാലങ്ങളായ് ഇവിടെ താമസിച്ചിരുന്ന തദ്ദേശീയ ജനതയെ താഴ്ന്നവരെന്ന് മുദ്ര കുത്തുകയും, തങ്ങളെ മാത്രം ഉയർന്നവരായ് ചിത്രീകരിക്കുകയും, ഈ നാടിന്റെ ഉടമകളായ് അവർ സ്വയം അവരോധിക്കുകയും ചെയ്തു. വന്നെത്തിയവർ ആക്രമണങ്ങൾ നടത്താനും പിടിച്ചെടുക്കാനും മണ്ണ് സ്വന്തം പേരിൽ എഴുതി ചേർക്കാനുമൊക്കെ വളരെ മിടുക്കരായിരുന്നു. അവരുടെ വീരഗാഥകളാണ് പിന്നീട് ചരിത്ര പുസ്തകങ്ങളിൽ നിറഞ്ഞത്. കൊളോണിയൽ എഴുത്തുകാരുടെ അച്ചടിച്ച പുസ്തകങ്ങളിലൂടെ അവർ ഈ നാടിന്റെ നേരവകാശികളും വീരന്മാരുമായ് മാറി. ഈ മണ്ണിന്റെ യഥാർത്ഥ അവകാശികൾ, ഓരങ്ങളിലേക്ക് മാത്രമായ് ഒതുക്കപ്പെടുകയും ചെയ്തു. പക്ഷേ ആദ്യമെത്തിയവരേക്കാൾ വെളുപ്പ് കൂടിയവർ, പിന്നീട് കപ്പലിറങ്ങിയപ്പോൾ സിംഹാസനങ്ങളുടെ അവകാശം, അവരേറ്റെടുത്തു. നിറങ്ങൾ ഭരിക്കുന്ന കാലത്ത് അങ്ങനെ യല്ലേ നടക്കേണ്ടത്! വെള്ളക്കാരെ നാട്ടിൽ നിന്ന് തുരത്തി യതിന് ശേഷം ഇവിടുത്തെ തദ്ദേശീയ ജനസമൂഹങ്ങൾക്ക് പട്ടികജാതി, പട്ടികവർഗ്ഗം തുടങ്ങിയ പേരുകളാണ് പകർന്ന് കിട്ടിയത്.

തദ്ദേശീയരെ അടിമകളാക്കാൻ വന്ന് ചേർന്നവർക്ക് എളുപ്പമായിരുന്നു. അതിന്റെ കാരണം നിറത്തിലെ സവർണ്ണത മാത്രമായിരുന്നില്ല, ബുദ്ധിയിലുള്ള വ്യത്യാസം കൊണ്ട് കൂടിയാണ്. കേരളമെന്നത് വളരെ സമ്പന്നമായ ഒരു ഭൂപ്രദേശ മാണ്, കാടും പുഴകളുമെല്ലാം കൊണ്ട് അനുഗ്രഹിക്കപ്പെട്ട ഇടം. ഇവിടെ ജീവിക്കുന്ന മനുഷ്യർക്ക് ആവശ്യമായതെല്ലാം അവരുടെ ചുറ്റുവട്ടത്ത് നിന്ന് തന്നെ ലഭിക്കും. ഭക്ഷിയ്ക്കാ നുള്ള കനികിഴങ്ങുകളും തേനും മൃഗങ്ങളുടെ ഇറച്ചിയു മെല്ലാം ഇവിടെ സുലഭമാണ്. കുളിക്കാൻ കാട്ടുചോലകളും പുഴകളും വെള്ളച്ചാട്ടങ്ങളും കടലും. താമസിക്കാൻ ഗുഹകൾ, വീടുണ്ടാക്കാൻ മുളകളും മരങ്ങളും. പാട്ട് പാടി ത്തരുന്ന കിളികളും, നൃത്തം ചെയ്യുന്ന മയിലും. ആവശ്യത്തിന് മാത്രം ചൂടും തണുപ്പും മഴയുമെല്ലാമുള്ള, ദൈവത്തിന്റെ സ്വന്തം നാട്ടിലെ മനുഷ്യർക്ക് ആവശ്യമായതെല്ലാം അവരുടെ കയ്യകലത്ത് തന്നെയുണ്ടായിരുന്നു. അവർ ക്കൊരിക്കലും ബുദ്ധി അധികം പ്രയോഗിക്കേണ്ട ആവശ്യമുണ്ടായിരുന്നില്ല; അതുകൊണ്ട് തന്നെ വന്ന് ചേർന്ന സമർത്ഥരുടെ തലച്ചോറിനോളം വികസിച്ചതായിരുന്നില്ല തദ്ദേശീയരുടെ ബുദ്ധിശക്തി.

നമ്മൾ ഉപയോഗിക്കുന്ന ക്യാമറകളിലും കാറുകളിലു മെല്ലാം ജപ്പാനെന്ന ചെറു രാജ്യത്തിന്റെ കയ്യൊപ്പ് പതിഞ്ഞിട്ടുണ്ട്. ബുദ്ധിശക്തിയുടെ കാര്യത്തിൽ ലോകത്തെ അത്ഭുതപ്പെടുത്തുന്ന ജപ്പാൻകാർ ജീവിക്കുന്നത് വളരെ അപകടം നിറഞ്ഞ ഭൂപ്രദേശത്താണ്. ഏത് സമയത്തും അവരൊരു ഭൂചലനത്തെ പ്രതീക്ഷിക്കുന്നു, അഗ്നിപർവ്വത സ്ഫോടനങ്ങൾ തുടർച്ചയായ് സംഭവിക്കുന്ന ഇടം കൂടിയാണത്. ഭൂമിശാസ്ത്രപരമായ ഈ പ്രതികൂല ഘടകങ്ങളാണ് ഉയരം കുറഞ്ഞ ആ മനുഷ്യരുടെ തലച്ചോറിനെ, ലോകത്തെ ഏറ്റവും ശേഷിയുള്ള തല ച്ചോറാക്കി മാറ്റുന്നത്. അതിശൈത്യമുള്ള കാലാവസ്ഥയാണ് യൂറോപ്പിലേത്, ചിലപ്പോൾ സൂര്യനെ ഒരു നോക്ക് കാണാൻ മാ സങ്ങൾ കാത്തിരിക്കേണ്ടി വരുന്ന നാട്. മറ്റ് ചിലപ്പോൾ സൂര്യന സ്തമിക്കാൻ പാതിരാവോളം കാത്തിരിക്കേണ്ടി വരുന്നവ രുടെ നാട്. അസ്ഥിയുറയുന്ന അവിടുത്തെ കൊടും തണു പ്പിനെ അതിജീവിക്കണമെങ്കിൽ അവർക്ക് തങ്ങളുടെ ബുദ്ധി

നന്നായ് ഉപയോഗിക്കേണ്ടതായ് വന്നു. പുസ്തകങ്ങൾ ആദ്യമായ് അച്ചടിക്കപ്പെട്ടത് യൂറോപ്പിലാണ്. ലോകത്ത് ഏറ്റവുമധികം കണ്ടുപിടുത്തങ്ങൾ നടന്ന നാട്ടിലെ മനുഷ്യ രുടെ തലച്ചോറിനെ പരുവപ്പെടുത്തിയതും അവിടുത്തെ ഭൂമിശാസ്ത്രപരമായ പ്രതികൂല ഘടകങ്ങൾ തന്നെയാണ്. അനുകൂല ഘടകങ്ങളേക്കാളും ബുദ്ധിശക്തിയുടെ വികാസ ത്തെ സഹായിക്കുന്നത് പ്രതികൂല ഘടകങ്ങളാ ണെന്നത്, നിരീക്ഷണങ്ങളിലൂടെയും സ്വന്തം അനുഭവങ്ങളി ലൂടെയും ഞാൻ തിരിച്ചറിഞ്ഞ സത്യമാണ്.

വാര്യന്മാരുടെ വേരുകൾ

എന്താണ് യഥാർത്ഥത്തിൽ ഒരാളുടെ ജാതി? തൊഴിലാണ് ജാതിയുടെ അടിസ്ഥാനമെന്നത് മനുഷ്യരെ പല തട്ടുകളിൽ വിഭജിക്കാനായ് മാത്രം സൃഷ്ടിക്കപ്പെട്ട സിദ്ധാന്തമാണ്. ഒരേ ജാതിയിലുള്ള മനുഷ്യർ യഥാർത്ഥ ത്തിൽ പ്രതിനിധീകരിക്കുന്നത് ഒരു പ്രത്യേക ഭൂവിഭാഗ ത്തെയാണ്; തൊഴിലിനെയല്ല. കേരളത്തിൽ തന്നെ പല ജാതി കളുണ്ടാകുന്നത്, വ്യത്യസ്ത ഭൂപ്രദേശങ്ങളിൽ നിന്നുള്ള ആളുകൾ പല കാലങ്ങളിലായ് ഇവിടേയ്ക്ക് വന്ന് ചേർന്നതിനാലാണ്. പക്ഷേ ഇന്ന് നമ്മൾ കേൾക്കുന്ന പല ജാതിപ്പേരുകളും അവരിൽ ആരോപിക്കപ്പെടുന്ന തൊഴിലു കളുമെല്ലാം ചില തിരക്കഥകളുടെ അടിസ്ഥാനത്തിൽ മാത്രം നിർമ്മിക്കപ്പെട്ടവയാണ്.

ജാതികൾ പ്രതിനിധീകരിക്കുന്നത് ഒരു പ്രത്യേക ഭൂവിഭാഗത്തെയാണ് എന്ന് എന്നോടാദ്യം പറഞ്ഞത് ക്ഷേത്ര ങ്ങളുമായ് ബന്ധപ്പെട്ട് ജീവിക്കുന്ന വാര്യർ സമുദായത്തിലെ വ്യക്തികളുടെ മുഖങ്ങളാണ്. അവരുടെ മുഖങ്ങളിലെല്ലാം പൊതുവായ ചില ജനിതക പ്രത്യേകതകൾ എനിക്ക് കാണാൻ കഴിഞ്ഞിരുന്നു.

ഇന്ത്യയുടെ വടക്ക്, നേപ്പാളുമായ് ചേർന്ന് കിടക്കുന്ന ഭൂവിഭാഗങ്ങളിലെ മനുഷ്യരുടെ മുഖച്ഛായയയാണ് കേരളത്തിലെ വാര്യന്മാരിൽ പ്രകടമായ് കാണുന്നത്. അജ്ഞാതമായ ചില കാരണങ്ങളെ തുടർന്ന് നൂറ്റാണ്ടുകൾക്ക് മുൻപ് ഹിമാലയൻ താഴ്വരകളിൽ നിന്ന് കേരളത്തിലേക്ക്

കുടിയേറിയവരാണ് വാര്യന്മാരുടെ പൂർവ്വികർ എന്ന് ഞാൻ കരുതുന്നു. ഈ വിഷയം കൂടുതലായി പഠിക്കണമെന്നുള്ള ആഗ്രഹവും മനസ്സിലുണ്ട്.

തീയ്യരുടെ വേരുകൾ

കേരളത്തിലെ പ്രധാനപ്പെട്ട ജനസമൂഹമായ തീയ്യരെ കുറിച്ച് കൊളോണിയൽ പുസ്തകങ്ങളിൽ കാണുന്നത് തീവ് (ദ്വീപ്) എന്ന വാക്കിൽ നിന്നാണ് അവർക്കാപ്പേര് കൈവന്നതെന്നാണ്. ഏറ്റവുമടുത്തുള്ള ദ്വീപായ ശ്രീലങ്ക യിൽ നിന്ന് കേരളത്തിലെത്തിയവരാണ് അവരെന്നും തെങ്ങുകളിൽ നിന്ന് കള്ള് ചെത്തിയെടുക്കുന്നവരാണ് അവരെന്നും കൊളോണിയൽ എഴുത്തുകാരുടെ പുസ്തക ങ്ങളിൽ പറയുന്നു. ബ്രിട്ടീഷുകാരായ എഡ്ഗർ തേഴ്സ്റ്റനും വില്യം ലോഗനുമൊക്കെ പുസ്തകങ്ങളിൽ തീയ്യരെ കുറിച്ചെഴുതിയത് അവരെ കുറിച്ച് പഠിച്ചിട്ടാകാൻ സാധ്യത തീരേ കുറവാണ്. ബ്രിട്ടീഷുകാരുടെ കീഴിൽ തൊഴിലെടുത്തിരുന്ന ചില ജാതി ഭ്രാന്തന്മാർ ചൊല്ലിക്കൊടുത്ത കഥകൾ കേട്ടെഴു തുകയാകാം അവർ ചെയ്തത്. ശ്രീലങ്കയുമായ് ബന്ധിപ്പി ക്കുന്നതിലൂടെ തെങ്ങിലേക്കും കള്ള് ചെത്തിയെടുക്കുന്ന തൊഴിലിലേക്കും അവരെ എളുപ്പത്തിൽ ബന്ധിച്ചിടാ നാകും എന്ന കുബുദ്ധിയാണ് ഇത്തരം കഥകളുടെ സൃഷ്ടിയ്ക്ക് പിന്നിലുള്ളത്. ആയോധന വിദ്യകളിൽ വളരെ സമർത്ഥരായ ഒരു ജനതയുടെ പോരാട്ട വീര്യത്തെ മറയ്ക്കാനും അവരുമായ് ഒരുതരത്തിലും ബന്ധമില്ലാതിരുന്ന ഒരു തൊഴിലിനെ അവരുടെ മേൽ ആരോപിച്ച് ജാതിയിൽ താഴ്ന്നവരെന്ന് മുദ്ര കുത്താനും ഇത്തരം വ്യാജനിർമ്മിതികളെ പലരും ഉപയോഗിച്ചിട്ടുണ്ട്.

വളരെ തണുപ്പുള്ള പ്രദേശങ്ങളിൽ നിന്ന് നൂറ്റാണ്ടുകൾക്ക് മുൻപ് കേരളത്തിൽ വന്നെത്തിയവരുടെ പിന്മുറക്കാരാണ് കണ്ണൂരിലും പരിസരപ്രദേശങ്ങളിലും ജീവിക്കുന്ന തീയ്യരെന്നത്, അവരുടെ മുഖച്ഛായകൾ വളരെ ക്കാലമായ് എന്നോട് പറയുന്ന കാര്യമാണ്. അവരുടെ ശരീര പ്രകൃതി ഒരിക്കലും ദക്ഷിണേന്ത്യയെയോ ശ്രീലങ്കയെയോ പ്രതിനിധീകരിക്കുന്നതല്ല. മംഗോളിയൻ മുഖച്ഛായയും

അവർക്കിടയിൽ പ്രകടമായ് കാണാം. റഷ്യയോടും മംഗോളി യയോടും ചേർന്ന് കിടക്കുന്ന കിർഗിസ്ഥാൻ എന്ന രാജ്യ ത്തിലെ 'തീയൻ ഷാൻ' എന്ന് പേരുള്ള മലനിരകൾ സ്ഥിതി ചെയ്യുന്ന ഭൂപ്രദേശത്തേക്ക് തന്നെയാണ് പുതിയ ജനിതക പഠനങ്ങളും കണ്ണൂരിലെ തീയ്യരെ ബന്ധിപ്പിക്കുന്നത്. ആ പർവതത്തിന്റെ പേരിൽ നിന്നാകാം അവർക്ക് തീയ്യ രെന്ന പേര് ലഭിച്ചത്, ഒരിക്കലും അത് 'തീവ്' എന്ന വാക്കിൽ നിന്നല്ല!

ദൗർഭാഗ്യവശാൽ നമ്മുടെ കുട്ടികൾ പലപ്പോഴും പഠിക്കുന്നത് അന്ധതയുടെ വംശീയ പാഠങ്ങളാണ്. വിവേകാനന്ദ മഹർഷി വിളിച്ച പഴയ ഭ്രാന്താലയത്തിൽ നിന്ന് പുറത്ത് കടന്നെങ്കിലും വേർതിരിവുകളുടെ വിലങ്ങുകൾ അദൃശ്യമായ് നമ്മുടെ കാലുകളെ ഇക്കാലത്ത് പോലും ബന്ധിച്ചിരിക്കുന്നു. നുണയുടെ വലിയ സിദ്ധാന്തങ്ങളെ നേരിന്റെ പുതുസിദ്ധാന്തങ്ങളുപയോഗിച്ച് നമുക്ക് മറികടക്കണം.

ഗ്രേഡിയന്റ് തിയറി

അച്ചടിയിലും, ഫൊട്ടോഗ്രഫിയിലുമെല്ലാം പലപ്പോഴും ഉപയോഗിക്കുന്ന ഒരു സാങ്കേതിക പദമാണ് 'ഗ്രേഡിയന്റ്' എന്നത്. നൂറ് ശതമാനം കറുത്ത ഒരു സ്ഥലത്ത് നിന്ന് പൂജ്യം ശതമാനം മാത്രം കറുത്ത ഇടത്തിലെക്കുള്ള, ക്രമാനു ഗതമായ മാറ്റത്തെയാണ് 'ഗ്രേഡിയന്റ്' എന്ന പദം അർത്ഥമാക്കുന്നത്. നൂറ് ശത മാനത്തിൽ നിന്ന് പൊടുന്നനേ അമ്പതിലേക്കോ പൂജ്യത്തി ലേക്കോ അല്ല മാറുന്നത്, പകരം ക്രമേണയുള്ള മാറ്റമാ ണ്. ഇങ്ങനെ മാറുമ്പോൾ ഇടയിൽ തൊട്ടടുത്ത് വരുന്ന ഭാഗങ്ങളെ മാത്രമായെടുത്ത് പരിശോധിച്ചാൽ, അവയ്ക്കിട യിൽ ഒരു മാറ്റവുമില്ല എന്നാ ണ് നമ്മുടെ കണ്ണുകൾക്ക്

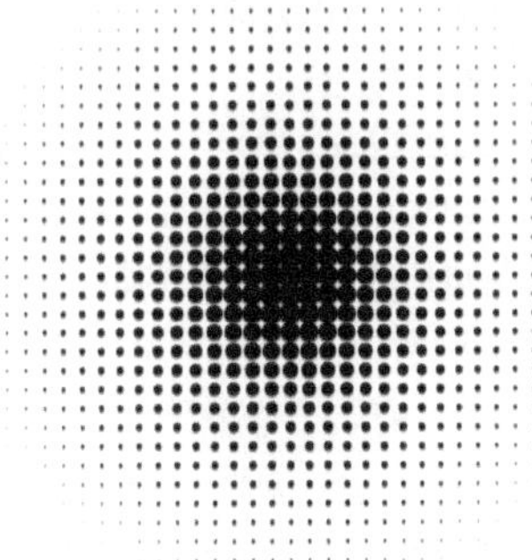

പെട്ടെന്ന് തോന്നുക. പക്ഷേ അകലെയുള്ള രണ്ട് സ്ഥലങ്ങ ളെയെടുത്ത് പരിശോധിച്ചാൽ സാരമായ വ്യത്യാസം തിരിച്ചറിയാനും സാധിക്കും.

ഈ 'ഗ്രേഡിയന്റ്' ഭൂമിയിൽ സർവ്വവ്യാപിയാണെന്ന്, നിരീക്ഷണങ്ങളിലൂടെ ഞാൻ തിരിച്ചറിഞ്ഞു. ഭൂമിയുടെ ധ്രുവ പ്രദേശങ്ങൾ തണുത്തുറഞ്ഞ മഞ്ഞ് പ്രദേശങ്ങളാകുന്നത് സൂര്യ രശ്മികൾ അവിടേക്കെത്തുന്നത് അപൂർവമായതിനാ ലാണ്. ഭൂമിയുടെ ആകൃതിയും സ്വന്തം അച്ചുതണ്ടിലെ അതിന്റെ കറക്കവുമാണ് സൂര്യന്റെ വെളിച്ചത്തെ അവിടെ പതിക്കുന്നതിൽ നിന്ന് തടയുന്നത്. ധ്രുവങ്ങളോട് ചേർന്നിരിക്കുന്നതിനാലാണ് യൂറോപ്പ് തണുപ്പ് കൂടിയ പ്രദേശമായത്. അതേ സമയം സൂര്യപ്രകാശം അമിത മായെത്തുന്ന സ്ഥലങ്ങളും ഭൂമിയിലുണ്ട്; അത്തരം ഭൂവിഭാഗ ങ്ങളാണ് മരുഭൂമികളായ് മാറിയത്. തണുപ്പുള്ള സ്ഥലങ്ങളിൽ നിന്ന് ചൂട് കൂടിയ സ്ഥലത്തേക്ക് ഭൗമോപരിതലം മാറു ന്നത് 'ഗ്രേഡിയന്റ്' രീതിയിലാണ്. സൂര്യപ്രകാശത്തിന്റെ തോത് പൊടുന്നനെയല്ല, ക്രമാനുഗതമയാണ് മാറുന്നത്. വയനാടിന്റെ പടിഞ്ഞാറൻ അതിരുകളിൽ കോട്ട കെട്ടിയ പശ്ചിമഘട്ട മലനിരകളിൽ നിന്ന് കിഴക്കുള്ള ഡക്കാൺ പീഠഭൂമിയിലേക്കുള്ള മാറ്റത്തിലും ഈ 'ഗ്രേഡിയന്റ്' പ്രകടമാണ്. ഉയരം കൂടിയ മലനിരകളിൽ നിന്ന് ക്രമാനു ഗതമായ് ഉയരം കുറഞ്ഞ് വന്ന്, ചെറിയ കുന്നുകൾ കാണപ്പെടുകയും, പിന്നീടത് സമതലമായ് മാറുകയുമാണ് ചെയ്യുന്നത്.

ഭൂപ്രദേശങ്ങൾ 'ഗ്രേഡിയന്റ്' രീതിയിൽ മാറുന്നതി നാൽ അവിടങ്ങളിൽ വസിക്കുന്ന ജന്തുജാലങ്ങൾക്കും സസ്യങ്ങൾക്കും മനുഷ്യർക്കുമെല്ലാമുള്ള മാറ്റങ്ങളും ക്രമാനുഗതമായ് തന്നെയാണ് സംഭവിക്കുന്നത്. തെക്കേ ഇന്ത്യ മുതൽ ഉത്തരേന്ത്യ വരെയുള്ള മനുഷ്യരുടെ വൈവിധ്യം സൂക്ഷ്മമായ് നിരീക്ഷിച്ചാൽ മേൽപ്പറഞ്ഞ 'ഗ്രേഡിയന്റ്' തിരിച്ചറിയാനാകും. തമിഴ്‌നാട്ടിലേയും കേരള ത്തിലേയും ഇരുണ്ട നിറമുള്ള മനുഷ്യരിൽ നിന്ന് കാശ്മീരിലെ വെളുത്ത മനുഷ്യരിലേക്ക് മാറ്റം സഞ്ചരിക്കുന്നത് ക്രമാനുഗതമായാണ്. അവരുടെ നിറത്തിൽ മാത്രമല്ല, ശരീര പ്രകൃതി, ഉയരം, ശബ്ദം തുടങ്ങിയ ഘടകങ്ങളിലെല്ലാം

തുടർച്ചയായ വ്യത്യാസങ്ങൾ ഭൂപ്രകൃതിക്കനുസരിച്ച് സംഭവിക്കുന്നു.

പരിണാമത്തിലും 'ഗ്രേഡിയന്റ്' പ്രകടമാണ്. ഭൂപ്രദേശങ്ങൾ, കലാവസ്ഥ, ജീവിത സാഹചര്യങ്ങൾ തുടങ്ങിവയിൽ വരുന്ന മാറ്റങ്ങൾക്കനുസരിച്ച് മനുഷ്യരുടെ ശരീരവും തലമുറകളിലൂടെ ക്രമാനുഗതമായ് മാറുന്നുണ്ട്. തൊട്ടടുത്ത തലമുറകൾക്കിടയിലെ മാറ്റങ്ങൾ എളുപ്പം മനസ്സിലാകില്ലെങ്കിലും വിദൂരമായ രണ്ട് തലമുറകളെ എടുത്ത് പരിശോധിച്ചാൽ മാത്രം തിരിച്ചറിയാനാകുന്ന സത്യമാണത്.

മനുഷ്യരിലെ ജനിതക വ്യത്യാസങ്ങൾ ഭൂമിശാസ്ത്രത്തിനനുസരിച്ച് ക്രമാനുഗതമായ് മാത്രം മാറുന്നതിനാൽ, ദ്രാവിഡർ, ആര്യർ തുടങ്ങിയ പേരുകളിട്ട കളങ്ങളിൽ മനുഷ്യരെ ഒരിക്കലും ഒതുക്കിനിർത്താനാകില്ല. നമ്മളെ വേലി കെട്ടിത്തിരിക്കുന്ന അത്തരം വംശീയ, ജാതി വാദങ്ങൾ യഥാർത്ഥത്തിൽ പെരും നുണകളാണ്.

കുടിയേറ്റങ്ങളുടെ ചരിത്രം

മനുഷ്യരുടെ ചരിത്രമെന്നത് കുടിയേറ്റങ്ങളുടെ ചരിത്രമാണ്. ആഫ്രിക്കയാണ് യഥാർത്ഥത്തിൽ നമ്മൾ മനുഷ്യരുടെയെല്ലാം ആദ്യത്തെ തറവാടെന്ന വസ്തുത ശരി വെക്കുന്ന വിവരങ്ങളാണ് ഏറ്റവും പുതിയ പഠനങ്ങളിൽ നിന്നടക്കം ലഭിക്കുന്നത്. ആഫ്രിക്കയിൽ നിന്ന് പല കാലങ്ങളിലായ് കുടിയേറിയ മനുഷ്യരുടെ പിൻഗാമികളാണ്, ഭൂമിയുടെ വിവിധ കോണുകളിലിന്ന് അധിവസിക്കുന്നവരെല്ലാം.

ഏകദേശം 65,000 വർഷങ്ങൾക്ക് മുൻപാണ് ആഫ്രിക്കയിൽ നിന്ന് മറ്റ് വൻകരകളിലേക്ക് മനുഷ്യർ, അവരുടെ ആദ്യ പ്രയാണം തുടങ്ങിയത്. കുടിയേറ്റങ്ങളുടെ ആദ്യ തരംഗം എന്നാണ് മഹത്തായ ആ യാത്രകൾ അറിയപ്പെടുന്നത്. വളരെ സാവധാനത്തിലായിരുന്നു അന്നത്തെ യാത്രകൾ. ചെറിയ ദൂരങ്ങൾ പിന്നിടുന്നതിനിടയിൽ വർഷങ്ങളും തലമുറകളും തന്നെ മാറിയിട്ടുണ്ടാകും. എല്ലാവരും കൂട്ടമായ്, യാത്ര പോകാനായ് മാത്രം നടത്തിയ സഞ്ചാരങ്ങളായല്ല ഞാൻ അതിനെ മനസ്സിലാക്കുന്നത്. ഒരിടത്ത് താമസിക്കുന്ന മനുഷ്യരുടെ അടുത്ത തലമുറകൾ തങ്ങൾ കണ്ടിട്ടില്ലാത്ത

ഇടങ്ങളിലേക്ക് സ്വാഭാവികമായും യാത്ര ചെയ്യും. പലതരത്തി ലുള്ള കാരണങ്ങള്‍ അതിനുണ്ടാകും. യാത്ര ചെയ്ത് കൊതി തീര്‍ന്നവര്‍ ചെന്നെത്തിയ ഇടങ്ങളില്‍ തന്നെ താമസിക്കു കയും, പിന്നെയും യാത്ര ചെയ്യാന്‍ ആഗ്രഹമുള്ളവര്‍ മറ്റിട ങ്ങളിലേക്ക് യാത്ര തുടരുകയും ചെയ്യുന്നു. അങ്ങനെ പോകുന്ന വഴികളൊക്കെ മനുഷ്യര്‍ അവരുടെ വാസസ്ഥല ങ്ങളാക്കി മാറ്റുകയും, അവരില്‍ കുറച്ച് പേര്‍ അതുവരെ ചെന്നെത്താത്ത പുതിയ സ്ഥലങ്ങളെ തേടിയിറങ്ങുകയും ചെയ്യുന്നു. ഈ യാത്രകള്‍ക്കിടയില്‍ മനുഷ്യരില്‍ നിരവധി മാറ്റങ്ങളും അവരറിയാതെ തന്നെ വന്ന് ചേരുന്നുണ്ട്. വന്നെത്തിയ പ്രദേശത്തിന്റെ ഭൂമിശാസ്ത്രമനുസരിച്ച് അവ രുടെ ശരീരത്തിലും നിറത്തിലും ശബ്ദത്തിലുമെല്ലാം മാറ്റ ങ്ങള്‍ സംഭവിക്കുന്നു. അത്തരത്തിലുള്ള പരിണാമ പ്രക്രിയകളെ തുടര്‍ന്നാണ് നമ്മള്‍ ലോകത്തിന്ന് കാണുന്ന പലതരത്തി ലുള്ള മനുഷ്യര്‍ രൂപം കൊണ്ടത്.

ഈ തീവണ്ടി ലോകത്തിന്റെ ഒരു ചെറു പതിപ്പ് തന്നെ യാണ്, നിറത്തിലും ഭാഷയിലും സംസ്കാരത്തിലും ഏറെ വ്യത്യസ്തരായ ഒരു കൂട്ടം മനുഷ്യര്‍ അവരുടെ ഇടങ്ങളിലേക്ക് ഒരുമിച്ച് യാത്ര ചെയ്യുന്നു. യാത്രക്കിടയില്‍ മനസ്സിലുടക്കിയ ഒരാള്‍, മന്‍വീത് എന്ന് പേരുള്ള ഒരു കുട്ടി യാണ്. ഒന്നോ രണ്ടോ വയസ്സ് മാത്രം പ്രായമുള്ള അവന്റെ

കളിചിരികള്‍ ആ 
ബോഗിക്കകത്താ
കെ സ്നേഹം നിറ
ച്ചു.അച്ഛനും അമ്മ
യോടുമൊപ്പം ഗോ
വയില്‍ നിന്ന് ജയ്
പൂരിലേക്ക് യാത്ര
ചെയ്യുകയാണ് അ
വനും. മന്‍വീതിന്റെ
കഴുത്തില്‍, നാണയങ്ങള്‍ കൊരുത്തുണ്ടാക്കിയത് പോലെ യുള്ള ഒരു മാലയുണ്ടായിരുന്നു. വയനാട്ടിലെ ഗോത്ര വനിത കള്‍ കഴുത്തിലണിയാറുള്ള ആഭരണത്തെ ഓര്‍മ്മിപ്പിക്കുന്ന മനോഹരമായ ഒരു മാല...

ഗോത്രാഭരണങ്ങളണിഞ്ഞ പണിയർ സ്ത്രീ
ചിത്രം : കെ.ആർ. രമിത്

വെള്ളച്ചിയമ്മ
ചിത്രം : കെ.ആര്‍. രമിത്

വയനാട്ടിന്റെ ഗോത്ര സംസ്കൃതി

തനതായ ഭാഷയും സംസ്കാരവും വിശ്വാസങ്ങളും ആചാരാനുഷ്ഠാനങ്ങളും ആഭരണങ്ങളും വസ്ത്രധാരണവു മെല്ലാം സ്വന്തമായുള്ള സമൂഹങ്ങളെയാണ് ഗോത്രം എന്ന വാക്ക് പ്രതിനിധീകരിക്കുന്നത്. ഇന്ന് ഭൂമിയിൽ ജീവിക്കുന്ന മനുഷ്യരുടെ പൂർവ്വികരെല്ലാം മുൻപ് ജീവിച്ചിരുന്നത് ഗോത്ര ങ്ങളായ് തന്നെയായിരുന്നു. ലോകത്ത് സംഭവിച്ച പല മാറ്റങ്ങ ളുടെയും ഫലമായ ഈ ഗോത്രപാരമ്പര്യം നമ്മളിൽ പല ർക്കും നഷ്ടമാകുകയും, ചില ജാതികളുടേയും മതങ്ങളുടേയും കളങ്ങളിലേക്ക് മാത്രം നാം പിന്നീട് ഒതുക്കപ്പെടുകയും ചെയ്തു. എന്നാൽ നിരന്തരമായ മാറ്റങ്ങളെ ഒരു പരിധി വരെ അതിജീവിച്ച് കൊണ്ട് ചില ഗോത്രസമൂഹങ്ങൾ ഇന്നും ലോകത്തിന്റെ വിവിധ ഭാഗങ്ങളിൽ അവശേഷിക്കു ന്നുണ്ട്. അത്തരത്തിൽ ഗോത്ര സംസ്കൃതികൾ ഇനിയും മാഞ്ഞ് തീരാതെ തുടരുന്ന ഇടമാണ് വയനാട്.

മറ്റിടങ്ങളിലില്ലാത്ത വിധം വയനാട്ടിൽ മാത്രം ഇത്ര യധികം ഗോത്ര സമൂഹങ്ങൾ എങ്ങനെ അവശേഷിച്ചു? ആ ചോദ്യത്തിന്റെ ഉത്തരവും ഭൂമിശാസ്ത്രം എന്ന് തന്നെയാണ്. വയനാടിന്റെ സവിശേഷമായ ഭൂപ്രകൃതി ഉണ്ടായിരുന്നില്ലെങ്കിൽ മറ്റ് നാടുകളിലൊക്കെ സംഭവിച്ചത് പോലെ ഇവിടുത്തെ ഗോത്ര സംസ്കൃതികളും എന്നേ അലിഞ്ഞ് ഇല്ലാതാകുമായിരുന്നു.

പശ്ചിമഘട്ട മലനിരകൾ കോട്ട കെട്ടി കാത്ത് വെച്ച താണ് വയനാടിന്റെ ഗോത്ര സംസ്കൃതി. ആകാശത്തെ തൊട്ടു രുമ്മി നിൽക്കുന്ന ആ വലിയ കോട്ടകളെ കീഴടക്കി വയനാട്ടി ലേക്ക് കടക്കാൻ പുറത്ത് നിന്നുള്ളവർക്ക് ഒരിക്കലും എളുപ്പ മായിരുന്നില്ല. വയനാടൻ മലനിരകളിൽ നിന്നുത്ഭവിക്കുന്ന

നദികൾ മാത്രമാണ് ഇവിടെയുള്ളത്, അത് മറ്റ് ദേശങ്ങളിൽ നിന്ന് ഇവിടേയ്ക്ക് ഒഴുകിയെത്തുന്നവയല്ല. അതിനാൽ നദികളിലൂടെയോ കടലിലൂടെയോ ദൂരദേശങ്ങളിൽ നിന്നുള്ള മനുഷ്യർക്കും സംസ്കാരങ്ങൾക്കും വയനാട്ടിലേക്കെത്താൻ കഴിയുമായിരുന്നില്ല. ഡക്കാൺ പീഠഭൂമിയിലേക്കും നീല ഗിരിയിലേക്കും മാത്രമാണ് വയനാടിന്റെ കിഴക്കുള്ള വാതിലുകൾ അൽപ്പമെങ്കിലും തുറന്ന് കിടന്നിരുന്നത്; പക്ഷെ ആ പ്രദേശങ്ങളെല്ലാം തന്നെ നിബിഡ വനങ്ങളുമാണ്. മാത്രമല്ല കിഴക്കുള്ള ബംഗാൾ ഉൾക്കടൽ ഏറെ അകലയുമാണ്. പുറത്തെ സംസ്കാരങ്ങൾക്ക് എളുപ്പം വയനാടിനകത്തേക്ക് പ്രവേശിക്കാനാകാത്തതിനാൽ, ഒരു പരിധി വരെ കലരാതെ സ്വതന്ത്രമായ് നിൽക്കാൻ വയനാട്ടിലെ ഗോത്ര സംസ്കാരങ്ങൾക്ക് ഏറെക്കാലത്തേക്ക് കഴിഞ്ഞിരുന്നു. പിന്നീട് പുതിയ വഴികൾ സൃഷ്ടിക്കപ്പെട്ടതോടെ, ബാഹ്യമായ സംസ്കാരങ്ങൾ ഇവിടേയ്ക്ക് കടന്ന് വരികയും, തനത് ഗോത്ര സംസ്കാരങ്ങൾ മെല്ലെ മെല്ലെ മായാൻ തുടങ്ങുകയും ചെയ്തു. ഇക്കാലത്ത് ആ പ്രക്രിയ അതിവേഗം നടക്കുകയാണ്, കൃത്യമായ പദ്ധതികളോടെ സംരക്ഷിച്ചില്ലെങ്കിൽ ഏതാനം വർഷങ്ങൾ കൂടി മാത്രമേ ഈ ഗോത്ര സംസ്കൃതികൾക്ക് വയനാട്ടിൽ ആയുസ്സുണ്ടാകുകയയുള്ളൂ.

കന്നടയുമായുള്ള അടുപ്പം

പശ്ചിമഘട്ട മലനിരകൾക്കും അറബിക്കടലിനുമിടയിലുള്ള ഭൂവിഭാഗങ്ങളെയാണ് പൊതുവേ കേരളമെന്ന് വിളിക്കുന്നത്. പക്ഷേ വയനാടിന്റേത് തികച്ചും വ്യത്യസ്തമായ ഒരു ഭൂമിശാസ്ത്രമാണ്. പശ്ചിമഘട്ടത്തിനും അപ്പുറത്തുള്ള ഭൂപ്രദേശമാണ് യഥാർത്ഥത്തിൽ വയനാട്. അതിനാലാണ് കബനി നദി കിഴക്കോട്ടൊഴുകി ബംഗാൾ ഉൾക്കടലിൽ പതിക്കുന്നത്. ഭൂമിശാസ്ത്രപരമായ് വയനാടിന് കൂടുതൽ അടുപ്പം കർണ്ണാടകത്തോടാണ്, മലയാളവും കേരളവും വയനാട്ടിലേക്കെത്തിയിട്ട് അധികം കാലമായിട്ടില്ല. നീലഗിരിയുമായ് ചേർന്ന് കിടക്കുന്നതിനാൽ തമിഴ് സ്വാധീനവും വയനാട്ടിൽ വളരെ നേരത്തേ തന്നെയുണ്ട്; പക്ഷേ മലയാളം തീരെയുണ്ടായിരുന്നില്ല.

വയനാട്ടിലെ ഗോത്ര സമൂഹങ്ങളുടെ ഭാഷകളിലേക്ക് മലയാളം കടന്ന് വന്നത് കഴിഞ്ഞ നാലഞ്ച് നൂറ്റാണ്ടുകൾക്കുള്ളി ലാണ്. അതിന് മുൻപ് ഇവിടുത്തെ ഗോത്ര ഭാഷകളിൽ പ്രധാനമായുണ്ടായിരുന്നത് കന്നടയുടേയും തമിഴിന്റേയും സ്വാധീനമായിരുന്നു.

പേരിന്റെ രാഷ്ട്രീയം

നമ്മുടെ പേരുകൾ സൃഷ്ടിക്കുന്നത് നമുക്ക് ചുറ്റുമുള്ള വരാണ്; നമ്മളല്ല. ചുറ്റുമുള്ളവരുടെ ഇഷ്ടാനിഷ്ടങ്ങൾ, താത്പര്യ ങ്ങൾ തുടങ്ങിയ വിവിധ ഘടകങ്ങളാണ് ഒരാളുടെ അല്ലെങ്കിൽ ഒരു ജനതയുടെ പേർ നിശ്ചയിക്കുന്നത്. ഒരു ഗോത്രം മാത്രം ഒരിടത്ത് തനിച്ച് താമസിക്കുമ്പോൾ അവർക്ക് പേരിന്റെ ആവ ശ്യമേ വരുന്നില്ല. പക്ഷേ ഒരിടത്തേക്ക് ഒന്നിലധികം ഗോത്രങ്ങൾ വന്ന് ചേരുമ്പോൾ പേർ ഒരാവശ്യമായ് വരുന്നു. അവിടെയുള്ള ജനവിഭാഗങ്ങളെ തരം തിരിക്കേണ്ടി വരുമ്പോഴും രേഖപ്പെടുത്തി വെക്കേണ്ടി വരുമ്പോഴും പേർ ഒരത്യാവശ്യമായ് മാറുന്നു. ചില സമൂഹങ്ങളെ ഉയർത്തി കാട്ടാനും മറ്റ് ചിലരെ താഴ്ത്തിക്കെട്ടാ നുമെല്ലാം, പേരുകൾ ചിലർ ദുരുപയോഗപ്പെടുത്താറുമുണ്ട്.

പണിയർ, അടിയർ തുടങ്ങിയ പേരുകൾക്ക് അടിമ യെന്ന അർത്ഥമാണ് പൊതുവേ പുസ്തകങ്ങൾ സമ്മാനി ക്കുന്നത്. പക്ഷേ ആ പേരുകൾക്കൊന്നും തന്നെ വലിയ പഴക്ക മുള്ളതായ് എനിക്ക് തോന്നുന്നില്ല. വയനാട്ടിൽ നടന്ന ചില അധിനിവേശങ്ങളെ തുടർന്ന് ഇവിടുത്തെ തദ്ദേശീയ ജനത കളെ അടിമകളാക്കി തരം താഴ്ത്തിയ കാലത്ത് അവർക്ക് നൽകപ്പെട്ട പേരുകളാണ് അതെല്ലാം. ചിലർക്ക് ഉയർന്ന് നിൽ ക്കണമെങ്കിൽ മറ്റുള്ളവരെ പേരിലൂടെയും അല്ലാതെയും താഴ്ത്തിക്കെട്ടണമെന്ന കുബുദ്ധിയാണ് ഇതിന് പിന്നി ലുള്ളത്. അടിമത്വത്തെ തകർത്തെറിഞ്ഞത് പോലെ, ഇനി നമുക്ക് ഇത്തരം പേരുകളെയും തിരുത്തിയെഴുതണം.

വയനാടൻ ഗോത്ര ജനതകൾ

തനത് സംസ്കാരം ഇക്കാലത്ത് പോലും കാത്ത് സൂക്ഷിക്കുന്ന പതിനൊന്നോളം ഗോത്ര സമൂഹങ്ങളാണ് വയനാട്ടിലുള്ളത്. ജനസംഖ്യയിൽ മുന്നിൽ നിൽക്കുന്നത്

പണിയർ, കാട്ടുനായ്ക്കർ, ബെട്ടക്കുറുമർ, മുള്ളുക്കുറുമർ, കുറിച്യർ, അടിയർ എന്നീ അഞ്ച് ഗോത്രങ്ങളാണ്. കൊളോണിയൽ എഴുത്തുകാരുടെ പുസ്തകങ്ങളിലൂടെ മുദ്ര ചാർത്തപ്പെട്ടതിൽ നിന്ന് ഏറെ വ്യത്യസ്തമായ ജനതകളാണ് അവരെന്ന് നിരീക്ഷണങ്ങളിലൂടെ ഞാൻ തിരിച്ചറിയുന്നു.

പണിയർ

സാംസ്കാരികമായ ഏറെ സമ്പന്നരായ പണിയരാണ്, ജനസംഖ്യയിൽ ഒന്നാം സ്ഥാനത്ത് നിൽക്കുന്ന ഗോത്ര സമൂഹം. വയനാട്ടിൽ എല്ലായിടത്തും തന്നെ പണിയരുടെ സാന്നിധ്യമുണ്ടെങ്കിലും നീലഗിരിയുമായ് ചേർന്ന് നിൽക്കുന്ന പ്രദേശങ്ങളിലാണ് ഇവർ കൂടുതലായ് അധിവസിക്കുന്നത്. ഭൂമിശാസ്ത്രപരമായ് തമിഴ്നാടിനോടാണ് പണിയർക്ക് കൂടുതൽ അടുപ്പം. മുഖച്ഛായ, നിറം, ശരീരപ്രകൃതി തുടങ്ങിയ ജനിതക പ്രത്യേകതകളും തമിഴ്നാട്ടിലെ ജനങ്ങളുടേതിന് സമാനമാണ്. ഭാഷയിലും തമിഴിലേക്ക് നീളുന്ന വേരുകൾ വ്യക്തമാണ്.

65,000 വർഷങ്ങൾക്ക് മുൻപ് നടന്ന, ആഫ്രിക്കയിൽ നിന്നുള്ള കുടിയേറ്റത്തിന്റെ ആദ്യ പ്രയാണത്തിൽ യാത്ര ചെയ്ത് തെക്കേ ഇന്ത്യയിലെത്തിയ മനുഷ്യരുടെ പിൻതല മുറയേയാകണം നമ്മളിന്ന് പണിയരെന്ന് വിളിക്കുന്നത്. ആദ്യ കുടിയേറ്റത്തിൽ തന്നെ ഈ ഭൂവിഭാഗത്ത് എത്തിച്ചേർന്നുവെന്ന് കരുതപ്പെടുന്ന തമിഴ്നാട്ടിലെ ഇരുളരുടെ ജനിതക ഘടനയുമായ് പണിയർക്ക് വളരെ ആഴത്തിൽ ബന്ധമുണ്ട്.

പണിയരുമായ് ബന്ധപ്പെട്ട എഴുത്തുകളിൽ സ്ഥിരമായ കാണാറുള്ള ഒരു കഥയുണ്ട്. അറബിക്കടലിൽ തകർന്ന് പോയ കപ്പലിൽ നിന്ന് രക്ഷപ്പെട്ട് മലബാർ തീരത്തെത്തിയ ആഫ്രിക്കൻ അടിമകളാണ് പണിയരെന്ന് ആ കഥ കാലങ്ങളായ് സമൂഹത്തോട് പറയുന്നു. പണിയരുടെ ഇരുണ്ട നിറം, ചുരുണ്ട മുടി, തടിച്ച് പരന്ന മൂക്ക് തുടങ്ങിയ ശാരീരിക പ്രത്യേകതകളാണ് ഈ കഥയെ സാധൂകരിക്കാനായ് ചില പണ്ഡിതന്മാർ ഉപയോഗിക്കുന്നത്. ഈ മണ്ണിന്റെയും ഇവിടെത്തെ നിരവധി ആരാധനാലയങ്ങളുടെയും ആദ്യ അവകാശികളിലൊന്നുമായ ഒരു ജനസമൂഹത്തെ, വെറും ആഫ്രിക്കൻ

അടിമകളായ് മാത്രം ചിത്രീകരിക്കാനുള്ള വ്യഗ്രതയിൽ സൃഷ്ടിക്കപ്പെട്ടതാകാം കപ്പലപകടവുമായ് ബന്ധപ്പെട്ട ഈ നുണക്കഥ.

പണിയരുടെ ശരീര പ്രകൃതി ആഫ്രിക്കയോടല്ല, അവർ ജീവിക്കുന്ന ഈ ഭൂവിഭാഗത്തോട് തന്നെയാണ് ബന്ധപ്പെട്ട് നിൽക്കുന്നതെന്ന് നിരീക്ഷണങ്ങളിലൂടെ ഞാൻ മനസ്സിലാക്കിയ കാര്യമാണ്. ചുരുണ്ട മുടിയല്ല, നീളൻ തലമുടിയാണ് അവരിൽ കൂടുതലാളുകൾക്കുമുള്ളത്. തടിച്ചുരുണ്ട ശരീരമല്ല, നീണ്ട് മെലിഞ്ഞ് വടിവുള്ള ശരീര പ്രകൃതിയാണ് അവരിൽ കൂടുത ലായും കാണുന്നത്. ഇരുണ്ട നിറമെന്നത് ആഫ്രിക്കയെ മാത്രം പ്രതിനിധീകരിക്കുന്നതല്ല, അത് വയനാടുൾപ്പെടുന്ന തെക്കേ ഇന്ത്യയിലെ മനുഷ്യരുടെ നിറം കൂടിയാണ്. തടിച്ച് പരന്ന മൂക്കുള്ളവർ പണിയർക്കിടയിലുണ്ട്, എങ്കിലും കൂടുതലായ് കാണുന്നത് നീണ്ട് വടിവുള്ള മൂക്കുകളാണ്. ഇന്നത്തെ തമിഴ്നാട് അതിർത്തിയോട് ചേർന്ന ചുള്ളിയോട് എന്ന സ്ഥലത്താണ്, പണിയർ കൂടുതലായ് തിങ്ങിപ്പാർക്കുന്നത്. വയനാട്ടിലെ പണിയരുടെ ഏറ്റവും ആദ്യത്തെ വാസ സ്ഥലങ്ങളിലൊന്നാണ് ചുള്ളിയോടെന്ന് ഞാൻ കരുതുന്നു.

പണിയരുടെ വട്ടക്കളിചിത്രം : കെ.ആർ. രമിത്

കാട്ടുനായ്ക്കൻ

ശ്രുതി മധുരമായ സംഗീതവും അചാരാനുഷ്ഠാങ്ങളും ജീവിതചര്യകളുമെല്ലാമുള്ള വയനാട്ടിലെ തദ്ദേശീയ ജന സമൂഹമാണ് കാട്ടുനായ്ക്കർ. തേൻ കുറുമർ എന്ന പേരിലും ഈ ജനത വിളിക്കപ്പെടുന്നുണ്ട്. പേരുകൾ സൂചിപ്പിക്കുന്നത് പോലെ കാടിനോടും തേനിനോടും വളരെ അടുപ്പമുള്ളവരാണ് കാട്ടുനാ യ്ക്കർ. വന്യമൃഗങ്ങളോട് പോലും വളരെയധികം സ്നേഹവും ആത്മബന്ധവും സൂക്ഷിക്കുന്ന ഇവർ, കാടിനെ തങ്ങളുടെ വീടായ് തന്നെ കരുതുന്നു. ഡക്കാൺ പീഠഭൂമിയുമായ് ചേരുന്ന വയനാടൻ ഭൂപ്രദേശങ്ങളാണ് ഇവരുടെ പ്രധാന ആവാസ മേഖലകൾ.

ആദ്യ അദ്ധ്യായത്തിൽ സൂചിപ്പിച്ചത് പോലെ, വയ നാടിന്റെ ഭൂമിശാസ്ത്രപരമായ പ്രത്യേകതകളെ കൃത്യമായ് പ്രതിനിധീകരിക്കുന്നത് കാട്ടുനായ്ക്കരാണെന്ന് ഞാൻ കരു തുന്നു. തെക്കേ ഇന്ത്യയിലെ ചൂടിനേയും, വയനാടിന്റെ പ്രത്യേ കമായ തണുപ്പിനെയുമെല്ലാം അടയാളപ്പെടുത്തുന്നതാണ് അവരുടെ ജനിതകമായ സവിശേഷതകൾ. നിലമ്പൂർ കാടുക ളിൽ വസിക്കുന്ന ചോലനായ്ക്കരുടെ ശരീരപ്രകൃതവുമായും

ചുണ്ടയമ്മ മുത്തുവെന്ന കാട്ടുപ്പന്നിയോടൊപ്പം   ചിത്രം : കെ.ആർ. രമിത്

ഇവർക്ക് ഏറെ സാമ്യമുണ്ട്. ആഫ്രിക്കയിൽ നിന്ന് ആദ്യം പുറ പ്പെട്ട മനുഷ്യരുടെ സംഘത്തിൽ നിന്നും വയനാടിന്റെ ഭൂമിക യിൽ വന്നെത്തുകയും താവളമുറപ്പിയ്ക്കുകയും ചെയ്തവരാ യിരിക്കും അവർ. വയനാട്ടിൽ വന്ന് ചേർന്നതിന് ശേഷം; ഇവിടുത്തെ ഭൂമിശാസ്ത്രത്തിനനുസരിച്ച് കഴിഞ്ഞ 65,000 വർഷങ്ങൾ കൊണ്ട്, തുടർച്ചയായ പരിണാമ പ്രക്രിയകളുടെ ഫലമായ് ഇന്ന് കാണുന്ന രൂപത്തിലേക്ക് മാറിയതാകണം അവർ. കാട്ടുനായ്ക്കരുടെ പൂർവ്വികരാകാം എടക്കൽ ഗുഹ ക്കകത്ത് നേരത്തേ താമസിച്ചിരുന്നതും ആ ഗുഹാചിത്രങ്ങൾ സൃഷ്ടിച്ചതും.

ബെട്ടക്കുറുമർ

കരകൗശല വിദ്യയിൽ വളരെ സമർത്ഥരായ ഗോത്ര ജനതയാണ് വയനാട്ടിലെ ബെട്ടക്കുറുമർ. വയനാടിന്റെ എല്ലാ ഇടങ്ങളിലും തന്നെ ഇവരുടെ സാന്നിധ്യമുണ്ട്. വയനാട്ടിലെ മറ്റ് ഗോത്രസമൂഹങ്ങളിൽ നിന്നെല്ലാം വ്യത്യസ്തമായ ജനി തക പ്രത്യേകതകളുള്ള ജനത കൂടിയാണവർ. ഇവരുടെ ഭാഷയിലെ തെലുങ്കിന്റെ സ്വാധീനവും ജനിതകമായ സവി ശേഷതകളും തെക്കേ ഇന്ത്യയുടെ വടക്ക് കിഴക്ക് ഭാഗങ്ങ ളിൽ നിന്നുള്ളവരാണ് ഇവരെന്ന് സൂചിപ്പിക്കുന്നതാണ്.

മുള്ളുക്കുറുമർ

വയനാടിന്റെ പല പ്രദേശങ്ങളിലും കോട്ട കെട്ടി ഭരണം നടത്തിയ പാരമ്പര്യമാണ് മുള്ളുക്കുറുമരുടേത്. ഈ പുസ്ത കത്തിലെ മൂന്ന് മുതൽ എട്ട് വരെയുള്ള അദ്ധ്യായങ്ങളിൽ അവ രുടെ ജീവിതവും ചരിത്രവുമാണ് നിറയുന്നത്.

കുറിച്യർ

വില്ലാളി വീരന്മാരായ വയനാട്ടിലെ ഗോത്ര ജനസമൂഹ മാണ് കുറിച്യർ. ഇന്ത്യയിൽ നടന്ന 1857 ലെ ഒന്നാം സ്വാതന്ത്ര്യ സമരത്തിന് മുൻപ് തന്നെ വെള്ളക്കാർക്കെതിരെ തങ്ങളുടെ അമ്പും വില്ലുമായ് പോരാടിയ ഗോത്ര സമൂഹം കൂടിയാണവർ. ഈ പുസ്തകത്തിലെ ഒൻപതാം അദ്ധ്യായം കുറിച്യരുടെ ചരിത്രത്തെ കുറിച്ച് വിശദമായ് തന്നെ സംസാരിക്കുന്നുണ്ട്.

അടിയൻ

സവിശേഷമായ അചാരാനുഷ്ഠാനങ്ങളും കലാരൂപങ്ങളുമെല്ലാം കൊണ്ട് ശ്രേഷ്ഠമാണ് വയനാട്ടിലെ അടിയരുടെ ജീവിതം. ഈ പുസ്തകത്തിലെ പത്താം അദ്ധ്യായം അടിയരെക്കുറിച്ചാണ്.

നിരവധി ഗോത്ര സമൂഹങ്ങൾ അധിവസിക്കുന്ന ഇടമാണ് രാജസ്ഥാൻ. തീവണ്ടി യാത്രയിൽ തന്നെ 'കാൽബേലിയ' എന്നറിയപ്പെടുന്ന നാടോടി ജനതയെ കണ്ടുമുട്ടി. വാതിലുകളുടെ സമീപത്തായ് നിലത്തിരുന്നാണ് അവർ യാത്ര ചെയ്തിരുന്നത്. കുട്ടികളും സ്ത്രീകളും മുതിർന്നവരുമെല്ലാം അവരുടെ സംഘത്തിലുണ്ടായിരുന്നു. മിക്കവരും ലഹരി വസ്തുക്കൾ വായിലിട്ട് ചവക്കുന്നുണ്ട്. നേരത്തേ കറുത്ത വസ്ത്രങ്ങളാണ് 'കാൽബേലിയ' വനിതകൾ അണിഞ്ഞിരുന്നത്. അതിനാലാണ് കറുപ്പ് എന്നർത്ഥമുള്ള 'കാല' എന്ന വാക്ക് അവരുടെ പേരിന്റെ ഭാഗമായത്. കറുത്ത വസ്ത്രങ്ങൾ ധരിച്ച് മനോഹരമായ് നൃത്തം ചെയ്യുന്ന അവരിൽ താളബോധവും നൃത്തപാടവുമെല്ലാം കുട്ടിക്കാലം മുതലേ കൂടെക്കൂടുന്നു. സർപ്പങ്ങളെ കൂടയ്ക്കുള്ളിൽ കൊണ്ടുനടക്കുന്ന ശീലവും ഇവർക്കുണ്ട്.

മൻവീത് തീവണ്ടിയിൽ നിന്നിറങ്ങാൻ തയ്യാറായ് ഇരിക്കുകയാണ്. അവരുടെ ബാഗുകൾക്ക് മുകളിലാണ് കക്ഷി കയറിയിരിക്കുന്നത്. അവൻ നിഷ്കളങ്കമായ് പുഞ്ചിരിച്ച് കൊണ്ടേയിരുന്നു. അവനോടൊപ്പം പിങ്ക് സിറ്റി എന്നറിയപ്പെടുന്ന ജയ്പ്പൂരിൽ ഞാനും തീവണ്ടിയിറങ്ങി. ഏറെ നാളായ് കാണാൻ കൊതിക്കുന്ന ഒരു ദേശത്തേക്ക് എത്തിച്ചേർന്നിരിക്കുകയാണ്, കണ്ട് ശീലിച്ച കാഴ്ചകളിൽ നിന്ന് വളരെ വ്യത്യസ്തമായ ഒരു പുതുലോകം കൺമുന്നിൽ തെളിയുന്നു. മനസ്സിൽ ഒരുപാട് ആകാംക്ഷയും സന്തോഷവുമെല്ലാം നിറയുന്നുണ്ട്.

സ്റ്റേഷന് പുറത്തേക്ക് വന്നപ്പോഴേ ചില ആളുകൾ വന്ന് പൊതിയാൻ തുടങ്ങി. എവിടെക്കാണ് പോകുന്നത്, ഹോട്ടൽ വേണോ, കാർ വേണോ, ഓട്ടോ വേണോ; അവർ ചോദ്യശരങ്ങൾ എയ്യുകയാണ്. അവരുടെ പിടി വിടുവിച്ച്

മുന്നോട്ട് നടക്കാൻ തന്നെ വലിയ പാടാണ്. ഒടുവിൽ വെളുത്ത താടിയും മുടിയുമൊക്കെയായ് തലേക്കെട്ടൊക്കെയുള്ള ഒരു ഓട്ടോക്കാരനോടൊപ്പം ചെന്ന് അയാളുടെ വണ്ടിയിൽ കയറി. വണ്ടി മുന്നോട്ട് എടുക്കാനാകാത്ത വിധം മുന്നിൽ തലങ്ങും വിലങ്ങുമായ് മറ്റ് ഓട്ടോകൾ നിർത്തിയിട്ടിരിക്കുകയാണ്. അവരെയെല്ലാം ചീത്ത വിളിച്ച് കൊണ്ടാണ് ഓട്ടോക്കാരൻ തന്റെ വാഹനത്തെ അരിച്ച് അരിച്ച് മുന്നോട്ട് നീക്കുന്നത്. അവിടെ തുടങ്ങിയ ചീത്തവിളി പിന്നെ അവസാനിച്ചത് എനിക്കിറങ്ങാനുള്ള സ്ഥലമെത്തിയപ്പോഴാണ്. നഗര പാത കളിലൊക്കെ ആളുകൾ തോന്നിയ പോലെയാണ് വാഹന ങ്ങൾ ഓടിക്കുന്നത്. അതുകൊണ്ട് കലഹം അവിടെ സർവ്വ സാധാരണമായ ഒരു പ്രതിഭാസം മാത്രമാണ്.

നഗരഹൃദയത്തിൽ തന്നെയുള്ള 'സോസ്റ്റൽ' എന്ന ഹോസ്റ്റലിലാണ് ഞാൻ താമസം ഏർപ്പാട് ചെയ്തിരുന്നത്. ഒന്ന് രണ്ട് മാസങ്ങൾക്ക് മുൻപ് തന്നെ യാത്രാ ടിക്കറ്റുകളും താമസ സൗകര്യങ്ങളും ഏർപ്പാട് ചെയ്തിരുന്നു. അത് കൊണ്ട് യാത്രക്കിടയിൽ അങ്ങനെയുള്ള കാര്യങ്ങൾക്ക് വേറെ സമയം ചിലവഴിക്കേണ്ടി വന്നില്ല. ജർമ്മനിയിൽ നിന്ന് വന്ന സ്റ്റെഫൻ എന്നൊരു സഞ്ചാരിയും എന്റെ മുറി യിലാണ് താമസിച്ചത്. ഇരുപത്തഞ്ച് വയസ്സ് തോന്നിക്കുന്ന, വട്ടക്കണ്ണടയൊക്കെ വെച്ച ആ ചെറുപ്പക്കാരൻ, അടുത്ത സുഹൃത്തിനെ പോലെയാണ് ഇടപഴകിയത്. ചെറിയ സമയം മാത്രമേ ഒരുമിച്ചുണ്ടായിരുന്നുള്ളുവെങ്കിലും ജർമ്മനിയും ഇന്ത്യയും വ്യത്യസ്തമായ സംസ്കാരങ്ങളുമൊക്കെ ഞങ്ങ ളുടെ വർത്തമാനത്തിൽ വിഷയങ്ങളായി. നാട്ടിലെ വളരെ പഴക്കം ചെന്ന ഒരു ഗോത്രത്തിന്റെ വേരുകൾ തിരക്കിയാണ് രാജസ്ഥാനിൽ ഞാനെത്തിയതെന്ന് മനസ്സിലാക്കിയപ്പോൾ, അതിനെക്കുറിച്ചും സ്റ്റെഫൻ ഒരുപാട് കാര്യങ്ങൾ ചോദിച്ച റിഞ്ഞു. ഇങ്ങനെ ഒരു ഉദ്യമത്തിനിറങ്ങിയ എന്നെ ഹൃദ യത്തിൽ നിന്ന് അഭിനന്ദിക്കുകയും ചെയ്തു. അദ്ദേഹം തന്റെ യാത്ര തുടങ്ങിയിട്ടപ്പോൾ ഒരു വർഷം കഴിഞ്ഞിരുന്നു. യാത്രക്കിടയിൽ ഞാൻ കണ്ടുമുട്ടിയ പല യൂറോപ്യൻ സഞ്ചാ രികളും സ്റ്റെഫനെ പോലെ വർഷങ്ങൾ നീണ്ട് നിൽക്കുന്ന യാത്രകളിലായിരുന്നു. അവരുടെ യാത്രകൾ അങ്ങനെയാണ്.

ഒന്നോ രണ്ടോ ആഴ്ചകൾ കൊണ്ട് നമ്മൾ നടത്തുന്ന ഒറ്റ പ്രദക്ഷിണം പോലെയല്ലത്. തീവണ്ടി കൂടുതൽ സമയം നിറുത്തിയിട്ട ഒരു സ്റ്റേഷനിൽ വെച്ച് ഒരു യൂറോപ്യൻ യാത്രികയോട് സംസാരിക്കാൻ അവസരം കിട്ടി. ആരോഗ്യപ്രർത്തകയായ് പ്രവർത്തിക്കുന്ന അവർ തന്റെ യാത്രയുടെ ലക്ഷ്യമായ് പറ ഞ്ഞത്, ഇന്ത്യയിലെ ചെറിയ കുഞ്ഞുങ്ങളുള്ള അമ്മമാരെ സഹായിക്കുക എന്നതാണ്. അവരത് പറഞ്ഞ് കേട്ടപ്പോൾ വലിയ സന്തോഷം തോന്നി. അവരാണ് രണ്ട് തരം യാത്രി കർ ലോകത്തുണ്ടെന്നും പറഞ്ഞത്. ചെറിയ സമയം കൊണ്ട് ഒരുപാട് സ്ഥലങ്ങളിലൂടെ യാത്ര ചെയ്യുന്ന സഞ്ചാരികളാണ് ഒന്നാമത്തെ വിഭാഗം. മാസങ്ങളോ വർഷങ്ങളോ എടുത്ത്, സന്ദർശിക്കുന്ന ഇടങ്ങളുടെ ആത്മാവിലേക്ക് സാവധാനം ഇറങ്ങി ചെല്ലുന്ന യാത്രികരാണ് രണ്ടാമത്തേത്. ചെല്ലുന്ന ഇടങ്ങളിൽ അവരൊരിക്കലും മോശമായ് പെരുമാറുകയോ മാലിന്യം വലിച്ചെറിയുകയോ ചെയ്യില്ല. യൂറോപ്യൻ യാത്രി കർ പ്രതിനിധീകരിക്കുന്നത് രണ്ടാമത്തെ വിഭാഗത്തെയാണ്.

അഭയ് എന്ന് പേരുള്ള മുംബൈ സ്വദേശിയും, അമേരിക്കയിൽ നിന്നുള്ള സെബാസ്റ്റ്യൻ എന്ന യാത്രി കനും സ്റ്റെഫനെ കൂടാതെ ആ മുറിയിൽ എന്നോടൊപ്പ മുണ്ടായിരുന്നു. അവരും നന്നായ് സംസാരിക്കുകയും ഇടപെടുകയും ചെയ്ത നല്ല മനുഷ്യർ തന്നെയാണ്.

ചെന്നയുടൻ തന്നെ മുഷിഞ്ഞ വസ്ത്രങ്ങളൊക്കെ കഴുകി വിരിച്ച്, വിസ്തരിച്ചൊന്ന് കുളിച്ചതിന് ശേഷം ജയ്പൂർ നഗരം കാണാനിറങ്ങി. ചൂടും തണുപ്പുമൊന്നും കൂടുത ലില്ലാത്ത ഫെബ്രുവരിയായതിനാൽ നഗര നിരത്തുകളി ലൂടെയുള്ള നടത്തം സുഖകരമായിരുന്നു. ഹോസ്റ്റലിനടുത്ത് തന്നെയുള്ള മനോഹരമായ ഹവാ മഹലിലേക്കാണ് ആദ്യം പോയത്. പിങ്ക് ചായം പൂശിയ, പല നിലകളുള്ള ഹവാ മഹലിൽ നിരവധി ജനലാകളുമുണ്ട്. കൊട്ടാരത്തിലെ സ്ത്രീ കൾക്ക് അകത്ത് നിന്ന് കൊണ്ട് തന്നെ പുറത്തെ കാഴ്ചകൾ ആസ്വദിക്കാൻ കഴിയുന്ന രൂപത്തിലാണ് ആ കിളിവാതിലുകൾ നിർമ്മിച്ചിട്ടുള്ളത്. പുറത്തുള്ളവർക്ക് ഒരിക്കലും അകത്തെ സ്ത്രീകളെ കാണാൻ കഴിയില്ല. പക്ഷേ അതേസമയം അകത്തുള്ള സ്ത്രീകൾക്ക് പുറത്തുള്ളവരെ കാണാനും കഴിയും. മറഞ്ഞ് നിൽക്കുന്ന

നൃത്തം ചെയ്യുന്ന രാജസ്ഥാൻ വനിത   ചിത്രം : കെ.ആർ. രമിത്

സ്ത്രീകളെയാണ് രാജസ്ഥാൻ സംസ്കാരത്തിൽ പൊതുവേ കാണാനാവുക. രാജസ്ഥാൻ വനിതകളുടെ വസ്ത്ര ധാരണത്തിൽ ഏറ്റവും പ്രധാനമായത് 'ഗൂംഗട്ട്' എന്ന പേ രുള്ള അവരുടെ ശിരോവസ്ത്രമാണ്. വളരെ നേരിയതും ധാരാളം നിറങ്ങളുള്ളതുമായ പരുത്തിത്തുണിയാണ് അവർ മുഖം മറയ്ക്കാനായ് ഉപയോഗിക്കുന്നത്. തുണിയുടെ പ്രത്യേ കതകൾ കൊണ്ട് സ്ത്രീകൾക്ക് പുറത്തെ കാഴ്ചകളും പുരുഷന്മാരെയും വളരെ വ്യക്തമായ് കാണാൻ കഴിയും. പക്ഷേ സ്ത്രീകളുടെ മുഖം പുറത്ത് നിന്നാർക്കും കാണാൻ കഴിയുകയുമില്ല. നിറങ്ങൾ വാരി വിതറിയ പരമ്പരാഗത വസ്ത്ര ങ്ങളായ ഗാഗ്രയും കാംച്ലിയും ധരിക്കുന്ന സ്ത്രീകളെയാണ് യാത്രയിലുടനീളം ഞാൻ കണ്ടത്. നമ്മുടെ നാട്ടിലേത് പോലെ യുള്ള, പാശ്ചാത്യ വസ്ത്രധാരണ രീതി അവർക്കിടയിൽ നന്നേ കുറവാണ്, പ്രത്യേകിച്ചും സ്ത്രീകൾക്കിടയിൽ. പുരു ഷന്മാരുടെ പരമ്പരാഗത വേഷം ധോത്തിയും അഗാംരയുമാ ണ്, തലയിൽ സാഫ എന്ന് വിളിക്കപ്പെടുന്ന തലപ്പാവും കാ ണാം. ഗ്രാമങ്ങളിൽ ജീവിക്കുന്ന മുതിർന്ന പുരുഷന്മാർക്കിടയി ലാണ് പരമ്പരാഗത വസ്ത്രധാരണ രീതികൾ ഏറെയും നില നിൽക്കുന്നത്. വ്യത്യസ്ത ജാതികളിൽപ്പെട്ട മനുഷ്യർ വെവ്വേറെ രീതിയിലുള്ള തലപ്പാവുകളാണ് ധരിക്കുന്നത്...

ഹവാ മഹലിലെ കാഴ്ചകൾ
ചിത്രം : കെ.ആർ. രമിത്

വേങ്ങൂർ തിറ
ചിത്രം : കെ.ആർ. രമിത്

മുള്ളുക്കുറുമൻ

വയനാട്ടിലെ ഗോത്ര ജനതകളിൽ സവിശേഷമായ പ്രാമുഖ്യം അലങ്കരിക്കുന്നവരാണ് മുള്ളുക്കുറുമർ. വയനാ ടിന്റെ ചരിത്രമെന്നത് മുള്ളുക്കുറുമരുടെ ചരിത്രം കൂടിയാ ണ്. ഭാരതത്തിൽ പലയിടങ്ങളിലും നില നിന്നിരുന്ന ഗോത്ര ഭരണകൂടങ്ങളുടെ മാതൃക വയനാട്ടിൽ സൃഷ്ടിയ്ക്കുകയും, മല കടന്നെത്തിയ അധിനിവേശ ശക്തികളെ ചങ്കുറപ്പോടെ നേരിടുകയും ചെയ്ത പാരമ്പര്യമാണ് അവരുടേത്.

മുള്ളുക്കുറുമർ, ബെട്ടക്കുറുമർ, തേൻകുറുമർ എന്നീ ഗോത്രങ്ങളെ കുറുമർ എന്ന ഒരൊറ്റ വിഭാഗത്തിന്റെ മൂന്ന് ശാഖകളായ് അവതരിപ്പിക്കുന്ന തെറ്റായ രീതിയ്ക്ക് തുടക്കമിട്ടത് കൊളോണിയൽ എഴുത്തുകാരാണ്. ഈ മൂന്ന് ജനതകളെ അൽപ്പമെങ്കിലും അടുത്ത് നിരീക്ഷിച്ചവർക്കാ ർക്കും മനസ്സിലാകുന്ന കാര്യമാണ്, ജനിതകമായ് വളരെ വ്യത്യസ്തമായ സമൂഹളാണ് അവർ മൂവരുമെന്നത്.

പേര്

മുള്ളുക്കുറുമരെന്ന പേര് അവർക്ക് ലഭിച്ചിട്ട് അധികം കാലമായിട്ടുണ്ടാകില്ല. കുറുമ്പർ എന്നത് മലനിരകളിൽ താമ സിക്കുന്ന ജനവിഭാഗങ്ങളെ സൂചിപ്പിക്കുന്ന തമിഴ് പദമാണ്. മുള്ള് അല്ലെങ്കിൽ മുളയുമായ് ബന്ധപ്പെട്ട് ജീവിക്കുന്നതി നാലാകണം മുള്ളുക്കുറുമർക്ക് ആ പേര് കിട്ടിയത്. ഒരുപാട് മുള്ളുകളുള്ള മുളകൾ പോലും വെട്ടിയെടുത്ത് വീടുണ്ടാ ക്കുന്നതിലും കാർഷികോപകരണങ്ങൾ നിർമ്മിക്കുന്നതിലും സമർത്ഥരാണവർ.

ജീവനം

കാട്ടുമൃഗങ്ങളെ വേട്ടയാടിയും വിശാലമായ വയലുക
ളിൽ കൃഷി ചെയ്തും പക്ഷിമൃഗാദികളെ വളർത്തിയുമൊക്കെ
ജീവിച്ച പാരമ്പര്യമാണ് മുള്ളുക്കുറുമരുടേത്. വയലുകളായി
രുന്നു അവരുടെ പോയകാല ജീവിതത്തിന്റെ കേന്ദ്രബിന്ദു.
വയലുകൾക്ക് അഭിമുഖമായ് അവർ നിർമ്മിയ്ക്കുന്ന പുൽ
വീടുകളുടെ കൂട്ടത്തെ 'കുടി' എന്നാണ് വിളിക്കുന്നത്.

മൺഭിത്തികളുടെ മുകളിൽ മുള കൊണ്ട് നിർ
മ്മിച്ച മേൽക്കൂരയിൽ വൈക്കോൽ വിരിച്ചാണ് ഇവർ
നേരത്തേ മനോഹരമായ വീടുകളുണ്ടാക്കിയിരുന്നത്. 'പില്ല്
പെര' എന്നാണ് മുള്ളുക്കുറുമർ അത്തരം വീടുകളെ വിളി
ക്കാറ്. പ്രധാന വീടിനോട് ചേർന്ന് തന്നെ ബന്ധു
വീടുകളുമുണ്ടാകും. ഒരു വീടിന്റെ മുകളിൽ വിരിച്ച
വൈക്കോൽ അടുത്ത വീടിന്റെ മേൽക്കൂരയിൽ തട്ടി
നിൽക്കുന്നത്ര അടുത്തടുത്തായിരിക്കും വീടുകൾ. മണ്ണും
ചാണകവും ഉപയോഗിച്ച് മെഴുകി മിനുസപ്പെടുത്തിയ ചുവരു
കളും നിലവുമാണ്, ഒറ്റമുറി മാത്രമുള്ള ആ വീടുകൾക്കുള്ളത്.
കിടന്നുറങ്ങാനുള്ള ഇടവും പാചകത്തിനുള്ള അടുക്കളയു
മെല്ലാം ഒരു മുറിക്കകത്ത് തന്നെയാണുണ്ടാവുക. മുൻവശത്ത്
നല്ല ഉയരത്തിലുള്ള തിണ്ണയും, നടുവിലായ് അകത്തേക്ക് കയ
റാനുള്ള മൺ പടവുകളുമുണ്ടാകും. മുളയുടെ വാരികൾ
അടുക്കി നിർമ്മിക്കുന്ന തട്ടിൻപുറത്ത് നെല്ലുണങ്ങിയെടു
ക്കുന്ന രീതിയും ഇവർക്കുണ്ടായിരുന്നു. അടുപ്പിൽ
നിന്നുള്ള പുകയുടെ ചൂടാണ് നെല്ലിനെ ഉണക്കുന്നത്.
വേനലിൽ തണുപ്പും മഴക്കാലത്ത് ചൂടും നൽകുന്ന
ആ മൺ വീടുകൾ, മുള്ളുക്കുറുമരുടെ ജീവിത പരി
സരങ്ങളിൽ നിന്നെന്നോ മാഞ്ഞ് പോയിരിക്കുന്നു.

ചാണകം മെഴുകിയ, ഉയരമുള്ള ആ തിണ്ണകളിൽ,
കുട്ടിക്കാലത്ത് ഞാൻ ധാരാളം കയറിയിരുന്നിട്ടുണ്ട്. പുല്ല്
വീടുകൾക്കിടയിലെ ഇടുങ്ങിയ വഴികളിലൂടെ ഓടിക്കളി
ച്ചിട്ടുണ്ട്. വെളുത്ത മുണ്ട് കെട്ടിയ മുത്തിമാരുടെ
വാത്സല്യങ്ങൾ ഏറ്റുവാങ്ങിയിട്ടുണ്ട്. ഞങ്ങളുടെ തറവാട് വീടി
നടുത്തായിരുന്നു 'മഞ്ഞളംകൈത' എന്ന കുറുമക്കുടി; മൂപ്പന്മാ
രെന്നാണ് ഞങ്ങൾ അവരെ വിളിച്ചിരുന്നത്.

മുള്ളുക്കുറുമരുടെ ജീവിതത്തില്‍ കൃഷിയോടൊപ്പം തന്നെ പ്രാധാന്യമുണ്ട് മൃഗപരിപാലനത്തിന്. പശു, കാള, ആട്, കോഴി തുടങ്ങിയവയെല്ലാം അവരുടെ കുടിയുടെ പരിസരങ്ങ ളില്‍ കാണാം. ദിവസവും കാലികളെ മേയ്ക്കാന്‍ കാട്ടിലേക്ക് പോകുന്ന ഇടയന്മാര്‍ ഇവര്‍ക്കിടയില്‍ ധാരാളമുണ്ട്. വീട്ടു മുറ്റത്ത് നിറയെ നാടന്‍ കോഴികള്‍ ഓടി നടക്കുന്നുണ്ടാകും. മൂലയില്‍ കമിഴ്ത്തി വെച്ചിരിക്കുന്ന കുട്ടയ്ക്കടിയില്‍ നിന്ന് കോഴിക്കുഞ്ഞുങ്ങളുടെ ''കീയോ കീയോ'' ശബ്ദവും കേള്‍ക്കാം. ഭക്ഷണത്തിന് ആവശ്യമുള്ളത് മാത്രമാണ് ഇവര്‍ കൃഷി ചെയ്തിരുന്നത്. കാട്ടില്‍ നിന്ന് നായാടി കിട്ടുന്ന ഇറച്ചിയും പുഴ കളില്‍ നിന്നുള്ള മീനും അവരുടെ ഇഷ്ട വിഭവങ്ങളായിരുന്നു.

കേണികള്‍

മുള്ളുക്കുറുമര്‍ കുടിവെള്ളത്തിനാശ്രയിക്കുന്ന പുരാ തനമായ ജലസ്രോതസ്സുകളാണ് കേണികള്‍. തെളിനീരൂറുന്ന കേണികളെ പവിത്രമായ് കരുതി ആരാധിക്കുന്ന മഹത്തായ സംസ്കാരത്തിന്റെ ഉടമകളാണ് വയനാട്ടിലെ ഈ ഗോത്രം. ചതുപ്പ് നിലങ്ങളില്‍ നല്ല ഉറവയുള്ളിടത്ത്, നാലോ അഞ്ചോ അടി ഉയരത്തില്‍, അകം തുരന്നെടുത്ത ചൂണ്ടപ്പനയുടെ തടിയിറക്കി വെച്ചാണ് ഇവര്‍ കേണികള്‍ നിര്‍മ്മിക്കുന്നത്. നൂറ്റാണ്ടുകള്‍ ഈടുനില്‍ക്കുന്ന ഈ പനങ്കുറ്റിയ്ക്കുള്ളില്‍ നിറയുന്ന ജലം കണ്ണാടി ചില്ല് പോലെ തെളിമയുള്ളതാണ്. കടുത്ത വേനലില്‍ പോലും ഈ കേണികള്‍ വറ്റാറില്ല, പെരുമഴ യത്ത് പോലും കലങ്ങാറുമില്ല; അത്തരത്തിലാണ് അതിന്റെ നിര്‍മ്മിതി. കുടിയിലെ സ്ത്രീകളാണ് അതിരാവിലെ കേണി യില്‍ നിന്ന് വെള്ളം തലയില്‍ ചുമന്ന് വീട്ടിലെത്തിക്കുക; അതവര്‍ക്ക് മുടക്കമില്ലാത്ത ഒരു ജീവിത നിഷ്ഠയാണ്.

വിവാഹത്തിന് ശേഷം കുടിയിലെത്തുന്ന നവവധു ആദ്യത്തെ കുടം വെള്ളമെടുക്കുന്നത് ഒരു ആഘോഷം പോലെയാണ്. പുതിയ കുടുംബാഗത്തെ കാണാന്‍ വഴിയിലുടനീളം നില്‍ക്കുന്ന പെണ്ണുങ്ങളെ കുറിച്ച് തിരു മുഖത്തെ ദേവകിയമ്മ ഓര്‍ത്ത് പറഞ്ഞത് നിറഞ്ഞ ചിരിയോടെയായിരുന്നു. സ്നേഹവും വാത്സല്യവുമൊക്കെ ഏറെ തരാറുള്ള ആ അമ്മ പക്ഷേ ഇന്നില്ല, കഴിഞ്ഞ തവണ

ഉച്ചാലിന് പോയപ്പോഴാണ് അവരുടെ വേർപാടിന്റെ കഥ യറിഞ്ഞത്. മരിച്ചവരുടെ ആത്മാക്കൾക്ക് ഭക്ഷണം വെച്ച് കൊടുക്കുന്ന ദിവസമായ കർക്കിടകം പതിനാലിനാണ് ഞാൻ ദേവകിയമ്മയെ അവസാനമായ് കണ്ടത്.

ഒരു കാലത്ത് മുള്ളുക്കുറുമരുടെ ജീവിതത്തിൽ വളരെയധികം പ്രാധാന്യമുണ്ടായിരുന്ന കേണികൾ കാല ക്രമേണ ചിത്രത്തിൽ നിന്ന് മാഞ്ഞ് പോയെങ്കിലും, പുതിയ തലമുറകൾക്ക് പാഠപുസ്തകമായ് അപൂർവ്വം ചില കേണി കൾ ഇന്നും വയനാട്ടിൽ നിലനിൽക്കുന്നുണ്ട്.

പാക്കം കേണി

പാക്കത്തെ പുരാതനമായ തിരുമുഖം കുറുമത്തറവാടി നടുത്തുള്ള കേണി, കാലത്തെ അതിജീവിച്ച് ഇന്നും തുട രുന്ന ഒരു അത്ഭുതമാണ്. ഒരു ചേമ്പിലക്കുമ്പിളിൽ ആ കേണി യിലെ വെള്ളം ഒരൽപ്പം കോരിയെടുത്ത് കുടിച്ചാൽ കിട്ടു ന്നത് സ്വർഗീയമായ അനുഭവമാണ്; മധുരം കിനിയുന്ന ഔഷധ ജലം! പാക്കം കേണി പന കൊണ്ടല്ല, അയ്നി പ്ലാവിന്റെ തടിയിലാണ് നിർമ്മിച്ചിരിക്കുന്നത്. നൂറ്റാണ്ടുകളാ യുള്ള ചിട്ടവട്ടങ്ങൾ മുടക്കമില്ലാതെ പാലിച്ച് കൊണ്ടാണ്

പാക്കം കേണി   ചിത്രം : കെ.ആർ. രമിത്

തിരുമുഖത്തുകാർ പാക്കം കേണിയെ പരിപാലിച്ച് വരുന്നത്. എല്ലാ ദിവസവും അതിരാവിലെ കേണിയിൽ നിന്ന് കോരി യെടുത്ത ഒരു കുടം വെള്ളം, തിരുമുഖത്തെ ദൈവപ്പുരയിൽ വയ്ക്കുക എന്നത് മുടക്കമില്ലാതെ തുടരുന്ന ചര്യകളിലൊ ന്നാണ്. ചെരിപ്പ് ദൂരെ അഴിച്ച് വെച്ചതിന് ശേഷം മാത്രമാണ് ആളുകൾ കേണിയുടെ പരിസരത്തേക്ക് പോകാറ്. ആർത്തവ സമയത്തോ പുല ആചരിക്കുമ്പോഴോ കേണിയിൽ നിന്ന് വെള്ളമെടുക്കാനോ പരിസരത്തേക്ക് പോകാനോ പാടുള്ളതല്ല.

പാക്കം കേണിയെക്കുറിച്ചുള്ള ഡോക്യുമെന്ററി ചിത്രീകരിക്കുന്ന സമയത്താണ്, കേണിയുടെ അടിത്തട്ടിൽ നിന്ന് ഇടയ്ക്കിടെ കുമിളകൾ മുകളിലേക്ക് ഉയർന്ന് വരുന്ന കാര്യം എന്റെ ശ്രദ്ധയിൽപ്പെട്ടത്. അവിടുത്തെ മണ്ണിനടിയിലെ ചില പ്രത്യേക ധാതുലവണങ്ങളുടെ സാന്നിധ്യമാകാം ആ കുമിളകളെ സൃഷ്ടിക്കുന്നത്. ഒരുപക്ഷേ കേണിയിലെ ജലത്തെ ആ കുമിളകൾ കൂടുതൽ ഔഷധ ഗുണമുള്ള താക്കി മാറ്റുന്നുമുണ്ടാകാം. അതിനാലാകണം കാട്ടാനകൾ കേണിയുടെ സമീപത്ത് സ്ഥിരമായെത്തി, തുമ്പിക്കയ്യിൽ വെള്ളം കോരിയെടുത്ത് കുടിക്കുന്നത്. കേണിയുടെ ചുറ്റും ആനകളുടെ കാൽപ്പാടുകൾ ഞാൻ പോയപ്പോഴും കണ്ടിരുന്നു.

മുണ്ടനടപ്പ് കേണി

വയനാട്ടിലെ കൊളഗപ്പാറയ്ക്ക് സമീപമുള്ള മുണ്ട നടപ്പ് കുറുമത്തറവാട്ടുകാർ കുടിവെള്ളത്തിന് ഇക്കാലത്തും ആശ്രയിക്കുന്നത് കേണിയെയാണ്. ഒരു മരത്തിന്റെ വേരു കൾക്ക് സമീപമുള്ള നീരുറവയുടെ ചുറ്റും വെള്ളാരം കല്ലുകൾ അടുക്കി വെച്ച രീതിയിലാണ് മുണ്ടനടപ്പ് കേണിയുടെ നിർ മ്മാണം. കല്ലുകൾക്ക് മുകളിൽ വെച്ച പനം പാത്തിയിലൂടെ ഒഴുകി വരുന്ന വെള്ളം കുടങ്ങളിൽ ശേഖരിക്കുന്ന താണ് അവിടുത്തെ പതിവ്. കേണിയിൽ നിന്നുള്ള ഒരു കുടം വെള്ളമെങ്കിലും എല്ലാ ദിവസവും അവിടുത്തെ ഒരോ വീടു കളിലും സ്ത്രീകൾ തലയിൽ ചുമന്നെത്തിക്കുന്നു. പാക്കം കേണിയെ തിരുമുഖത്തുകാർ എങ്ങനെ കാത്ത് സൂക്ഷിക്കുന്നുവോ, അത് പോലെ തന്നെ പവിത്രമായ മുണ്ട നടപ്പ് കേണിയും സംരക്ഷിക്കപ്പെടുന്നു. മുണ്ടനടപ്പിലെ

മുണ്ടനടപ്പ് കേണിയിൽ നിന്ന് ദൈവപ്പുരയിലേക്ക്
വെള്ളം കൊണ്ട് പോകുന്ന സീത മുത്തി
ചിത്രം : കെ.ആർ. രമിത്

കേണിയോട് ചേർന്ന് തന്നെ ആരാധനാ മൂർത്തികളുടെ തറ കളുമുണ്ട്. മുള്ളുക്കുറുമർക്ക് കേണികളെന്നത് പാരമ്പര്യ ജല സ്രോതസ്സുകൾ മാത്രമല്ല, ആരാധനാലയങ്ങൾ കൂടിയാണ്.

നായാട്ട്

പരമ്പരാഗത ആയുധങ്ങളായ അമ്പും വില്ലുമുപയോ ഗിച്ച് കാട്ടിലെ മൃഗങ്ങളെ വേട്ടയാടുന്നതിൽ വളരെ സമർത്ഥരാണ് മുള്ളുക്കുറുമർ. ഉച്ചാൽ, വിവാഹം, തുലാ പ്പത്ത് തുടങ്ങിയ ആഘോഷങ്ങളോട് അനുബന്ധിച്ച് പ്രത്യേക നായാട്ട് തന്നെ പണ്ട് കാലത്തുണ്ടായിരുന്നു.

കുന്ന് മൂപ്പൻ, കുടി മൂപ്പൻ തുടങ്ങിയ തലവന്മാർ ക്കാണ് അന്ന് നായാട്ട് വിളിക്കാനുള്ള അവകാശമുള്ളത്. ഉച്ചത്തിലുള്ള അവരുടെ നായാട്ട് വിളി കേൾക്കുന്ന ആണുങ്ങൾ കുടികളിൽ നിന്നിറങ്ങി അമ്പും വില്ലുമായ് കാട്ടിലേക്ക് കയറുന്നു. വളർത്ത് നായ്ക്കളും നായാട്ട് സംഘത്തോടൊപ്പമുണ്ടാകും.

വെട്ടിയെടുത്ത മുളയുപയോഗിച്ചാണ് ഇവർ വില്ലു ണ്ടാക്കുന്നത്. വില്ലിൽ കെട്ടുന്ന കയർ, മരത്തിന്റെ തോല് ചതച്ച് പിരിച്ചെടുക്കുന്നതായിരുന്നു. ബെട്ടക്കുറുമരുടെ പണിശാല യിൽ നിർമ്മിച്ച കത്തിയമ്പാണ് മാൻ, പന്നി തുടങ്ങിയ മൃഗ ങ്ങളെ വീഴ്ത്താനായ് ഉപയോഗിച്ചിരുന്നത്. പക്ഷികളെ വീഴ് ത്താൻ ഉപയോഗിക്കുന്ന മൊട്ടമ്പിന്റെ ഒരറ്റം ചെത്തി മിനുക്കി വച്ചിട്ടുണ്ടാകും. മറ്റേ അറ്റത്ത് തൂവൽ കഷ്ണ ങ്ങൾ ഒട്ടിക്കുകയും ചെയ്യുന്നു.

അമ്പ് തറച്ച് വീണ മൃഗവുമായ് 'പപ്പ്' എന്ന് വിളി ക്കപ്പെടുന്ന സ്ഥലത്ത് ആളുകൾ ഒത്തുകൂടുകയും, തോലു രിച്ചതിന് ശേഷം, മൂപ്പൻ ഇറച്ചി ഓരോരുത്തർക്കുമായ് വീതം വെക്കുകയും ചെയ്യുന്നു. മൃഗത്തിന്റെ തലയും നല്ലൊരു കഷ്ണവും അമ്പെയ്ത് മൃഗത്തെ വീഴ്ത്തിയ ആൾക്ക് അവ കാശപ്പെട്ടതാണ്. അമ്പ് തറച്ച വീണ മൃഗത്തെ കണ്ടെത്തുന്ന യാൾക്കും ഒരോഹരി അധികമായ് നൽകും. വിവാഹത്തോട നുബന്ധിച്ച് നടത്തുന്ന നയാട്ടാണെങ്കിൽ, കിട്ടുന്ന ഇറച്ചിയുടെ പകുതി ഭാഗം കല്യാണ വീട്ടുകാർക്ക് അവകാശപ്പെട്ടതാണ്.

ഭാഷ

മുള്ളുക്കുറുമര്‍ ഇക്കാലത്ത് പോലും അവരുടെ വീടു കളില്‍ സംസാരിക്കുന്നത് തനത് ഭാഷയാണ്. മലയാളം, കന്നഡ, തമിഴ് ഭാഷകളോട് വലിയ ബന്ധം പുലര്‍ത്തുന്ന താണ് അവരുടെ വാമൊഴി ഭാഷ. പക്ഷേ വാക്കുകളുടെ ഉച്ചാരണത്തിലും പ്രയോഗത്തിലും അവരുടേതായ താള മുള്ളതിനാല്‍ മറ്റുള്ളവര്‍ക്ക് ഇവരുടെ ഭാഷ മനസ്സിലാക്കാന്‍ വളരെ പ്രയാസമാണ്. 'ചുംബ' എന്ന് ആണ്‍കുട്ടിയെ വിളി ക്കുമ്പോള്‍ 'ചുംബി' എന്ന വാക്കാണ് പെണ്‍കുട്ടിയെ സൂചി പ്പിക്കുന്നത്. ഇത്തരം വാക്കുകള്‍ ഇവിടുത്തെ മറ്റ് ഭാഷകളിലൊ ന്നും കാണാത്ത വാക്കുകളുമാണ്.

താളിയോലകളിലെഴുതിയ പുരാണ കാവ്യങ്ങള്‍ മുള്ളുക്കുറുമരുടെ ചില തറവാടുകളില്‍ ഇന്നുമവശേഷിക്കു ന്നുണ്ട്. വളരെ പഴക്കമുള്ള മലയാളം ലിപികളാണ് ആ താളിയോലകളില്‍ കാണാനാകുന്നത്. വയനാട്ടിലെ നിബിഡ വനങ്ങളില്‍ താമസിച്ചിരുന്ന ഇവരുടെ പക്കല്‍ താളിയോല കളിലെഴുതിയ രാമായണവും മഹാഭാരതവുമൊക്കെ എങ്ങനെ യെത്തി എന്ന ചോദ്യം എന്നെ ഏറെ ചിന്തിപ്പിച്ച കാര്യങ്ങളിലൊന്നാണ്.

ചെറിയമല തറവാട്ടിലെ താളിയോല രാമായണം   ചിത്രം : കെ.ആര്‍. രമിത്

കല, സംഗീതം

ഉച്ചാൽ, വിവാഹം തുടങ്ങിയ ആഘോഷ വേളകളി ലാണ് മുള്ളുക്കുറുമരുടെ കലാരൂപങ്ങൾ അരങ്ങേറുക. അവരുടെ കലാരൂപങ്ങളിൽ ഏറ്റവും പ്രധാനമായത് വട്ട ക്കളിയും കോൽക്കളിയുമാണ്.

വട്ടക്കളി

നടുവിൽ കുത്തിനിർത്തിയ വാഴത്തടയുടെ മുകളിൽ കത്തിച്ച് വെച്ച കൽവിളക്കിന് ചുറ്റും, ആണുങ്ങൾ വട്ട ത്തിൽ നിന്ന് അവതരിപ്പിക്കുന്ന നൃത്ത രൂപമാണ് വട്ടക്കളി. രാമായണത്തിലേയോ മഹാഭാരതത്തിലേയോ വരികൾ മുതി ർന്നയാൾ ചൊല്ലിക്കൊടുക്കുന്നത് മറ്റുള്ളവർ ഏറ്റു ചൊല്ലുന്നു. കളിക്കാർ അവരുടെ കൈ അടുത്ത് നിൽക്കുന്നയാ ളുടെ ചുമലിൽ ചേർത്ത് വെച്ചും, കാലുകൾ ശക്തിയായ് തറയിൽ ചവുട്ടി ശബ്ദമുണ്ടാക്കിയുമാണ് വട്ടക്കളി അവത രിപ്പിക്കുന്നത്. ചവുട്ടിന്റെ ശക്തിയിലുയരുന്ന പൊടി അൽപ്പ നേരം കൊണ്ട് അവിടമാകെ നിറയുന്നു.

കോൽക്കളി

വട്ടക്കളിയോട് സാമ്യമുള്ള കലാരൂപമാണ് മുള്ളുക്കു റുമരുടെ കോൽക്കളി. പേര് സൂചിപ്പിക്കുന്നത് പോലെ കയ്യിൽ മുളങ്കോലുകളുമായ് ആണുങ്ങൾ അവതരിപ്പിക്കുന്ന ഈ നൃത്തരൂപത്തിന്, ഒരു ആയോധനകലയുടെ സ്വഭാ വമാണുള്ളത്. വൃത്തത്തിൽ നിൽക്കുന്ന കളിക്കാർ ചടുലമാ യ് നീങ്ങുന്നതിനോടൊപ്പം കയ്യിലെ മുളങ്കോലുകൾ എതിരേ നിൽക്കുന്നയാളുടെ കയ്യിലെ കോലുകളിലടിച്ച് ശബ്ദമുണ്ടാക്കുന്നു. വളരെ കൃത്യതയോടെ സൃഷ്ടിക്കപ്പെടുന്ന ഈ ചടുല താളമാണ് കോൽക്കളിയുടെ ഹരം. വട്ടക്കളി യിലേത് പോലെ കോൽക്കളിയിലും രാമായണത്തിലേയും മഹാഭാരതത്തിലേയും വരികൾ മുതിർന്നയാൾ ചൊല്ലി ക്കൊടുക്കുകയും മറ്റുള്ളവർ ഏറ്റ് പാടുകയും ചെയ്യുന്നു.

തിരുമുഖം തറവാട്ടിലെ തപ്പയും ഓടക്കുഴലും   ചിത്രം : കെ.ആർ. രമിത്

തപ്പയും ഓടക്കുഴലും

മുള്ളുക്കുറുമർക്ക് പ്രധാനമായും രണ്ട് സംഗീതോ പകരണങ്ങളാണുള്ളത്; തപ്പയും ഓടക്കുഴലും. തപ്പയെന്ന തുകൽ വാദ്യം നിർമ്മിക്കുന്നത് ചുണ്ടപ്പനയുടെ തടിയും മൃഗത്തോലും കയറുമുപയോഗിച്ചാണ്. രണ്ടടിയോളം ഉയരത്തിൽ ചുണ്ടപ്പനയുടെ അകം തുരന്നെടുത്തതിന് ശേഷം മൃഗത്തോൽ കയറുപയോഗിച്ച് നന്നായ് കെട്ടിയു റപ്പിക്കുന്നു. പൊള്ളയായ തടിയുടെ മുകളറ്റത്ത് മാത്രമാണ് തുകൽ കെട്ടുന്നത്, തുറന്നിരിക്കുന്ന താഴ് ഭാഗം നിലത്ത് വെക്കുകയാണ് ചെയ്യുക. മൂന്നോ നാലോ ആളുകൾ തപ്പ യുടെ ചുറ്റിലുമിരുന്ന് താളത്തിൽ ഇരുകൈകളുമുപയോഗിച്ച് ശക്തിയായയടിച്ചാണ് ശബ്ദമുണ്ടാക്കുന്നത്. ഈ പ്രത്യേകത കളാണ്, വയനാട്ടിലെ മറ്റ് ഗോത്ര വാദ്യോപകരണങ്ങളിൽ നിന്നെല്ലാം തപ്പയെ ഏറെ വ്യത്യസ്തമാക്കുന്നത്. കാട്ടിലെ ഓട വെട്ടിയെടുത്ത് ആവശ്യമായ സുഷിരങ്ങൾ സൃഷ്ടിച്ചാണ് ഓടക്കുഴൽ നിർമ്മിക്കുന്നത്. പാക്കത്തെ ഉച്ചാലാഘോഷങ്ങൾ കാണാൻ പോയപ്പോഴാണ് മുള്ളുക്കുറുമരുടെ തപ്പയുടേയും ഓടക്കുഴലിന്റെയും സംഗീതം ഞാൻ ആദ്യമായ് കേട്ടത്.

ആരാധന

ദൈവപ്പുരയെന്ന് വിളിക്കുന്ന വൈക്കോൽ മേഞ്ഞ മൺവീടുകൾക്കുള്ളിലാണ് മുള്ളുക്കുറുമരുടെ ദൈവങ്ങളും കാരണവൻമാരും കുടിയിരിക്കുന്നത്. ഓരോ കുടികളിലും ഓരോ ദൈവപ്പുരയുണ്ടാകും. ആരാധനാ മൂർത്തികളുടെ വിഗ്രഹങ്ങളൊന്നും ദൈവപ്പുരക്കകത്ത് ഉണ്ടാവാറില്ലെങ്കിലും, വളരെ പവിത്രമായ ഇടമായാണ് മുള്ളുക്കുറുമർ പുരാതന മായ ഈ ആരാധനാലയങ്ങളെ കാത്ത് സൂക്ഷിക്കുന്നത്. ഒരു കുഞ്ഞ് പിറന്ന് വീഴുന്നത് മുതൽ മരണം വരെയുള്ള എല്ലാ ചടങ്ങുകൾക്കും സാക്ഷ്യം വഹിക്കുന്നത് കുടിയിലെ ദൈവപ്പുരയാണ്. അവിടെ വെച്ച് തന്നെയാണ് കുടിയിലെ പ്രധാന വിഷയങ്ങൾ മൂപ്പന്റെ നേതൃത്വത്തിൽ ചർച്ച ചെയ്യു ന്നതും പരിഹരിക്കുന്നതും. കേണിയിൽ നിന്ന് ദിവസവും കോരിയെടുക്കുന്ന ഒരു കുടം വെള്ളം ദൈവപ്പുരയിൽ കൊണ്ട് വെക്കുകയെന്നത് കുടിമൂപ്പന്റെ ഭാര്യയുടെ ചുമതലയാണ്.

ദൈവപ്പുരകൾക്ക് സമീപത്തുള്ള തറകളിൽ കല്ലുകൾ പ്രതിഷ്ഠിച്ചുള്ള ആരാധനയും മുള്ളുക്കുറുമരുടെ കുടികളിൽ കാണാം. അവരുടെ ആരാധനാ മൂർത്തികളിൽ വലിയ പ്രാധാ ന്യമാണ് പുതാടി ദൈവങ്ങൾക്കുള്ളത്. പുലിച്ചിയമ്മ, കണ്ടൻവില്ലി, ആരവല്ലി തമ്പായി, ദേവി, തലച്ചില്ലൻ, കരി യാത്തൻ, കരുമകൻ തുടങ്ങിയ മൂർത്തികളേയും അവർ ആരാ ധിക്കുന്നുണ്ട്. ദൈവങ്ങളോട് അനുവാദം ചോദിച്ചതിന് ശേഷം മാത്രമാണ് മുള്ളുക്കുറുമരുടെ എല്ലാ ചടങ്ങുകളും ആരംഭി ക്കുക. വെളുത്ത മുണ്ട് ചുറ്റി, കയ്യിൽ വാളുമായ് നിൽക്കുന്ന വെളിച്ചപ്പാടിലൂടെയാണ് ദൈവങ്ങൾ അവരോട് സംവദിക്കുക.

ഉച്ചാൽ

കുറുമക്കുടികളിൽ എല്ലാ വർഷവും നടത്തപ്പെടുന്ന ഉത്സവമാണ് ഉച്ചാൽ. വേനൽക്കാലത്ത് നെൽവയലുകളിലെ കൊയ്ത്ത് കഴിഞ്ഞതിന് ശേഷമാണ് ഉച്ചാലുകൾ നടക്കുക. ആരാധനയും നൃത്തവും സംഗീതവുമെല്ലാം ഒത്ത് ചേരുന്ന വലിയ ആഘോഷ നാളുകളാണ്, മുള്ളുക്കുറുമർക്ക് ഓരോ ഉച്ചാലും സമ്മാനിക്കുന്നത്. പക്ഷേ കാലം മാറിയപ്പോൾ ഉച്ചാൽ ആഘോഷങ്ങളിലും വലിയ കുറവുകൾ സംഭവിച്ചു.

പാക്കത്തെ ഉച്ചാല്‍

മകരം മുപ്പതിന് തുടങ്ങി കുംഭം രണ്ടിന് പൂര്‍ണ്ണ മാകുന്ന പാക്കത്തെ ഉച്ചാല്‍ ആഘോഷം മാത്രമാണ് വയനാ ട്ടിലിന്ന് വലിയ മാറ്റങ്ങളില്ലാതെ തുടരുന്നത്. ഉച്ചാലിന് ദിവസ ങ്ങള്‍ക്ക് മുന്‍പ് തന്നെ ദൈവത്തെ കണ്ട് അനുവാദം വാങ്ങുന്ന ചടങ്ങ് നടക്കുന്നു. മുന്‍പൊക്കെ ഉച്ചാലിന് മുന്‍പായ് മീന്‍ കോരലും നായാട്ടുമുണ്ടായിരുന്നു. അങ്ങനെ ലഭിക്കുന്ന മീനും ഇറച്ചിയുമാണ് ആഘോഷത്തില്‍ പങ്കെ ടുക്കാനെത്തുന്നവര്‍ക്ക് ചോറിനോടൊപ്പം വിളമ്പുക. നായാ ട്ടിനും മീന്‍ പിടിത്തത്തിനും ഇപ്പോള്‍ അനുമതിയില്ലാ ത്തതിനാല്‍ പച്ചക്കറികളാണ് സദ്യയില്‍ വിളമ്പുന്നത്.

കുംഭം ഒന്നിന് സന്ധ്യയോടെ, ചേകാടിയില്‍ നിന്നും നീര്‍വാരത്ത് നിന്നുമുള്ള ബെട്ടക്കുറുമരുടെ രണ്ട് സംഘങ്ങള്‍ പാക്കത്തെത്തുന്നു. വെളിച്ചപ്പാടിന്റെ ശരീരത്തിലൂടെ മണ്ണിലേക്കിറങ്ങി വന്ന ദൈവം, കത്തിച്ച തീക്കൊള്ളി ബെട്ട ക്കുറുമര്‍ക്ക് നല്കുന്നു. തിരുമുഖത്തെ ആല്‍മരച്ചുവട്ടില്‍ അവര്‍ക്ക് തീ കൂട്ടി താമസിക്കാനുള്ള അനുമതി കൂടിയാണ് ആ തീക്കൊള്ളി. ആ തീയുടെ ചൂടിലും വെളിച്ചത്തിലുമാണ് ബെട്ടക്കുറുമര്‍, ദൈവപ്പുരയുടെ സമീപത്തുള്ള ആലിന്‍ ചുവട്ടില്‍ ഒരു രാത്രി കഴിയുക. സ്ത്രീകള്‍ക്കും കുട്ടികള്‍ക്കും കിടന്നുറങ്ങാനായ് വൈക്കോല്‍ കറ്റകളും തിരുമുഖത്തുകാര്‍

പാക്കം ഉച്ചാലിന്റെ ഭാഗമായുള്ള വട്ടക്കളി   ചിത്രം : കെ.ആര്‍. രമിത്

നൽകും. വൈക്കോൽ നിലത്ത് വിരിച്ച് അതിന് മുകളിൽ ആളു കൾ ഇരിക്കുകയും കിടക്കുകയും ചെയ്യുന്നു. രാത്രി പുല രുവോളം ബെട്ടക്കുറുമർ ദൗലാട്ട എന്ന നൃത്ത രൂപം അവതരിപ്പിക്കും. ദൗൽ എന്ന തുകൽ വാദ്യത്തിന്റെയും ഓടക്കുഴലിന്റെയും സംഗീതത്തിനനുസരിച്ച് ആണുങ്ങൾ ചുവട് വെയ്ക്കുന്ന കലാരൂപമാണ് ദൗലാട്ട.

അടുത്ത ദിവസം ഉച്ചഭക്ഷണത്തിനായ് ബെട്ടക്കുറു മർ കളം വിട്ട് പോകുന്ന ഇടവേളയിൽ മുള്ളുക്കുറുമർ അവ രുടെ വട്ടക്കളി അവതരിപ്പിക്കുന്നു. പ്രായവ്യത്യാസമില്ലാതെ തിരുമുഖം തറവാട്ടിലെ ആണുങ്ങളെല്ലാം വട്ടക്കളിയിൽ പങ്കെ ടുക്കുന്നു. ബെട്ടക്കുറുമർക്കുള്ള ചോറും കറികളുമെല്ലാം തിരു മുഖത്തുകാർ നൽകും. ആദ്യം ദൗലിനും ഒടക്കുഴലിനും ഇല യിട്ട് വിളമ്പിയതിന് ശേഷം മാത്രമേ വിരുന്നുകാർ ഭക്ഷണം കഴിക്കുകയയുള്ളൂ. ഊണിന് ശേഷം ബെട്ടക്കുറുമർ ഒച്ചയും ബഹളവുമായ് വന്നെത്തി കളം തിരിച്ച് പിടിക്കുന്നു. വട്ടക്കളി അവതരിപ്പിച്ച് കൊണ്ടിരുന്ന മുള്ളുക്കുറുമരെ, ബെട്ടക്കുറുമർ ചേർത്ത് പിടിച്ചു സന്തോഷം പ്രകടിപ്പിക്കുന്നതും ഉച്ചാലിന്റെ ഭാഗമാണ്. ആലിൻ ചുവട്ടിൽ ദൗലാട്ട നടക്കുന്നതിനിട യിൽ, വെളിച്ചപ്പാട് വാളുമായ് കടന്ന് വരികയും ആളു കളെ അനുഗ്രഹിക്കുകയും ചെയ്യുന്നു.

ദൈവം കാണലിന് ശേഷം ബെട്ടക്കുറുമർ, അവരുടെ പണിശാലയിൽ നിർമ്മിച്ച രണ്ട് കത്തിയമ്പും ഒരു കത്തിയും ദൈവപ്പുരയുടെ മുന്നിൽ നാക്കിലയിൽ വെച്ച് സമർപ്പിക്കുന്നു. കുടിമൂപ്പൻ ബെട്ടക്കുറുമരുടെ മൂപ്പന്മാർക്ക് കൂലിയായ് പണം നൽകിയതിനു ശേഷം അമ്പും കത്തിയും ദൈവ പ്പുരയിലേക്ക് കൊണ്ട് പോകുന്നു. തുടർന്ന് ഉച്ചാലിന് പങ്കെ ടുത്ത ബെട്ടക്കുറുമർക്ക് സമ്മാനമായ് നെല്ലളന്ന് നൽ കുന്ന ചടങ്ങാണ്. തങ്ങൾക്ക് അവകാശപ്പെട്ട നെല്ലുമായ് ബെട്ടക്കുറുമർ തിരികെ മടങ്ങുന്നതോടെ ആ വർഷത്തെ ഉച്ചാൽ ആഘോഷങ്ങൾക്ക് വിരാമമാകുന്നു.

വിവാഹം

വളരെ വ്യത്യസ്തമായ ചടങ്ങുകളാണ് മുള്ളുക്കുറു മരുടെ വിവാഹത്തിന്റെ പ്രത്യേകത. പണ്ടാക്കെ ചെറുക്കന്റെ കാരണവന്മാരാണ് പെണ്ണ് കാണാൻ പോയിരുന്നത്.

അവർക്ക് പെണ്ണിനെ ഇഷ്ടപ്പെട്ടെങ്കിലേ കല്യാണം നടക്കുക യുള്ളൂ. നാല് കുലങ്ങളിൽ അധിഷ്ഠിതമായ ജീവിതക്രമ മാണ് മുള്ളുക്കുറുമരുടേത്. അതിനാൽ ഒരേ കുലത്തിനുള്ളി ലുള്ളവർക്ക് പരസ്പരം വിവാഹം ചെയ്യാൻ കഴിയില്ല. അത്തരത്തിൽ വിവാഹം നടന്നാൽ തന്നെ അത് വലിയ അപ രാധമായാണ് കണക്കാക്കപ്പെടുക. ഇക്കാലത്ത് പോലും അവരാ ചിട്ടകൾ കൃത്യമായ് പാലിച്ച് വരുന്നുണ്ട്.

പെണ്ണ് കാണലിന് ശേഷം, ചെറുക്കന്റെ കുടിയിൽ നിന്നുള്ള ബന്ധുക്കൾ വെറ്റിലയും മറ്റുമായ് പെണ്ണ് വീട്ടിൽ ചെന്ന് കല്യാണം ഉറപ്പിക്കാനുള്ള ശ്രമങ്ങൾ നടത്തും. പക്ഷേ ചെറുക്കന്റെ വീട്ടുകാരോട് അടുത്തയാഴ്ച വീണ്ടും വരാൻ ചിലപ്പോൾ പെൺ വീട്ടുകാർ ആവശ്യപ്പെടാം. അടുത്ത പോക്കിൽ കല്യാണം ഉറപ്പിച്ചാൽ, പിന്നെ ആളുകളെ ക്ഷണിക്കാനുള്ള സമയമാണ്. അടുത്തുള്ള കുടികളിലെ മൂപ്പ ന്മാരെയും ബന്ധുക്കളെയുമെല്ലാം കല്യാണത്തിന് ക്ഷണിക്കും.

പണ്ടൊക്കെ വളരെ ദൂരം കാട്ടിലൂടെയും മറ്റും നട ന്നാണ് വരനും സംഘവും വധുവിന്റെ കുടിയിലെത്തുക. രാജകീയമായാണ് മണവാളന്റെ യാത്ര. കൈയ്യിൽ പ്രത്യേക ചിത്രപ്പണികളോട് കൂടിയ വെള്ളിവളയുണ്ടാകും. ചെവികളിൽ സ്വർണ്ണക്കാതളയും അരയിൽ വെള്ളിപ്പിടിയുള്ള പിച്ചാത്തിയു മുണ്ടാകും. അരയിൽ കെട്ടിയ വെളുത്ത മുണ്ടിന് പുറമേ, മാറിന് കുറുകേ വെളുത്ത മേൽമുണ്ടും ധരിക്കുന്നു. കച്ചെന്ന് പേരുള്ള ചുവന്ന നിറമുള്ള അരപ്പട്ടയും മുണ്ടിന് മുകളിലാ യുണ്ടാകും. ചെറുക്കന്റെ സംഘത്തിൽ മൂന്നാമൻ, കാണം കെട്ടി തുടങ്ങിയ സ്ഥാനപ്പേരുകളിൽ അറിയപ്പെടുന്ന രണ്ട് പേരുമുണ്ടാകും. കാണം എന്നത് പെൺ പണമാണ്. അഞ്ചര ഉറുപ്പിക വധുവിന്റെ വീട്ടുകാർക്ക് കാണമായ് നൽകിയാൽ മാത്രമാണ് കല്യാണം നടക്കുക; അവർക്ക് സ്ത്രീയാണ് ധനം. പെൺകുട്ടിയുടെ വീട്ടുകാരിൽ നിന്ന് സ്ത്രീധനം വാങ്ങി വിവാ ഹം ചെയ്യുന്ന പ്രാകൃതാചാരം മുള്ളുക്കുറുമർക്കിടയിലില്ല.

വധു പരമ്പരാഗത വേഷമായ വെളുത്ത മുണ്ടും മേൽമുണ്ടുമാണ് വിവാഹനാളിലും ധരിക്കുക. സ്വർണ്ണ മുത്തുകൾ തൂങ്ങുന്ന കാതളയെന്ന കമ്മലും, കൈകളിൽ താപ്പ് വളയെന്ന് പേരുള്ള വെള്ളി വളകളും അണിയുന്നു. വലത് കൈമുട്ടിന് മുകളിലായ് തോളാന്തി എന്ന് പേരുള്ള

വെള്ളി ആഭരണവും ധരിക്കുന്നു. ചരടിൽ സ്വർണ്ണത്താലി കോർത്ത കല്യാണ മാല പെൺകുട്ടിയുടെ അമ്മാവനാണ് അണിയിക്കുന്നത്. പെൺകുട്ടിയുടെ വീടിനോട് ചേർന്നുള്ള ദൈവപ്പുരയിലാണ് വിവാഹച്ചടങ്ങുകൾ നടക്കുന്നത്.

വിവാഹ ആഘോഷങ്ങളിൽ പ്രധാനമാണ് കോൽക്കളി. ദൈവപ്പുരയുടെ മുന്നിൽ തന്നെയാണ് കോൽക്കളിയും അവതരിപ്പിക്കുന്നത്. കോൽക്കളിയ്ക്ക് ശേഷമാണ് സദ്യ വിളമ്പുന്നത്. നായാടിക്കിട്ടിയ ഇറച്ചിയും പുഴയിൽ നിന്ന് കോരിയ മീനുമെല്ലാം സദ്യയുടെ രുചി കൂട്ടുന്നു.

പെണ്ണിനേയും കൂട്ടി ചെറുക്കൻ തിരിച്ച് വീട്ടിലെത്തി യാലും അവർക്ക് കുറച്ച് ദിവസത്തേക്ക് ഒരുമിച്ച് താമസി ക്കാനുള്ള അനുവാദമില്ല. വിവാഹം കഴിഞ്ഞ് മൂന്നാം ദിവസം വരന്റെ വീട്ടിലേക്ക് പെൺവീട്ടുകാർ വിരുന്ന് വരും. വധൂ വരന്മാരോടൊപ്പം വരന്റെ വീട്ടുകാർ തിരിച്ച് പെൺവീട്ടിലേക്കും വിരുന്ന് പോകും. ഇരുകൂട്ടരും നടത്തുന്ന ഈ വിരുന്ന് പോക്കിന്റെ പേര് 'പിട്ട്' വിരുന്നെന്നാണ്. മുള്ളുക്കുറുമരുടെ ഭാഷയിലെ 'പിട്ട്' എന്ന വാക്കിന്റെ അർത്ഥം ദോശ എന്നാണ്. ഈ വിരുന്നിനിടയിൽ ഇരുകൂട്ടരും സ്നേഹസൂചകമായ് ദോശകൾ നൽകുന്നതിനാലാണ്, പിട്ട് വിരുന്നെന്ന പേര് ഈ ചടങ്ങിന് കിട്ടിയത്. വെളുത്ത തുണിയുപയോഗിച്ച് പൊതിഞ്ഞ രണ്ട് കെട്ടുകളിലായാണ് ദോശകൾ കൊണ്ട് പോകുക. ഒന്ന് ആതിഥേയർക്ക് സമ്മാനിക്കാനും മറ്റൊന്ന് യാത്രക്കിടയിൽ അവർക്ക് തന്നെ വിശപ്പ് മാറ്റാനുമുള്ളതാണ്. പെൺകുട്ടിയെ വിവാഹം ചെയ്ത് അയക്കുന്നതിനെ മൂന്ന് പടി ഇറക്കമെന്നും, ആൺകുട്ടി വിവാഹം ചെയ്ത് പെണ്ണ് കൊണ്ടുവരുന്നതിനെ നാല് പടി കയറ്റമെന്നും പറയുന്നു.

കുലങ്ങൾ

വില്ലിപ്പക്കുലം, കാതിയക്കുലം, വേങ്കടക്കുലം, വടക്ക ക്കുലം എന്നീ നാല് കുലങ്ങളിലായാണ് മുള്ളുക്കുറുമർ ജീവിക്കുന്നത്. ഒരേ കുലത്തിൽ പെട്ട സ്ത്രീയും പുരുഷനും വിവാഹം ചെയ്യുന്നത് വലിയ അപരാധമായാതിനാൽ, ഗോത്രത്തിൽ നിന്ന് തന്നെ ഭ്രഷ്ട് കൽപ്പിച്ച് പുറത്താക്കുന്ന താണ് ശിക്ഷാരീതി.

കുറ്റവും ശിക്ഷയും

എല്ലാവരും ഒരുമിച്ച് ജീവിക്കുമ്പോഴും അവരവരുടെ കുടികൾക്കുള്ളിൽ മുള്ളുക്കുറുമർ പുലർത്തുന്ന അച്ചടക്കം വളരെ ശ്രദ്ധേയമായ കാര്യമാണ്. സംഘർഷങ്ങളും കുറ്റകൃത്യങ്ങളും പൊതുവേ അവർക്കിടയിൽ വളരെ കുറ വാണ്. കർക്കശമായ ഒരു നീതിന്യായ വ്യവസ്ഥ പണ്ട് മുതലേ അവർക്കിടയിൽ നിലനിന്നിരുന്നതാകാം അതിന്റെ പ്രധാന കാരണം. കുടിമൂപ്പന്റെയോ കുന്ന് മൂപ്പന്റെയോ മുന്നിൽ തീർപ്പാകാത്ത പരാതികൾ തലച്ചില്ലന്റെ മുൻപിലേക്കെ ത്തുന്നു. ആധുനിക കോടതികൾക്ക് സമാനമായ രീതി യിൽ വാദിക്കും പ്രതിക്കും അവരവരുടെ വാദമുഖങ്ങൾ അവതരിപ്പിക്കാനുള്ള അവസരവും അവർക്കുണ്ട്. സ്വയം വാദിക്കാൻ കഴിയാത്തവർക്കായ് വക്കാലത്ത് പറയാൻ മറ്റൊരാളെ ചുമതലപ്പെടുത്തുന്ന സമ്പ്രദായം പോലും അവർക്കിടയിൽ നിലനിന്നിരുന്നു. നീണ്ട് നിൽക്കുന്ന വിസ്താ രങ്ങൾക്കൊടുവിൽ തലച്ചില്ലൻ വിധി പറയുന്നു. കുറ്റ ത്തിന്റെ കാഠിന്യമനുസരിച്ച് ശിക്ഷയിൽ ഏറ്റക്കുറച്ചിലുകൾ ഉണ്ടാകും. വിധി എന്ത് തന്നെയായാലും അക്ഷരം പ്രതി അത നുസരിക്കാൻ, അക്കാലത്തവർ ബാദ്ധ്യസ്ഥരായിരുന്നു.

നാല് മണിക്കാണ് ജൈസാൽമേറിലേക്കുള്ള തീവണ്ടി ജയ്പൂരിൽ നിന്ന് പുറപ്പെടുന്നത്. തലേന്ന് നാല് മണിക്ക് വന്ന വണ്ടിയിലാണ് ഞാൻ ജയ്പൂരിലെത്തിയത്, ആകെ ഇരുപത്തിനാല് മണിക്കൂറുകൾ മാത്രമാണ് ആ നഗരത്തിൽ ചിലവഴിക്കാൻ കിട്ടിയത്. അത് തീരെ കുറവായിരുന്നു, രണ്ട് മൂന്ന് ദിവസമെങ്കിലും കാണാനുള്ള കാഴ്ചകൾ ആ നഗര ത്തിൽ ധാരാളമുണ്ട്. പോകാനായ് ഓട്ടോയിൽ കയറിയ പ്പോൾ വഴിയിലാകെ തിക്കും തിരക്കുമാണ്, തീവണ്ടി പുറ പ്പെടാൻ ഇനി മിനിട്ടുകൾ മാത്രമേ അവശേഷിക്കുന്നുള്ളൂ. നാല് പാതകൾ ചേരുന്ന ഒരു വലിയ കവലയിലെത്തിയപ്പോൾ ഓട്ടോ മുന്നിലേക്ക് പോകാനാകാത്ത അവസ്ഥയിലെത്തി. തീവണ്ടി പുറപ്പെടാൻ നേരത്താണോ ഓട്ടോയിൽ കയറു ന്നത് എന്നൊക്കെ ഓട്ടോക്കാരൻ ചോദിക്കുന്നുണ്ട്. ചോദ്യം ന്യായമാണ്. പക്ഷേ ചെറിയ സമയത്തിനുള്ളിൽ ചെയ്ത് തീർക്കാൻ എനിക്കവിടെ ഒട്ടേറെ കാര്യങ്ങളുണ്ടായിരുന്നു എന്നൊന്നും അയാളെ പറഞ്ഞ് മനസ്സിലാക്കാനാകില്ലല്ലോ.

കൂടുതലൊന്നും ആലോചിക്കാനുണ്ടായിരുന്നില്ല, ഞാൻ ബാഗുകളുമായ് ആ ഓട്ടോയിൽ നിന്നിറങ്ങി നടന്ന് കവല യുടെ മറുവശത്തെത്തി. അവിടെ നിന്നിരുന്ന മറ്റൊരു ഓട്ടോ യിൽ കയറി സ്റ്റേഷനിലേക്ക് പോയി. ജൈസാൽമേറിലേ ക്കുള്ള തീവണ്ടി നിറുത്തിയിരിക്കുന്നത് ഏതോ വിദൂരമായ പ്ലാറ്റ് ഫോമിലാണ്. പിന്നെ അങ്ങോട്ടുള്ള ഓട്ടമായിരുന്നു. ഭാഗ്യം, വണ്ടി ഓടിത്തുടങ്ങിയിട്ടില്ല. ഓടിക്കിതച്ചാണ് ആ തീവണ്ടിയിൽ കയറിപ്പറ്റിയത്.

'താർ' എന്ന് വിളിക്കപ്പെടുന്ന ഇന്ത്യയിലെ ഏറ്റവും വലിയ മരുഭൂമിയിലൂടെയാണ് ആ തീവണ്ടി സഞ്ചരിക്കുന്നത്. ജാനാലകൾ അടച്ച് വെച്ചില്ലെങ്കിൽ പൊടി മണൽ അക ത്തേക്ക് പറന്ന് വരും. ഇരിപ്പിടങ്ങളിലൊക്കെ മണൽ വീണ് കിടക്കുന്നുണ്ട്. ചിലയിടങ്ങളിൽ വെളുത്ത കടൽ പോലെ തോന്നുന്ന ഉപ്പുപാടങ്ങളുടെ കാഴ്ചയും കാണാം. സഹ യാത്രികരുമായ് സംസാരിച്ചും ചിത്രങ്ങൾ പകർത്തിയും ഞാൻ സമയം ചിലവഴിച്ചു. ഒന്നുറങ്ങി എഴുന്നേറ്റപ്പോൾ വണ്ടി ജൈസാൽമേറിൽ എത്തിക്കഴിഞ്ഞിരുന്നു. പുലർച്ചനേര മാണ്, പുറത്ത് കൂരാക്കൂരിരുട്ട്. ഉറക്കച്ചടവുമായ് കുറേ ദൂരം നടന്നാണ് ഓട്ടോക്കാരുടെ അടുത്തെത്തിയത്. 'മുസ്താഷേ' എന്ന് പേരുള്ള ഹോസ്റ്റലിലേക്കായിരുനു എനിക്ക് പോകേ ണ്ടത്. ആ പേര് പറഞ്ഞപ്പോൾ ആലുവാ മണപ്പുറത്ത് കേട്ട പരിചയം പോലുമില്ലാത്തത് പോലെയാണ് ഓട്ടോക്കാരൻ പ്രതികരിച്ചത്. ഫോണിലെ ഭൂപടം തുറന്നാണ് പിന്നെ യാത്ര ചെയ്തത്. എന്നിട്ടും വഴിതെറ്റി. പലവഴിക്ക് കറങ്ങിത്തിരിഞ്ഞ് ഒടുവിൽ ഹോസ്റ്റലിന് മുന്നിൽ തന്നെയെത്തി. വണ്ടിക്കൂലി പറ ഞ്ഞത് കേട്ടപ്പോഴാണ് ഞാൻ അക്ഷരാർത്ഥത്തിൽ ഞെട്ടി യത്, മൂവായിരം രൂപ! ഇത്രയും ദൂരം നാട്ടിൽ യാത്ര ചെയ് താൽ അൻപത് രൂപ കൊടുക്കണ്ട കാര്യമേയുള്ളൂ, അതിനാ ണയാൾ ഇത്രയും വലിയ തുക ഈ പാവപ്പെട്ടവനോട് ആവ ശ്യപ്പെടുന്നത്. ബാഗുകളുമായ് ഇറങ്ങി ഓടിയാലോ എന്നാ ലോചിക്കുന നേരത്താണ്, സംഗതിയുടെ യഥാർത്ഥ വശം എനിക്ക് പിടികിട്ടിയത്. ഇംഗ്ലീഷിൽ പറഞ്ഞപ്പോൾ മൂവായിര മായ് മാറിയതാണ്, അയാളുദ്ദേശിച്ചത് മുന്നൂറ് രൂപയായിരുന്നു. എന്തൊരു ആശ്വാസം, സന്തോഷത്തോടെ ആ പണം കൊടു ത്ത് വണ്ടിയിൽ നിന്നിറങ്ങി ഞാൻ ഹോസ്റ്റലിലേക്ക് നടന്നു ...

കക്കടത്തെ മുത്തി
ചിത്രം : കെ.ആർ. രമിത്

പറനങ്ങൾ കഥകൾ

വയനാട്ടിലെ വിവിധ ഗോത്ര സമൂഹങ്ങളെക്കുറിച്ച് അക്കാദമികമായും സ്വതന്ത്രമായും തുടർച്ചയായ പഠനങ്ങൾ നടക്കുന്നുണ്ട്. മുള്ളുക്കുറുമരെ കുറിച്ച് നിരവധി പ്രബന്ധ ങ്ങളും പുസ്തകങ്ങളും ഇതിനകം പ്രസിദ്ധീകരിക്കപ്പെട്ടിട്ടു മുണ്ട്. മുൻപില്ലാത്ത വിധം ഇവരുടെ ഗോത്രത്തിനകത്ത് നിന്നുള്ള വിദ്യർത്ഥികൾ തന്നെ സ്വന്തം സമുദായത്തെ കുറിച്ച് ഗവേഷണം നടത്തുകയും വിശദാംശങ്ങൾ പ്രസിദ്ധീകരി ക്കുകയും ചെയുന്ന വളരെ നല്ല തലത്തിലേക്ക് മുള്ളുക്കുറു മർ മാറിയിട്ടുമുണ്ട്.

ഫോസെറ്റിന്റെ നിഗമനം

1901 ൽ, മലബാർ ജില്ലാ പൊലീസ് സൂപ്രണ്ടായിരുന്ന ഫ്രെഡ് ഫോസെറ്റാണ് എടക്കൽ ഗുഹയിലെ ശിലാചിത്ര ങ്ങളെ ലോകത്തിന്റെ ശ്രദ്ധയിലേക്ക് ആദ്യമെത്തിച്ചത്. ഇന്ത്യൻ ആന്റിക്കുറി ജേർണലിൽ അദ്ദേഹമെഴുതിയ സചിത്ര ലേഖന ത്തിലൂടെയാണ് ശിലാചിത്രങ്ങളുടെ വിശദമായ വിവരങ്ങൾ പുറത്തേക്കെത്തുന്നത്. ക്രിസ്തുവിന് മുൻപ് 1700 നും 6000 നും ഇടയിലാണ് ഈ ശിലാചിത്രങ്ങൾ ആലേഖനം ചെയ്യപ്പെട്ട തെന്ന് കരുതപ്പെടുന്നു. ഗുഹയിലെ എഴുത്തുകൾക്ക് പക്ഷേ ചിത്രങ്ങളുടെ അത്ര പഴക്കമില്ല. പാലി ഭാഷയിലുള്ള ഒരു ലിഖി തവും എഴുത്തുകളുടെ കൂട്ടത്തിലുണ്ട്. എടക്കൽ ഗുഹ സ്ഥിതി ചെയ്യുന്ന അമ്പുകുത്തി മലയുടെ താഴ്വാരങ്ങളിൽ പാർക്കുന്ന മുള്ളുക്കുറുമരുടെ പൂർവ്വികരാണ് ഈ ശിലാചിത്രങ്ങളുടെ സൃഷ്ടാക്കളെന്ന് ഫോസെറ്റ് വിശ്വസിച്ചിരുന്നു. പിന്നീട് എഴു തപ്പെട്ട പുസ്തകങ്ങളിലൊന്നും തന്നെ തിരുത്തപ്പെടാതെ തുടർന്ന് വന്ന വിശ്വാസപ്രമാണം കൂടിയാണത്.

തേഴ്സ്റ്റന്റെ നിഗമനം

ബ്രിട്ടീഷ് നരവംശ ശാസ്ത്രജ്ഞനായിരുന്ന എഡ്ഗര്‍ തേഴ്സ്റ്റന്റെ, തെക്കേ ഇന്ത്യയിലെ 'ജാതികളും ഗോത്രങ്ങളും' എന്ന പുസ്തകത്തില്‍ കുറുമ്പര്‍ പല്ലവരുടെ പരമ്പരയില്‍ പെട്ടവരാണെന്ന് പറയുന്നുണ്ട്. പല്ലവരുടെ ഭരണകാലത്ത് വയനാടുള്‍പ്പെടുന്ന നീലഗിരി പ്രദേശങ്ങള്‍ കുറുമ്പരുടെ അധീനതയിലായിരുന്നുവെന്നും അദ്ദേഹത്തിന്റെ പുസ്തകം പറയുന്നു. പക്ഷേ അദ്ദേഹം ഉദ്ദേശിച്ച കുറുമ്പരെന്നത് മുള്ളുക്കുറുമര്‍ മാത്രമായിരുന്നില്ല. വയനാട്ടിലെ ബെട്ടക്കുറുമര്‍, തേന്‍കുറുമര്‍, മുള്ളുക്കുറുമര്‍, തമിഴ്നാട്ടിലെ കുറുമ്പര്‍, കര്‍ണ്ണാടകത്തിലെ കുറുബ തുടങ്ങിയ ജനതകളെയെല്ലാം ചേര്‍ത്ത് ഒരൊറ്റ വിഭാഗമായ് കണക്കാക്കിയാണ് തേഴ്സ്റ്റന്‍ അദ്ദേഹത്തിന്റെ നിഗമനത്തിലെത്തുന്നത്. തേഴ്സ്റ്റന്റെ ഈ ധാരണയെ മാത്രം മുന്‍നിര്‍ത്തി, മുള്ളുക്കുറുമര്‍ പല്ലവരുടെ പരമ്പരയാണെന്ന്, പിന്നീട് പ്രസിദ്ധീകരിക്കപ്പെട്ട ചില പുസ്തകങ്ങള്‍ പ്രസ്താവിക്കുന്നുമുണ്ട്.

ലോഗന്റെ നിഗമനം

മലബാറിലെ ബ്രിട്ടീഷ് കളക്ടറായിരുന്ന വില്യം ലോഗന്‍ 'മലബാര്‍ മാന്വല്‍' എന്ന പുസ്തകത്തില്‍ ചൈനയിലേക്ക് ദൂതനെ അയച്ച വേടരാജാവിനെ കുറിച്ച് പരാമര്‍ശിക്കുന്നുണ്ട്.

വിശ്വാസങ്ങള്‍

വിശ്വാസങ്ങളെ ബഹുമാനിക്കുകയെന്നത് നമ്മളെല്ലാവരുടെയും ബാദ്ധ്യതയാണ്. വിശ്വാസങ്ങളെന്നത് നമ്മുടെ യുക്തിയുടെ അടിസ്ഥാനത്തില്‍ ശരിയോ തെറ്റോ എന്ന് ഇഴകീറി പരിശോധിക്കേണ്ടതുമല്ല. വിശ്വാസത്തില്‍ യുക്തിക്കോ, യുക്തിയില്‍ വിശ്വാസത്തിനോ യാതൊന്നും ചെയ്യാനില്ലെന്നാണ് ഞാന്‍ മനസ്സിലാക്കുന്നത്. പല തരത്തിലുള്ള വിശ്വാസങ്ങളോടൊപ്പമാണ് എല്ലാക്കാലത്തും മനുഷ്യരുടെ ജീവിതം.

പക്ഷേ സമൂഹത്തില്‍ ഉച്ചനീചത്വങ്ങള്‍ നിര്‍മ്മിച്ച് നില നിര്‍ത്തുക എന്ന തെറ്റായ ഉദ്ദേശത്തോടെ രചിക്കപ്പെട്ട

കഥകൾ പലപ്പോഴും ഗോത്രജനതയുടേതെന്ന പേരിൽ പുസ്തകങ്ങളിൽ അവതരിപ്പിക്കപ്പെടാറുണ്ട്. തത്പരകക്ഷി കൾ ചില രാഷ്ട്രീയ ലാക്കോടെ നിർമ്മിച്ച് ഗോത്ര സമൂഹങ്ങ ളിലേക്ക് നിക്ഷേപിക്കുകയും, തലമുറകൾ കഴിയുമ്പോൾ അത് തങ്ങളുടെ തന്നെ സ്വന്തം കഥകളായ് ഗോത്രജന തകൾ തെറ്റിദ്ധരിക്കുകയും ചെയ്യുന്ന അവസ്ഥയും വരുന്നു. വയനാട്ടിലെ വേടവംശത്തിന്റെ ഉത്പത്തിയെക്കുറിച്ചും പതന ത്തെക്കുറിച്ചും പ്രചാരത്തിലുള്ള രണ്ട് കഥകൾ ഇതിനുദാഹ രണങ്ങളാണ്. വേടവംശത്തിന്റെ ഭാഗമായാണ് മുള്ളുക്കുറു മരെ പൊതുവേ പുസ്തകങ്ങൾ അവതരിപ്പിക്കാറ്.

ഉൽപ്പത്തിയുടെ കഥ

ഉൽപ്പത്തിയെക്കുറിച്ച് മുള്ളുക്കുറുമരുടെ ഇടയിൽ തന്നെ നിലനിൽക്കുന്ന വിശ്വാസമെന്ന രൂപത്തിൽ പ്രചരിപ്പി ക്കപ്പെട്ട കഥയിങ്ങനെയാണ്...

"പരമശിവന്റെ പക്കലുള്ള സർവ്വസംഹാരിയായ പാശുപതം എന്ന അസ്ത്രം ലഭിക്കുന്നതിനായ്, അർജ്ജുനൻ വയനാട്ടിലെ പൂതാടി എന്ന സ്ഥലത്തിനടുത്തുള്ള കാട്ടിൽ തപസ്സ് ചെയ്ത കാലം. അർജ്ജുനനെ പരീക്ഷിക്കാനായ് പരമശിവൻ ഒരു വേടന്റെ രൂപത്തിൽ അവതരിച്ചു. അർജ്ജുന ന്റെയും കിരാത രൂപിയായ ശിവന്റെയും മുന്നിൽപ്പെട്ട ഒരു കാട്ടുപന്നിക്ക് നേരെ ഇരുവരും ഒരേ സമയത്ത് അമ്പെയ്തു. അമ്പ് കൊണ്ട് വീണതോടെ പന്നിയ്ക്ക് വേണ്ടി ഇരുവരും തമ്മിൽ ആദ്യം വാക്കേറ്റവും തുടർന്ന് യുദ്ധവും നടക്കുന്നു. അർജ്ജുനന്റെ വില്ല് കൊണ്ട് മുറിവേറ്റ ശിവന്റെ ശിരസ്സിൽ നിന്ന് തെറിച്ച് വീണ രണ്ട് രക്തത്തുള്ളികൾ ശിവഭൂതങ്ങളായ് മാറുകയും; അവ രണ്ട് മനുഷ്യവംശങ്ങൾക്ക് ജന്മമേകുകയും ചെയ്തു. വയനാട്ടിലെ വേലിയമ്പം കോട്ട വാണ വേടരാജ വംശവും കുറുമ്പ രാജവംശവും അങ്ങനെ ഉത്ഭവിച്ചതാണത്രേ"

കഥയുടെ രാഷ്ട്രീയം

ലോകത്തിലെ ഏറ്റവും മനോഹരമായ മതമാണ് ഹിന്ദു മതം. എല്ലാത്തരം മനുഷ്യരെയും, വ്യത്യസ്തമായ ചിന്തക ളേയും ഉൾക്കൊള്ളുന്ന വിശാലതയാണ് ഹിന്ദു മതത്തിന്റെ

പ്രത്യേകത. അവിശ്വാസിയെ പോലും ചേർത്ത് നിർത്തുന്ന പാരമ്പര്യം കൂടിയാണത്. വിമർശനങ്ങളോട് സഹിഷ്ണു തയോടെ മാത്രം പ്രതികരിക്കുന്ന വിധം ഔന്നത്യമുള്ള ഹിന്ദു മതത്തെ; മതങ്ങളുടെ മാതാവെന്നാണ് വിവേകാനന്ദ മഹ ർഷി വിളിച്ചത്. ഏതെങ്കിലും ഒരു പുസ്തകത്തിനെ ആധാ രമാക്കി ഏകശിലയിൽ കൊത്തിയെടുത്ത മതമല്ലത്. ഈ ഭൂവിഭാഗത്ത് ഒരുത്തിരിഞ്ഞ ആയിരക്കണക്കിന് വരുന്ന ഗോത്ര സമൂഹങ്ങളുടെ ആചാരങ്ങളെയും വിശ്വാസങ്ങളെയും സംസ് കാരങ്ങളെയുമെല്ലാം സ്വന്തം ശരീരത്തിലേക്ക് ചേർത്ത് പിടിച്ച ബഹുസ്വരതയെയാണ് നമ്മൾ ഹിന്ദുമതം എന്ന് പേരിട്ട് വിളിക്കുന്നത്.

ഹിന്ദുമതത്തിന് എന്നും ഏറെ കളങ്കമുണ്ടാക്കിയത് ജാതീയമായ ഉച്ചനീചത്വങ്ങളാണ്. യഥാർത്ഥത്തിൽ മത ദർശനത്തിലെ പോരായ്മയല്ല അത്. അധികാരങ്ങൾ കയ്യാളി യിരുന്നവർ മതത്തിന്റെയും ദൈവത്തിന്റെയും പേര് പറഞ്ഞ്, കഥകളുണ്ടാക്കി, അവർക്ക് വേണ്ടി മാത്രം സൃഷ്ടിച്ചതാണ് ജാതീയമായ വേർതിരിവുകൾ. സമൂഹത്തിൽ ഉച്ചനീചത്വ ങ്ങളുടെ വേരുറപ്പിക്കുന്ന രാഷ്ട്രീയം തന്നെയാണ് എനിക്ക് ഉൽപത്തിയുടെ കഥയിലും കാണാൻ കഴിയുന്നത്.

അടുത്ത കാലത്തായ് ഹിന്ദു ദൈവങ്ങളുടെ ചിത്ര ങ്ങളിലും ശിൽപ്പങ്ങളിലുമെല്ലാം ധാരാളമായ് കാണുന്ന പൂണൂൽ, ധരിക്കാത്ത ഈശ്വരനാണ് ശിവൻ. പൂണൂലിട്ട വെളുത്ത ദൈവങ്ങളിൽ നിന്ന് എല്ലാ അർത്ഥത്തിലും വ്യത്യ സ്തനായ ശിവൻ ധരിക്കുന്നത് മൃഗത്തോലാണ്. ജടപിടിച്ച തലമുടി, ഇരുണ്ട ശരീരം, കഴുത്തിൽ സർപ്പം തുടങ്ങി എല്ലാ തലത്തിലും വ്യത്യസ്തനായ പരമശിവൻ ചുടലപ്പറമ്പിൽ വരെ സാന്നിദ്ധ്യമുള്ള സംഹാര മൂർത്തിയാണ്. സ്വർഗ്ഗവാ സികളായ ദേവന്മാരുടെ വർണ്ണ സുന്ദരമായ ജീവിത പശ്ചാ ത്തലമല്ല കഥകളും ചിത്രങ്ങളും പരമശിവന് നൽകി യിരിക്കുന്നത്. ഇന്ത്യയിലെ ഗോത്ര ജീവിതവുമായ് ചേർന്ന് നിൽക്കുന്ന പശ്ചാത്തലമാണ് പരമശിവന്റേത്.

പരമശിവന്റെ തലക്കേറ്റ പ്രഹരത്തിൽ നിന്നാണ് വേട രാജ വംശം പിറന്നതെന്ന് പറയുന്നതിലൂടെ; ഒരു സംഘർഷ ത്തിന്റെ ഫലമായുണ്ടായതാണ് അവരെന്ന് ഈ കഥ പറഞ്ഞ് വെക്കുന്നു. ഒരു ജനസമൂഹത്തിന്റെ ഉൽപ്പത്തിയെ

കുറിച്ച്, എത്ര മോശമായാണ് ഈ കഥ, കഥകൾ മെനയുന്നത്. അതുകൊണ്ടും തീരുന്നില്ല, തെറിച്ച് വീണ രക്തത്തുള്ളികൾ നേരെ മനുഷ്യരായ് മാറുകയല്ല, ഭൂതങ്ങളായ് മാറുകയാണ് ആദ്യം ചെയ്യുന്നത്. ആ ഭൂതഗണങ്ങളാണ് പിന്നീട് വേടരാജവംശവും കുറുമ്പ രാജവംശവുമായ് മാറുന്നത്. വയനാട്ടിൽ നിലനിന്നിരുന്ന ഗോത്ര ഭരണ സംവിധാനങ്ങളെ അട്ടിമറിച്ചവർ, തങ്ങൾ കൊന്ന് തള്ളിയവരുടെ പാരമ്പര്യത്തെ വികലമായ് ചിത്രീകരിക്കാൻ ഉദ്ദേശിച്ച് മെനഞ്ഞെടുത്ത കഥ യായാണ് ഞാൻ ഉൽപത്തിയുടെ കഥയെ മനസ്സിലാക്കുന്നത്. ആദ്യം ഭരണം നടത്തിയിരുന്നവർ, തങ്ങളുടെ അത്ര ശ്രേഷ്ഠ രല്ലെന്ന് പരോക്ഷമായ് വരികൾക്കിടയിലൂടെ പറയാനാണവർ ശ്രമിക്കുന്നത്. കഥ മെനഞ്ഞവർ തന്നെ അതിനെ, ഗോത്രങ്ങ ളുടെ ഇടയിലേക്ക് കൃത്യമായ് നിക്ഷേപിക്കുകയും ചെയ്തു. തലമുറകൾ കഴിഞ്ഞപ്പോൾ അതവരുടെ തന്നെ സ്വന്തം കഥ കളായ് ഗോത്രസമൂഹങ്ങൾ തെറ്റിദ്ധരിക്കുകയും ചെയ്യു ന്നത് സ്വാഭാവികമായും സംഭവിക്കുന്ന ദുരന്തമാണ്.

പതനത്തിന്റെ കഥ

വയനാട്ടിലെ വേട രാജവംശത്തിന്റെ തകർച്ചയെപ്പറ്റി ആദ്യം എഴുതപ്പെട്ടത്, 'മെക്കൻസി മാനുസ്ക്രിപ്റ്റ്' എന്ന ബ്രിട്ടീഷ് പുസ്തകത്തിലാണ്. വെള്ളക്കാരുടെ അന്നത്തെ സേവകർ ചൊല്ലിക്കൊടുത്ത കഥയാണ് അതിലുള്ളത്. ആ കഥ ഇങ്ങനെയാണ്...

തിരുനെല്ലി ക്ഷേത്ര ദർശനത്തിനെത്തിയ കുമ്പള രാജകുമാരനെ കണ്ടപ്പോൾ തന്റെ മകളെ അയാൾക്ക് വിവാ ഹം ചെയ്ത് നൽകാൻ വേട രാജാവിന് അതിയായ ആഗ്രഹം തോന്നി. ഇത്രയും സുന്ദരനായ ഒരു വരനെ, തന്റെ മകൾക്ക് വേറെ കിട്ടില്ല എന്ന് മനസ്സിലാക്കിയ രാജാവ് രാജകുമാരനെ ബന്ധനസ്തനാക്കുന്നു. മറ്റ് വഴിയില്ലാത്തതിനാൽ രാജാവിന്റെ ആഗ്രഹത്തിന് രാജകുമാരൻ ഒരു നിബന്ധനയോടെ സമ്മതി ക്കുന്നു. താൻ ക്ഷത്രിയനായതിനാൽ, വിവാഹച്ചടങ്ങുകൾ വേടരുടെ ആചാര പ്രകാരമല്ല, ക്ഷത്രിയാചാര പ്രകാരം നട ത്തണമെന്നതായിരുന്നു രാജകുമാരൻ മുന്നോട്ട് വെച്ച നിബന്ധന. ഇതിനിടയിൽ തന്നെ ബുദ്ധിമാനായ രാജകുമാരൻ

താന്‍ അപകടത്തിലായ വിവരം കുമ്പള രാജാവിനെ രഹസ്യ മായ് അറിയിക്കുന്നു. കുമ്പള രാജാവ് കോട്ടയം കുറുമ്പ്രനാട് രാജാക്കന്മാരോട് സൈനിക സഹായം അഭ്യര്‍ത്ഥിക്കുകയും, അവരുടെ സംയുക്ത സേന വിവാഹ ദിവസം വേട രാജാവിന്റെ കോട്ടയ്ക്ക് സമീപം എത്തിച്ചേരുകയും ചെയ്തു.

ക്ഷത്രിയാചാരപ്രകാരം വിവാഹ സമയത്ത് ആയുധ ങ്ങളെല്ലാം ഒരു കുഴിയില്‍ മൂടി വെക്കണമെന്നും അതിന് ശേഷം തമ്പേര്‍ മുഴക്കണമെന്നും രാജകുമാരന്‍ ആവശ്യ പ്പെട്ടത് വേടരാജാവും അനുചരന്മാരും അനുസരിക്കുന്നു. യഥാര്‍ത്ഥത്തില്‍ തമ്പേറിന്റെ ശബ്ദം ഒളിഞ്ഞിരിക്കുന്ന സൈനീകര്‍ക്ക്, നിരായുധരായ വേടരെ ആക്രമിക്കാനുള്ള അടയാളമായിരുന്നു. സൈന്യം ശത്രുക്കളെ വകവരുത്തു കയും രാജകുമാരനെ രക്ഷിക്കുകയും ചെയ്തു. നിശ്ചയിച്ച മുഹൂര്‍ത്തത്തില്‍ തന്നെ വിവാഹം നടുക്കുന്നതിനായ് രാജ കുമാരിയെ ഒരു നമ്പ്യാരെ കൊണ്ട് വിവാഹം കഴിപ്പിക്കു കയും ചെയ്യുന്നു. തന്റെ മകനെ രക്ഷപ്പെടുത്തിയതിന് പ്രതിഫലമായ് കുമ്പള രാജാവ്, വയനാടിനെ കോട്ടയം കുറു മ്പ്രനാട് രാജാക്കന്മാര്‍ക്കായ് പകുത്ത് നല്‍കുകയും ചെയ്യുന്നു.

കഥയുടെ രാഷ്ട്രീയം

ആദ്യ വായനയില്‍ ചരിത്രമെന്ന് തോന്നുമെങ്കിലും ആവര്‍ത്തിച്ച് വായിച്ചാല്‍ ഈ കഥയിലും ഒളിഞ്ഞിരിക്കുന്ന രാഷ്ട്രീയം നമുക്ക് മനസ്സിലാക്കാവുന്നതേയുള്ളു. തിരുനെല്ലി ക്ഷേത്രമുള്ളത് തന്നെ കര്‍ണ്ണാടകയിലെ കുടകിനോട് വളരെ ചേര്‍ന്നാണ്. ആ പ്രദേശത്ത് നിന്ന് ഏറെ അകലെയാണ് മുള്ളുക്കുറുമര്‍ അധിവസിക്കുന്ന പൂതാടി, വേലിയമ്പം തുടങ്ങിയ പ്രദേശങ്ങള്‍. കര്‍ണ്ണാടകയിലെ കുമ്പളയില്‍ നിന്ന് തിരുനെല്ലിയിലേക്ക് വരുന്നതിനും തിരിച്ച് പോകുന്നതിനു മിടയില്‍ വേടരുടെ മേഖലകളിലൂടെ യാത്ര ചെയ്യേണ്ടതില്ല.

യുവകോമളനായ രാജകുമാരനെ കണ്ടപ്പോള്‍ വേട രാജാവിന് മകളെ കൊണ്ട് കല്യാണം കഴിപ്പിക്കാന്‍ ആഗ്രഹം തോന്നിയെന്നും പറയുന്നു. വയനാട്ടിലെ ഗോത്രസമൂഹങ്ങ ളുടെ സൗന്ദര്യവും അഭിമാനവും എത്രമാത്രമുണ്ടെന്ന് ഈ കഥ മെനഞ്ഞവര്‍ക്ക് ധാരണയുണ്ടാകാനിടയില്ല. സുന്ദരന്മാര്‍ക്ക് ഒരു കുറവുമില്ലാത്ത സമുദായമാണ് മുള്ളുക്കുറുമരുടേത്.

തങ്ങളുടെ ഗോത്രത്തിന് പുറത്ത് നിന്ന് വിവാഹം ചെയ്യുന്ന രീതി അവർക്കിടയിലില്ല, അതിനിയെത്ര കോമളനായാലും.

രാജകുമാരനെ മോചിപ്പിക്കാനാണ് സൈന്യങ്ങൾ ഇവിടെയെത്തിയതെങ്കിൽ, മോചനത്തിന് ശേഷം അവർക്ക് മടങ്ങിയാൽ മതിയല്ലോ. എന്തിനാണ് വയനാടിന്റെ ഭരണം അവരേറ്റെടുക്കുന്നത്? സുഗന്ധവ്യഞ്ജനങ്ങൾ വിളയുന്ന വയനാടിനെ കീഴടക്കി ഭരിക്കാനെത്തിയവർ, ഇവിടെ നിലനി ന്നിരുന്ന ഗോത്ര ഭരണത്തെ നശിപ്പിക്കുകയാണ് ചെയ്തത്. തങ്ങളുടെ കൈകളിലെ ആ രക്തക്കറ കഴുകി കളയാൻ തന്ത്രപൂർവ്വം മെനഞ്ഞ കഥയാണിതെന്ന് സ്വാഭാവികമായും സംശയിക്കാം.

ആക്രമിച്ചത് മറ്റൊരാളുടെ ആവശ്യപ്രകാരം മാത്ര മായിരുന്നുവെന്നും, അധിനിവേശം നടത്തിയവർക്ക് ഈ ഭൂമിയിൽ യാതൊരു താത്പര്യവുമുണ്ടായിരുന്നില്ല എന്നും കുമ്പള രാജാവ് പ്രത്യുപകാരമായി സമ്മാനിച്ചത് മാത്ര മാണ് തങ്ങൾക്ക് വയനാട് എന്നുമുള്ള ചിത്രം, കഥ വായിക്കു ന്നവർക്ക് ലഭിക്കുന്ന രൂപത്തിലാണ് അതിന്റെ രചന. കട്ടത് ഞാനല്ല എന്ന് ഒരു കള്ളൻ വിളംബരം ചെയ്യുന്നത് പോലെ. സേവകർ സമർപ്പിച്ച കഥ ബ്രിട്ടീഷുകാരൻ തന്റെ പുസ്ത കത്തിൽ രേഖപ്പെടുത്തുന്നതോടെ അത് ചരിത്ര വസ്തുത യെന്ന് തെറ്റിദ്ധരിക്കുന്ന അവസ്ഥയും പിൽക്കാലത്ത് വന്നു.

വയനാട്ടിലെ ഗോത്ര സമൂഹങ്ങൾ കാലങ്ങളായ് അനുഭവിക്കുന്ന കഷ്ടതകൾ ആരംഭിച്ചത് സമതലത്തിൽ നിന്നുള്ള സൈനീക അധിനിവേശത്തിന് ശേഷമാണ്. അതുവരെ ഇവിടുത്തെ ഗോത്ര ജനതകൾക്ക് സ്വതന്ത്ര്യമായ ഒരു ജീവിതമായിരുന്നു ഉണ്ടായിരുന്നത്. അവരാരുടേയും അടിമകളായിരുന്നില്ല. പരസ്പരം സ്നേഹിച്ചും ബഹുമാനിച്ചും ജീവിച്ചിരുന്നവരായിരുന്നു അവർ.

ഹോസ്റ്റലിൽ നിന്ന് നോക്കിയാൽ തൊട്ടടുത്ത് ആകാശത്തേക്ക് ഉയർന്ന് നിൽക്കുന്ന കൂറ്റൻ കോട്ട കാണാം. നേരം മെല്ലെ വെളുത്ത് തുടങ്ങുന്നേയുള്ളൂ, നക്ഷത്രങ്ങൾ മാഞ്ഞ് തുടങ്ങുന്ന തെളിഞ്ഞ നീലാകാശത്തിന്റെ പശ്ചാത്തലത്തിൽ സ്വർണ്ണ നിറമുള്ള ജൈസാൽമേർ കോട്ട,

ഒരത്ഭുത ദൃശ്യമായ് എന്റെ മുന്നിൽ നിറഞ്ഞു. ഹോസ്റ്റലിന്റെ പരിസരത്തൊക്കെ നിറയെ ചെടികളുണ്ട്, കടലാസ് റോസ് ചെടികളാണ് അവിടങ്ങളിലൊക്കെ ധാരാളമായ് കാണു ന്നത്. ആ ചെടികളിൽ നിറയെ കിളികളുമുണ്ടാകും. അവ രുടെ സംഗീതം കൂടി ചേർന്നപ്പോൾ, ജീവിതത്തിൽ മറക്കാനാകാത്ത ഒരു പുലരിയായ് ആ നേരം മാറി.

കുളിച്ച് വസ്ത്രമൊക്കെ മാറി ആദ്യം പോയത് കോട്ട കാണാനാണ്. കവാടത്തിൽ നിന്ന് മധുരമായ സംഗീതം ഒഴുകി വരുന്നുണ്ട്. വയലിന്റെ പൂർവ്വികനെ പോലെ തോന്നിപ്പിക്കുന്ന 'രാവൺ ഹത്ത' എന്ന സംഗീതോപകരണത്തിൽ ഒരു കലാ കാരൻ സൃഷ്ടിക്കുന്ന വശ്യസംഗീതമാണ് അവിടം നിറയു ന്നത്. ചിരട്ടയും മുളയും നൂൽക്കമ്പികളുമൊക്കെ ഉപയോഗിച്ച് നിർമ്മിക്കുന്ന രാവൺ ഹത്തയുടെ ജന്മദേശം ശ്രീലങ്കയാ ണെന്ന് കരുതപ്പെടുന്നു. 'പദാരോ മാരെ ദേശ്' എന്ന് തുട ങ്ങുന്ന ഗാനമാണ് അദ്ദേഹം വീണയിൽ വായിക്കുന്നത്. 'പദാരോ' എന്ന വാക്കിന്റെ അർത്ഥം സ്വാഗതമെന്നാണ്, എന്റെ എന്ന അർത്ഥമാണ് 'മാരെ' എന്ന വാക്കിന്. എന്റെ ദേശ ത്തിലേക്ക് നിങ്ങൾക്ക് സ്വാഗതം എന്നാണ് രാവൺ ഹത്ത മധുരമായ് പാടുന്നത്.

രാവൺ ഹത്ത വായിക്കുന്ന കലാകാരൻ   ചിത്രം : കെ.ആർ. രമിത്

ചിത്രം : ജെറാൾഡ് ജാനറ്റ്

ജൈസാൽമേർ കോട്ടയ്ക്കകത്ത് അയ്യായിരത്തോളം ആളുകൾ ഇന്നും ജീവിക്കുന്നുണ്ട്. ഇന്ത്യയിൽ മറ്റൊരിടത്തും കാണാനാകാത്ത കാഴ്ചയാണത്. അവരുടെ വീടുകളും വ്യാപാരകേന്ദ്രങ്ങളും ക്ഷേത്രങ്ങളുമെല്ലാം ചേർന്നുള്ള ഒരു വലിയ ലോകമാണത്. ഈ കോട്ടയുടെ സൗന്ദര്യം കണ്ട് വിസ്മയിച്ച വിഖ്യാത ചലച്ചിത്രകാരൻ സത്യജിത് റേ 'സുൻഹരെ കില' (സുവർണ്ണക്കോട്ട) എന്ന കഥയെഴുതു കയും പിന്നീടത് ചലച്ചിത്രമായ് മാറുകയും ചെയ്തു. നിർ മ്മാണത്തിനുപയോഗിച്ച കല്ലുകളുടെ നിറം സ്വർണ്ണത്തിന്റെ നിറത്തോട് സാമ്യമുള്ളതിനാലാണ്, സുവർണ്ണ കോട്ടയെന്ന വിശേഷണം ജൈസാൽമേർ കോട്ടയ്ക്ക് ലഭിച്ചത്. വലിയ കൽപാളികൾ അടുക്കി വെച്ച് നിർമ്മിച്ച ഈ കോട്ട എന്നെ ഓർമ്മിപ്പിച്ചത് വയനാട്ടിലെ കല്ലമ്പലങ്ങളെയാണ്. കോട്ടകൾ മാത്രമല്ല കൊട്ടാരങ്ങളും വീടുകളുമെല്ലാം രാജസ്ഥാനിൽ നിർമ്മിക്കുന്നത് വലിയ പാറകൾ മുറിച്ചെടുത്താണ്. നിർമ്മാണത്തിന് മണ്ണ് ലഭിക്കാത്തത് കൊണ്ടും ശത്രുക്കൾക്ക് എളുപ്പം തകർക്കാനാകാത്തത് കൊണ്ടുമാകും ഇത്തരമൊരു നിർമ്മാണ രീതി അവർ പിന്തുടർന്നത്. എങ്കിലും ഭീമമായ ഈ കൽപാളികൾ നിർമ്മാണത്തിന് ഉപയോഗിക്കുകയെന്നത് വളരെ ശ്രമകരമായ ജോലിയാണ്. എട്ട് നൂറ്റാണ്ടുകൾക്ക് മുൻപ് ആനകളെ ഉപയോഗിച്ചാകണം ജൈസാൽമേർ കോട്ട പണി കഴിപ്പിച്ചത്.

സമതലത്തിൽ നിന്ന് വളരെ ഉയരത്തിൽ, മരുഭൂമിക്ക് നടുവിൽ സ്ഥിതി ചെയ്യുന്ന ആ കോട്ടക്കകത്ത് ഒരു വലിയ കിണർ കണ്ടപ്പോൾ എനിക്ക് അത്ഭുതം തോന്നി. ഞാൻ അവിടെയുണ്ടായിരുന്ന മുതിർന്നവരോട് ആ കിണറിനെപ്പറ്റി

ചോദിച്ചു. കൃഷ്ണ കിണർ എന്ന് വിളിക്കുന്ന ഒരുപാട് ആഴ മുള്ള ആ കിണറിൽ നിന്നുള്ള വെള്ളമായിരുന്നു പണ്ട് കോട്ടക്കകത്ത് പ്രധാനമായും ഉപയോഗിച്ചിരുന്നത്. മധുരമുള്ള ജലമായിരുന്നു അതൊരു കാലത്ത്. പക്ഷേ ഏതൊക്കെയോ കാരണങ്ങൾ കൊണ്ട് കഴിഞ്ഞ കാൽ നൂറ്റാണ്ടായ് ആ കിണറിലെ വെള്ളം ആരും ഉപയോഗിക്കുന്നില്ല.

ആളുകളോട് സംസാരിച്ചപ്പോൾ അവർ കോട്ടയുടെ ചരിത്രവുമായ് ബന്ധപ്പെട്ട കുറേ കാര്യങ്ങൾ പറഞ്ഞ് തന്നു. പുരാതന കാലം മുതലേ ജൈസാൽമേർ കോട്ട ഒരു പ്രധാന വ്യാപാര കേന്ദ്രമായിരുന്നു. ചൈനയേയും യൂറോപ്പിനേയും ബന്ധിപ്പിച്ചിരുന്ന പട്ട് പാതയുമായ് ഈ കോട്ടയ്ക്ക് ബന്ധ മുണ്ടായിരുന്നു. അക്കാലത്ത് വിവിധ ഭൂഖണ്ഡങ്ങളിൽ നിന്നുള്ള വ്യാപാരികൾ കോട്ടയിലെത്തുകയും താമസിക്കുകയും കച്ച വടം നടത്തുകയും ചെയ്തിരുന്നു. ഇന്ത്യയുടെ വിവിധ പ്രദേശ ങ്ങളിൽ നിന്നുള്ള വ്യാപാരികളും ഒട്ടക വ്യൂഹങ്ങളുടെ സഹായ ത്തോടെ ഈ കോട്ടയിലേയ്ക്ക് എത്തിയിരുന്നു. രാജാക്കന്മാ രെക്കാളും പണക്കാരായിരുന്നു അന്നത്തെ വ്യാപാരികളെന്നും അവരാണ് കോട്ടക്കകത്തെ പല നിർമ്മിതികളും പണി കഴിപ്പി ച്ചതെന്നും അവരുടെ വർത്തമാനത്തിൽ നിന്ന് മനസ്സിലായി.

രജപുത്രരും ബ്രാഹ്മണരും മാത്രമാണ് ഇന്ന് കോട്ട യ്ക്കുള്ളിൽ താമസിക്കുന്നത്, നേരത്തേ ജൈനരും അവിടെ താമസിച്ചിരുന്നു. അതി മനോഹരങ്ങളായ ജൈന ക്ഷേത്രങ്ങൾ ജൈസാൽമേർ കോട്ടയ്ക്കകത്തുണ്ട്...

ഈ പുസ്തകത്തിൽ പരാമർശിച്ച വിവിധ വിഷയങ്ങളുമായ് ബന്ധപ്പെട്ട ദൃശ്യങ്ങൾ കാണുന്നതിനായ് സ്കാൻ ചെയ്യുക

മെഹ്റാൻഗഢ് കോട്ടയിലെ കാഴ്ച
ചിത്രം : കെ.ആർ. രമിത്

മന്ത്രി കെ. രാധാകൃഷ്ണന് പ്രബന്ധങ്ങൾ കൈമാറിയപ്പോൾ

ചിത്രം : അനന്തു ആരിഫ

മുള്ളുക്കുറുമരുടെ രാജസ്ഥാൻ വേരുകൾ

2023 സെപ്തംബർ 25 ന് അന്നത്തെ പട്ടിക വർഗ്ഗ വകുപ്പ് മന്ത്രി ശ്രീ. കെ. രാധാകൃഷ്ണന് കൈമാറിയ മൂന്ന് പ്രബന്ധങ്ങളിലൂടെയാണ് വയനാട്ടിലെ മുള്ളുക്കുറുമർ, കുറിച്യർ, അടിയർ എന്നീ ഗോത്രങ്ങളുടെ പൂർവ്വികരെക്കുറിച്ചുള്ള എന്റെ കണ്ടെത്തലുകൾ, കേരള സർക്കാരിനെ അറിയിച്ചത്. 2023 ഡിസംബർ 16 ന് ഈ പ്രബന്ധങ്ങൾ അന്നത്തെ ജില്ലാ കളക്ടർ ശ്രീമതി. രേണു രാജിനും കൈമാറിയിരുന്നു.'അക്കാഡമിയ' എന്ന ജേർണലിൽ ഇതേ പ്രബന്ധങ്ങളുടെ ഇംഗ്ലീഷ് പതിപ്പും പ്രസിദ്ധീകരിച്ചു. വിവിധ പത്രങ്ങളും വാർത്താ മാദ്ധ്യമങ്ങളും ഈ കണ്ടെത്തലുകളെ സംബന്ധിച്ച വാർത്തകളും അന്ന് നൽകിയിരുന്നു. സർക്കാരിന് കൈമാറിയ 'മുള്ളുക്കുറുമരുടെ വേരുകൾ' എന്ന പ്രബന്ധത്തിന്റെ വിശദാംശങ്ങളാണ് ഈ പുസ്തകത്തിന്റെ ഉള്ളടക്കം.

കണ്ടെത്തലുകൾ

വയനാട്ടിലെ മുള്ളുക്കുറുമരുടെ പൂർവ്വികർ, നൂറ്റാണ്ടുകൾക്ക് മുൻപ് രാജസ്ഥാനിൽ നിന്ന് സഞ്ചരിച്ച് വയനാട്ടിലെത്തിയവരാണ്.

ആരവല്ലി മലനിരകളുടെ താഴ്‌വരകളിൽ ജീവിക്കുന്ന മീണ ഗോത്ര ജനസമൂഹങ്ങളിൽ നിന്നുള്ളവരാകാം ആ പൂർവ്വികർ.

രാജസ്ഥാനിൽ നിന്നുള്ള നാല് കുടുംബങ്ങളാകും വയനാട്ടിലെത്തിയത്, അവരിൽ നിന്നാണ് മുള്ളുക്കുറുമരുടെ നാല് കുലങ്ങൾ പിറന്നത്.

രാജസ്ഥാനിൽ നിന്ന് വയനാട്ടിലേയ്ക്കും തിരിച്ചും യാത്ര ചെയ്തിരുന്ന ജൈന വ്യാപാരികളുടെ ഒപ്പമാണ്, ആ പൂർവ്വികർ വയനാട്ടിലെ പൊൻകുഴിയിൽ എത്തിച്ചേർന്നത്.

പ്രബന്ധം മന്ത്രിക്ക് കൈമാറി

വയനാട്ടിലെ ഗോത്ര വർഗങ്ങളുടെ ചരിത്രം: നിർണായക കണ്ടെത്തലുകളുമായി കെ ആർ രമിത്

കൽപ്പറ്റ: വയനാട്ടിലെ തദ്ദേശിയ ജനതയുടെ ചരിത്രവുമായി ബന്ധപ്പെട്ട നിർണായക കണ്ടെത്തലുമായി ഡോക്യുമെന്ററി സംവിധായകനും ഫോട്ടോഗ്രഫറുമായ കെ.ആർ. രമിത്. വയനാട്ടിലെ മൂന്ന് ഗോത്ര സമൂഹങ്ങളുടെ പൂർവികർ എവിടെ നിന്ന് വന്നു എന്ന ചോദ്യത്തിന് ഉത്തരം കണ്ടെത്തുന്ന പഠനത്തിന്റെ വിശദാംശങ്ങളടങ്ങുന്ന പ്രബന്ധങ്ങൾ അദ്ദേഹം രാധാകൃഷ്ണ... ത്തിലെ തനമാ...

യതാകാം അവർ. നാലായിര വർഷത്തോളം പാരമ്പര്യവു ചരിത്രവുമുള്ള അമസിയ ഗോ ത്രവുമായി ഇവർ ബന്ധപ്പെ കിടക്കുന്നു. സുരക്ഷയ്ക്ക് പ്ര ധാന്യം നൽകി മലമുകളി കോട്ട കെട്ടിയത് പോലെ ടുകളുണ്ടാക്കുകയും മലഞ്ചെ രിവിലൂടെ ഒഴുകിയെത്തു വെള്ളം ഉപയോഗപ്പെടുത്ത താഴ് വാരത്ത് കൃഷി ചെ ന്നവരാണ് അമസിയ ജന സമാനമായ ജീവിത രീതികള വരാണ് വയനാട്ടിലെ കുറിച്ച . ഈ രണ്ട് വിഭാഗങ്ങളും മ ക്കത്തായമാണ് പിന്തുടരുന്ന കുറിച്ചരുടെ വിവര...

മന്ത്രി കെ രാധാകൃഷ്ണന് കെ ആർ രമിത് പ്രബന്ധം കൈമാറുന്നു.

കെ. ആർ. രമിത് നടത്തിയ പഠനങ്ങളുടെ ഭാഗമായ റിപ്പോർട്ട് മന്ത്രി കെ. രാധാകൃഷ്ണന് കൈമാറുന്നു

ഗോത്രസമൂഹങ്ങളുടെ പൂർവികർ എവിടെ നിന്ന്?

ഉത്തരവുമായി പഠന റിപ്പോർട്ട്

● മുള്ളുക്കുറുമർ, അടിയർ, കുറിച്യർ എ ന്നിവരുടെ പൂർവികർ എവിടെ നിന്നും വ യനാട്ടിലെത്തിയെന്ന ചോദ്യത്തിനാണ് ഉ ത്തരം കണ്ടെത്തിയിട്ടുള്ളത്

വയനാട്ടിലെ മുള്ളുക്കുറുമരുടെ ചരിത്രവുമായ് ബന്ധ പ്പെട്ട് ഇന്നോളം എഴുതപ്പെട്ട കഥകളെയെല്ലാം തിരുത്തുന്ന താണ് എന്റെ കണ്ടെത്തലുകൾ. സത്യത്തോട് ചേർന്ന് നിൽ ക്കുന്ന ആ യാഥാർത്ഥ്യങ്ങളിലേക്ക് എങ്ങനെയാണ് ഞാൻ എത്തിച്ചേർന്നതെന്ന് നമുക്ക് വിശദമായ് പരിശോധിക്കാം...

മുഖങ്ങളുടെ ജന്മിതകം

മനുഷ്യരുടെ മുഖങ്ങൾ ക്യാമറയിൽ പകർത്താൻ എനിക്ക് ഒരുപാടിഷ്ടമാണ്. ഫൊട്ടോഗ്രഫിയുടെ മറ്റേത് ശാഖയെക്കാളും എന്റെ മനസ്സിനിണങ്ങിയത് പോർട്രേറ്റ് ഫൊട്ടോഗ്രഫിയാണ്. 2010 ൽ ദുബായിൽ നിന്ന് വാങ്ങിയ നിക്കോൺ ഡി 90 ക്യാമറയിലാണ് ഞാൻ ചിത്രങ്ങളെടുക്കാ റുള്ളത്. മനുഷ്യരുടെ ചിത്രങ്ങൾ പകർത്തുന്ന സമയത്ത് പോലും ഫൊട്ടോഗ്രഫിയുടെ സാങ്കേതിക വശങ്ങളാകും മനസ്സിൽ കൂടുതലായുണ്ടാകുക. ഫോക്കസ് തന്നെയാണ് അതിലേറ്റവും പ്രധാനം, ലെൻസിനോട് അടുത്ത് നിൽക്കുന്ന കണ്ണ് വേണം ഏറ്റവും വ്യക്തതയോടെ പകർത്തേണ്ടത്. ഫോക്കസ് കൃത്യമല്ലാത്ത ചിത്രങ്ങൾ വലിയ നിരാശ യാണ് സമ്മാനിക്കുക. വെളിച്ചത്തിന്റെ അളവാണ് അടുത്ത തായ് ശ്രദ്ധിക്കേണ്ട കാര്യം, അതാവശ്യത്തിൽ കൂടുന്നതോ കുറയുന്നതോ നല്ലതല്ല. ചിത്രത്തിലെ പ്രധാന കഥാപാത്ര ത്തിന്റെയും പശ്ചാത്തലത്തിന്റെയുമെല്ലാം സ്ഥാനങ്ങളും പ്രാധാന്യമുള്ളത് തന്നെയാണ്. ഇത്തരം സാങ്കേതിക വശങ്ങ ളാണ് ചിത്രങ്ങളെടുക്കുമ്പോൾ മനസ്സിലുണ്ടാകുക.

ക്യാമറയിൽ നിന്ന് കമ്പ്യൂട്ടറിലേക്ക് പകർത്തിയതിന് ശേഷം സ്ക്രീനിൽ കാണുമ്പോഴാണ്, എടുത്ത ചിത്രങ്ങളു മായ് ഞാൻ കൂടുതൽ അടുക്കുന്നത്. പല തരത്തിലുള്ള വികാരങ്ങൾ ആ ചിത്രങ്ങളെന്നിൽ സൃഷ്ടിക്കാറുണ്ട്. ചില ചിത്രങ്ങൾ ചിരിപ്പിക്കുന്നതാവും, ചിലത് കരയിപ്പിക്കാറുണ്ട്, മറ്റ് ചിലത് ചിന്തിപ്പിക്കാറുമുണ്ട്. ആളുകളുടെ മനസ്സും സ്വഭാവ വുമൊക്കെ വായിച്ചറിയാനും ചിത്രങ്ങൾ നിരീക്ഷിക്കുന്നതി ലൂടെ നമുക്ക് കഴിയും. മനസ്സിനകത്ത് നന്മയും നേരുമുള്ള ആളുകളേയും, അതില്ലാത്തവരേയും, ക്യാമറക്ക് മുൻപിലെ അവരുടെ പെരുമാറ്റത്തിൽ നിന്ന് ഒരു പരിധി വരെ തിരിച്ചറിയാനാകും.

വയനാട്ടിലെ ഗോത്ര ജനതയുടെ ചിത്രങ്ങൾ പകർ ത്താനുള്ള അവസരം എനിക്ക് പലപ്പോഴും കിട്ടിയിട്ടുണ്ട്. അവയിൽ മുള്ളുക്കുറുമരുടെ ചിത്രങ്ങൾ എന്നെയേറെ ചിന്തിപ്പിച്ചിട്ടുമുണ്ട്. അതിന്റെ കാരണം, അവരുടെ മുഖങ്ങളിൽ അധികവും വയനാടുൾപ്പെടുന്ന ദക്ഷിണേന്ത്യയെ പ്രതിനിധീ കരിക്കുന്നതായിരുന്നില്ല എന്നതാണ്. ആദ്യത്തെ അദ്ധ്യായ ത്തിൽ വിശദമാക്കിയത് പോലെ മനുഷ്യന്റെ മുഖച്ഛായ, നിറം, ശരീരപ്രകൃതി തുടങ്ങിയ ജനിതക ഘടകങ്ങൾ പ്രതിനിധാനം ചെയ്യുന്നത് ഒരു പ്രത്യേക ഭൂവിഭാഗത്തെയാണ്. ഉത്തരേന്ത്യ യിൽ നല്ല തണുപ്പുള്ള പ്രദേശങ്ങളിൽ ജീവിക്കുന്നവരുടെ ശരീര ഭാഷയുമായ് അവർക്ക് വലിയ ബന്ധമുണ്ടെന്ന് നിരീക്ഷണങ്ങളിലൂടെ ഞാൻ മനസ്സിലാക്കി. ഇന്ത്യയുടെ വടക്ക് പടിഞ്ഞാറൻ പ്രദേശങ്ങളിലെ മനുഷ്യരോടാണ് അവരുടെ ശരീരപ്രകൃതിക്ക് കൂടുതൽ അടുപ്പമെന്ന് പിന്നീട് ഞാൻ തിരിച്ചറിഞ്ഞു.

രാജസ്ഥാനിൽ നിന്നുള്ള ഒരു പ്രഭുറാം എന്റെ കൂടെ നേരത്തേ ജോലി ചെയ്തിരുന്നു. അദ്ദേഹത്തിന്റെ മുഖ ച്ഛായയും ശരീരപ്രകൃതവും സ്വഭാവവുമൊക്കെ, വയനാ ട്ടിലെ മുള്ളുക്കുറുമരുടെ ഇടയിലുള്ളതായ് എനിക്ക് തോന്നി യിരുന്നു. കുറച്ച് വർഷങ്ങളായ് രാജസ്ഥാനിലെ പരമ്പരാ ഗത സംഗീതം സ്ഥിരമായ് കേൾക്കുകയും കാണുകയും ചെയ്യുന്ന ഒരാൾ കൂടിയാണ് ഞാൻ. അത്തരം അനുഭവങ്ങ ളിൽ നിന്ന് കൂടിയാണ്, മുള്ളുക്കുറുമരുടെ പൂർവ്വികർ, ഒരു പക്ഷേ ഗുജറാത്ത്, രാജസ്ഥാൻ തുടങ്ങിയ ഭൂവിഭാഗങ്ങളിൽ നിന്ന് വയനാട്ടിലെത്തിയവരാകാം എന്നൊരു സാധ്യത എന്റെ മനസ്സിൽ തെളിയുന്നത്. അഞ്ചോ ആറോ വർഷങ്ങൾക്ക് മുൻപ് മനസ്സിലുണ്ടായ ആ തോന്നലുകൾ ഞാൻ ഭാര്യ ഷനില യോട് പങ്ക് വെച്ചിരുന്നു.

പക്ഷേ ആ കുടിയേറ്റം സംഭവിച്ചത് നൂറ്റാണ്ടു കൾക്ക് മുൻപാണ്; അതിന്റെ കൂടുതൽ തെളിവുകൾ ഇക്കാലത്ത് ലഭിക്കുകയെന്നത് അസാധ്യമായ കാര്യമാണ്. അതുകൊണ്ട് തന്നെ എന്റെ മനസ്സിലെ തോന്നലുകളെ, അവിടെ തന്നെ അനക്കാതെ വെയ്ക്കുകയാണ് ഞാൻ ചെയ്തത്.

ചെറിയമല തറവാട്ടിലെ പോരാത്തോൻ
സ്ഥാനക്കാരനായ വേലായുധേട്ടൻ
ചിത്രം : കെ.ആർ. രമിത്

തലപ്പാവുകാരൻ

കേരള കൗമുദി പത്രത്തിൽ ഫോട്ടോ ജേർണലിസ്റ്റായ് പ്രവർത്തിക്കുന്ന സമയത്താണ്, 2020 ൽ ഒരു പെരുമഴക്കാലത്ത്, വെള്ളപ്പൊക്കത്തിന്റെ ചിത്രങ്ങൾ പകർത്താനായ് മുത്തങ്ങ യിൽ പോയത്. ദേശാഭിമാനി പത്രത്തിന്റെ ഫോട്ടോ ജേർണ ലിസ്റ്റ് കുട്ടേട്ടനും ഒപ്പമുണ്ടായിരുന്നു. മുത്തങ്ങ ചെക്ക് പോസ്റ്റിന് സമീപത്തെല്ലാം വെള്ളം വല്ലാതെ ഉയർന്നതിനെ തുടർന്ന് അടുത്തുള്ള പല ഗ്രാമങ്ങളും ഒറ്റപ്പെട്ട നിലയിലായിരുന്നു. ഞങ്ങൾ അവിടെ ചെല്ലുമ്പോൾ ആളുകൾ വളരെ സാഹസി കമായ്, കഴുത്തറ്റം വെള്ളത്തിൽ നിന്ന്, മരത്തടികൾ കെട്ടി വെച്ച് ഒരു താത്കാലിക നടപ്പാലം ഉണ്ടാക്കാനുള്ള ശ്രമത്തി ലാണ്. വന്നത് വെറുതെയായില്ല, വെള്ളപ്പൊക്കത്തിന്റെ കാഠിന്യം വ്യക്തമാക്കുന്ന ഒരുപിടി ചിത്രങ്ങൾ ഞങ്ങൾക്ക് കിട്ടി. അവിടെയുള്ളവരിൽ അധികമാളുകളും മുള്ളുക്കുറു മരായിരുന്നു. എന്റെ കുട്ടിക്കാലം മുതൽ മുള്ളുക്കുറുമരുടെ കൂടെ ഇടപഴകുന്നതിനാൽ അവരെ എവിടെ വെച്ച് കണ്ടാലു മെനിക്ക് എളുപ്പത്തിൽ തിരിച്ചറിയാൻ കഴിയാറുണ്ട്. പക്ഷേ മുത്തങ്ങയും പരിസര പ്രദേശങ്ങളും അവരുടെ പ്രധാന ആവാസ കേന്ദ്രമാണെന്നത് എനിക്കന്നറിയില്ല.

അന്ന് ചിത്രങ്ങളെടുക്കുന്നതിനിടയിലാണ് തലപ്പാവ് വെച്ചൊരു മനുഷ്യനെ ഞാൻ ശ്രദ്ധിക്കുന്നത്. രാജസ്ഥാനിലും പഞ്ചാബിലുമൊക്കെ കാണാറുള്ള മനുഷ്യരെപ്പോലെയാണ് അദ്ദേഹത്തെ കണ്ടപ്പോൾ എനിക്ക് തോന്നിയത്. അദ്ദേഹത്തിന്റെ കണ്ണുകളും മൂക്കും താടിയുമെല്ലാം ആ തലപ്പാവിനോട് കൃത്യ മായ് ചേർന്ന് നിന്നു. മുള്ളുക്കുറുമരുടെ പൂർവ്വികരെ കുറിച്ച് എന്റെ മനസ്സിനകത്തുള്ള നിഗമനങ്ങൾക്കിതാ കൺമുന്നിലൊരു തെളിവ്. പിന്നെ വൈകിയില്ല, അദ്ദേഹത്തിന്റെ അനുമതിയോടെ കുറച്ച് ചിത്രങ്ങൾ പകർത്തി. അന്നെടുത്ത ചിത്രങ്ങളിലൊ നാണ് ഈ പുസ്തകത്തിന്റെ മുഖചിത്രം. യഥാർത്ഥത്തിൽ തലപ്പാവൊന്നുമായിരുന്നില്ല അത്, കഴുത്തൊപ്പം വെള്ള ത്തിൽ നനയാതിരിക്കാനായ്, ഉടുമുണ്ടഴിച്ച് തലയിൽ കെട്ടിയതായിരുന്നു!

വീട്ടിൽ തിരിച്ചെത്തിയതിന് ശേഷം ഞാൻ അദ്ദേഹ ത്തിന്റെ ചിത്രങ്ങൾ പലതവണ എടുത്ത് നോക്കി. മനസ്സിന കത്തെ തോന്നലുകൾ ഏതാണ്ട് ശരിയാണെന്ന് എനിക്ക് മന സ്സിലായി. പത്രത്തിലെ ജോലിയായിരുന്നതിനാൽ ഓരോ ദിവസവും പുതിയ വിഷയങ്ങളാണ്, ആ തിരക്കിനിടയിൽ എന്റെ തോന്നലുകളുടെ തുടരന്വേഷണത്തിനൊന്നും സമയം കിട്ടിയില്ല...

വഴിത്തിരിവായ കൂടിക്കാഴ്ച

ചേകാടിയെന്ന വനഗ്രാമത്തിലെ ജൈവക്കർഷകനും ഗോത്ര സംസ്കാരങ്ങളെ സ്നേഹിക്കുകയും ചെയ്യുന്ന അജയേട്ടനുമായ് പലപ്പോഴും ദീർഘനേരം ഫോണിൽ പലവി ഷയങ്ങളും സംസാരിക്കാറുണ്ട്. ഒരു ദിവസം അജയേട്ടന്റെ വിളിയെത്തിയത്, വയനാടിന്റെ നെല്ലച്ചനായ ചെറുവയൽ രാമേട്ടന്റെ വീട്ടിലേക്ക് പോകാനുള്ള വഴി അന്വേഷിച്ചാണ്. അജയേട്ടനെ കാണാനായ് വന്ന ഒരാൾക്ക് വേണ്ടി യായിരുന്നു അത്.

രാമേട്ടന്റെ വീട്ടിൽ പലപ്പോഴും പോകാനുള്ള ഭാഗ്യം കി ട്ടിയിട്ടുണ്ട്, അദ്ദേഹത്തിന്റെ ബ്രസീൽ യാത്രയ്ക്ക് തൊട്ട് മുൻപ്, പൂപ്പൊലിയുടെ പിതാവ് അമ്പലവയലിലെ രാജേന്ദ്രൻ സാറി നോടൊപ്പം പോയത് മറക്കാനാകാത്ത ഒരു അനുഭവമാണ്. എഴുത്തുകാരനും സ്നേഹിതനുമായ ഏച്ചോം ഗോപിയേട്ടനു മുണ്ടായിരുന്നു അന്നവിടെ. ഞങ്ങൾ ചെല്ലുമ്പോൾ മാതൃ ഭൂമിയുടെ ഫൊട്ടോഗ്രഫർ ജയേഷേട്ടൻ ചിത്രങ്ങളെടുത്ത് കൊണ്ടിരിക്കുകയായിരുന്നു. രാമേട്ടന്റെ തലയിൽ ഒരു ഓലത്തൊപ്പിയുമുണ്ട്; എല്ലാവരും കൂടെ നല്ല രസമായിരുന്നു അന്ന്.

അജയേട്ടനന്ന് ഫോണിൽ സംസാരിക്കുന്നതിനിടെ, എന്റെ പേര് പറഞ്ഞത് കേട്ടപ്പോൾ അടുത്ത് നിൽക്കുന്നയാൾ, അത് രമിതാണോ എന്ന് ചോദിക്കുകയും ഫോൺ അദ്ദേഹം വാങ്ങി സംസാരിക്കുകയും ചെയ്തു. സാർ എന്നാണ് അദ്ദേഹം ഈയെന്നെ അഭിസംബോധന ചെയ്തത്, യോഹേഷന്നാണ് പേരെന്നും ബാംഗ്ലൂർ നിന്നാണ് വരുന്നതെന്നും അദ്ദേഹം പറഞ്ഞു. എന്നെ കുറച്ച് നാളായ് അന്വേഷിക്കുകയാ ണെന്നും, കണ്ട് പിടിക്കാൻ ഒരാളെ മീനങ്ങാടിയിലേക്ക്

അയച്ചിരുന്നതായും അദ്ദേഹം പറഞ്ഞു. നേരിൽ കണ്ട് സംസാരിക്കാൻ ഇന്നോ നാളെയോ കഴിയുമോ എന്ന അദ്ദേഹത്തിന്റെ ചോദ്യത്തിന്; കുറച്ച് തിരക്കിലാണെന്ന ഒഴുക്കൻ മറുപടിയാണ് ഞാൻ നൽകിയത്. അതിന്റെ കാരണം, കളിപ്പിക്കാനായ് ആരോ സംസാരിക്കുന്നതായാണ് എനിയ്ക്ക് തോന്നിയത്. ഒന്ന് മുതിർന്നൊരാൾ എന്നോട് വളരെ വിനയ ത്തോടെ, സാർ എന്ന് വിളിച്ച് സംസാരിക്കുന്നു. അത് ഇന്നാ ട്ടിൽ പതിവില്ലാത്ത കാര്യമാണ്. എന്നെ അന്വേഷിക്കാൻ ആളെ അയച്ചുവെന്നൊക്കെ ഒരാൾ പറയുന്നത്, ഞാൻ ജീവിതത്തിൽ തന്നെ ആദ്യമായാണ് കേൾക്കുന്നത്. അതിന് മാത്രം വിലയുള്ള ഒരു മനുഷ്യനാണോ ഈ ഞാൻ? ഒരിക്കലുമല്ല. ഇതെന്നെ പറ്റിക്കാനിറങ്ങിയ ഏതോ തട്ടിപ്പു കാരൻ തന്നെ. പക്ഷേ തുടർച്ചയായ അഭ്യർത്ഥനകൾക്കൊ ടുവിൽ, തൊട്ടടുത്ത ദിവസം ബത്തേരിയിൽ വെച്ച് കാണാ മെന്ന് ഞാൻ സമ്മതിച്ചു. അജയേട്ടൻ അന്നെന്റെ പേരെടുത്ത് വിളിച്ച് സംസാരിച്ചില്ലായിരുന്നെങ്കിൽ, ആ കൂടിക്കാഴ്ച ഒരി ക്കലും സംഭവിക്കില്ലായിരുന്നു, ഈ പുസ്തകവും...

യോഹേഷ് സാറിനോടൊപ്പമുള്ള ആദ്യ കൂടിക്കാഴ്ച

2023 ജൂൺ 25 നാണ് ബത്തേരിയിലെ മിന്റ് മാളിൽ വെച്ച് യോഹേഷ് ശ്രീനിവാസൻ സാറിനെ കണ്ടുമുട്ടുകയും സംസാരിക്കുകയും ചെയ്തത്. പത്നി കസ്തൂരിയും അദ്ദേഹത്തോടൊപ്പമുണ്ടായിരുന്നു. ഒരു മണിക്കൂറിലേറെ നീണ്ട സംസാരത്തിനിടയിലാണ് ഇന്ത്യയിലെ നിവധി മ്യൂസിയങ്ങൾ ചിട്ടപ്പെടുത്തിയ ഒരു നല്ല വ്യക്തിത്വമാണ് അദ്ദേഹമെന്നും, കുങ്കിച്ചിറയിലെ ഗോത്ര പൈതൃക മ്യൂസിയം സജ്ജമാക്കുന്നത് അദ്ദേഹം നേതൃത്വം നൽകുന്ന സ്ഥാപനമാണെന്നും എനിക്ക് മനസ്സിലായത്. കുങ്കിച്ചിറയിലെ മ്യൂസിയത്തിൽ പ്രദർശിപ്പിക്കാനുള്ള ചില ഡോക്യുമെന്ററികൾ ചിത്രീകരിക്കാൻ എന്നെ ചുമതലപ്പെടുത്തുകയായിരുന്നു ആ കൂടിക്കാഴ്ചയുടെ ഉദ്ദേശം. എന്നെപ്പോലുള്ള സാധാരണ മനുഷ്യരോട് അദ്ദേഹം പുലർത്തുന്ന സ്നേഹവും ബഹുമാനവും സൗഹൃദവും, വല്ലാതെ അത്ഭുതപ്പെടുത്തുന്ന ഒരു കാര്യമാണ്. നമുക്കേറെ പഠിക്കാനുള്ള ഒരു വലിയ പുസ്തകമായാണ് ഞാൻ അദ്ദേഹത്തെ കാണുന്നത്. വയനാട്ടിലെ ഗോത്ര ജനസമൂഹങ്ങളെക്കുറിച്ച് അൽപ്പമെങ്കിലും അറിവുള്ള ഒരാളായ്, എന്നെ കാണാനും സംസാരിക്കാനും മനസ്സ് കാണിച്ച ഏക വ്യക്തിത്വമാണ് അദ്ദേഹം.

വയനാട്ടിലെ പണിയർ സ്ത്രീകൾ കാതിലണിയുന്ന തോടയെന്ന മനോഹരമായ ആഭരണത്തിന്റെ നിർമ്മാണത്തെ കുറിച്ച് ഞാൻ ചെറിയൊരു ഡോക്യുമെന്ററി ചിത്രീകരിച്ചിരുന്നു. യോഹേഷ് ശ്രീനിവാസൻ സാറിന്റെ സഹപ്രവർത്തകനായ സെന്തിൽ രാജയെന്ന സാങ്കേതിക വിദഗ്ദ്ധൻ, ആ ഡോക്യുമെന്ററി യാദൃശ്ചികമായ് കാണുകയും അവർക്കത് ഇഷ്ടപ്പെടുകയും ചെയ്തു. അതിനാലാണ് കുങ്കിച്ചിറ മ്യൂസിയത്തെ സജ്ജമാക്കുന്ന പ്രവർത്തനങ്ങളിലേക്ക് അവർ എന്നെയും ഭാഗമാക്കുന്നത്. ഡോക്യുമെന്ററികൾ ചിത്രീകരിക്കുന്നതിനോടൊപ്പം, ഇവിടുത്തെ ഗോത്ര സമൂഹങ്ങളുടെ ആഭരണങ്ങൾ ശേഖരിക്കാനുള്ള ചുമതലയും എനിക്കായിരുന്നു. താത്പര്യമുള്ള വിഷയങ്ങളായതിനാൽ, വളരെയധികം സന്തോഷത്തോടെയാണ് ഞാനെന്റെ ജോലികൾ ചെയ്തത്. പരമ്പരാഗതമായ ഗോത്ര ആഭരണങ്ങൾ ഏതാണ്ട് പൂർണ്ണമായ് തന്നെ ഇല്ലാതായ് കഴിഞ്ഞ കാലമായതിനാൽ, ധാരാളം യാത്രകൾ അതുമായ് ബന്ധപ്പെട്ട്

നടത്തേണ്ടി വന്നു. പക്ഷേ ഒരു ഗവേഷകന്റെ ഹൃദയവുമായ് ഞാൻ നടത്തിയ ആ യാത്രകൾക്കിടയിൽ എന്റെ മുന്നിൽ ഒരു ചലച്ചിത്രം പോലെ തെളിഞ്ഞ് വന്നത് നൂറ്റാണ്ടുകൾക്ക് മുൻപ് വയനാട്ടിൽ സംഭവിച്ചതും, പക്ഷേ ഇക്കാലത്ത് അവിശ്വസനീ യവുമായ ഒരുപിടി ചരിത്ര യാഥാർത്ഥ്യങ്ങളാണ്.

ആഭരണങ്ങളിൽ തെളിഞ്ഞ സത്യം

മുള്ളുക്കുറുമരുടെ ആഭരണങ്ങൾ തേടിയാണ് എനി ക്കേറ്റവുമധികം അലയേണ്ടി വന്നത്. പരമ്പരാഗത ആഭരണൾ അവർക്കിടയിൽ നിന്ന് ഏകദേശം അപ്രത്യക്ഷമായ് കഴി ഞ്ഞിരുന്നു. മടൂർ കുടിയിലെ ജാനകി മുത്തിയാണ്, പാരമ്പര്യ ആഭരണങ്ങളുടെ പേരുകൾ എനിക്ക് പറഞ്ഞ് തന്നത്. വളരെ കൗതുകത്തോടെയാണ് ഞാൻ അവരുടെ വിവരണങ്ങൾ കേട്ടിരുന്നത്. എനിക്ക് കാണിച്ച് തരാനായ് അവരുടെ പക്കൽ പഴയ ആഭരണങ്ങൾ ഒന്നും തന്നെ അവശേഷിച്ചിരുന്നില്ല. മുത്തി പറഞ്ഞ പേരുകൾ ഞാൻ എഴുതിയെടുക്കുകയും രൂപങ്ങളിൽ ചിലത് വരച്ച് വെക്കുകയും ചെയ്തു. അടു ത്തുള്ള 'മഞ്ഞളംകൈത' കുടിയിലെ ഒരു മുത്തിയുടെ കയ്യിൽ പഴയ വെള്ളിവളകൾ ഉണ്ടെന്നുള്ള വിവരവും സ്നേഹമുള്ള ആ മുത്തശ്ശി പറഞ്ഞ് തന്നു. എന്റെ അച്ഛനെ അവർക്ക് അടുത്തറിയാമായിരുന്നു, ഒരുപാട് വർഷങ്ങൾക്ക് മുൻപുള്ള പരിചയം. 'രമേശൻ മകനാ നീ' എന്നവർ വർത്ത മാനത്തിനിടയിൽ സ്നേഹത്തോടെ ചോദിച്ചിരുന്നു.

കുട്ടിക്കാലത്ത് ഞാൻ ഓടിനടന്ന, തിണ്ണയിൽ കയറി യിരുന്ന, പഴയ പില്ല് പെരകളുടെ യാതൊരു അടയാളവും ആ തറവാട്ടിലുണ്ടായിരുന്നില്ല. ലോകം വല്ലാതെ മാറിയ കാര്യം അവിടുത്തെ കോൺക്രീറ്റ് വീടുകൾ എന്നെ പിന്നെയും ഓർമ്മപ്പെടുത്തി. ഒരു വീടിന്റെ തിണ്ണയിൽ, പരമ്പരാഗത വേഷത്തിൽ ഒരു മുത്തിയിരിക്കുന്നുണ്ടായിരുന്നു. കണ്ട് പരിച യമുള്ള ഓരോളോടെന്ന പോലെ ആ അമ്മ മധുരമായ് പുഞ്ചി രിച്ചു. വരവിന്റെ പിന്നിലുള്ള കാര്യമൊക്കെ ഞാൻ അവരോട് വിശദീകരിച്ചു. അവരുടെ കയ്യിലെ വെള്ളിവളകൾ ആദ്യ കാഴ്ചയിൽ തന്നെ എന്നെ അത്ഭുതപ്പെടുത്തി. അതുപോലെ മറ്റൊരാഭരണം ഞാൻ അന്നുവരെ കണ്ടിരുന്നില്ല; അത്രക്ക് വ്യത്യസ്തമായിരുന്നു ആ വളകൾ. ഒരുപാട് കഥകൾ

ആ വളകൾക്ക് പറയാനുണ്ടെന്ന് എന്തുകൊണ്ടോ എനിക്ക പ്പോൾ തന്നെ മനസ്സിൽ തോന്നി...

വീട്ടിൽ നിന്ന് അധികം ദൂരമില്ല വാളവയലിലെ 'വെല്ലപ്പറ്റ' കുടിയിലേക്ക്. ആ തറവാട്ടിൽ സൂക്ഷിച്ചിരുന്ന മണമാളൻ വളയുടേയും കാതളയുടേയും കാഴ്ചകൾ എന്നെ വളരെയധികം അത്ഭുതപ്പെടുത്തി. എന്റെ കണ്ണുകൾ പ്രതീ ക്ഷിച്ച രൂപങ്ങളിൽ നിന്നെല്ലാം വളരെ വ്യത്യസ്തമായിരുന്നു ആ പാരമ്പര്യ വിവാഹ ആഭരണങ്ങളുടേത്. നൂറ്റാണ്ടുകളുടെ പഴക്കം തോന്നിക്കുന്നവ കൂടിയായിരുന്നു ആ ആഭരണങ്ങൾ. അവരുടെ തറവാട്ടിൽ നടക്കുന്ന കല്യാണങ്ങളിൽ വരനണി യുന്ന ആഭരണങ്ങളാണിത്. തറവാട്ടിൽ ഒരിടത്ത് തന്നെ സൂക്ഷിച്ച് വെക്കുന്ന ഈ ഗോത്രാഭരണങ്ങൾ തന്നെയാണ് കാലങ്ങളായ്, അവരുടെ എല്ലാ കല്യാണങ്ങളിലും ഉപയോഗിക്കുന്നത്.

വയനാടിന്റെ അതിർത്തിയോട് ചേർന്നാണെങ്കിലും ഇന്നത്തെ തമിഴ്നാടിന്റെ ഭാഗമായ എരുമാടിനടുത്തുള്ള നരിവളപ്പ് കുടിയിലെ കല്യാണി മുത്തിയുടെ കയ്യിലാണ് ഞാൻ തോളാന്തി എന്ന ആഭരണം കണ്ടത്. വയനാട്ടിലെ ഒരുപാട് തറവാടുകളിൽ ഞാൻ ആ ആഭരണം തിരഞ്ഞ് പോയിരുന്നു; പക്ഷെ നിരാശയായിരുന്നു ഫലം. അതുകൊണ്ടാണ് തമിഴ് നാട്ടിലെ കുറുമ തറവാടുകളിൽ പോയി ഞാൻ അന്വേഷണം തുടർന്നത്; അതിന് ഫലമുണ്ടാകുകയും ചെയ്തു. 2023 ജൂൺ 28 നാണ് ഞാൻ കല്യാണി മുത്തിയെ കണ്ടത്, അന്ന് രാത്രി യിലാണ് മുള്ളുക്കുറുമരുടെ പൂർവ്വികരെ കുറിച്ചുള്ള വളരെ നിർണ്ണായകമായ കണ്ടെത്തലിലേക്ക് ഞാൻ എത്തിച്ചേർന്നത്.

മുള്ളുക്കുറുമരുടെ കയ്യിൽ ഇന്നവശേഷിക്കുന്ന ആഭരണങ്ങൾ മ്യൂസിയത്തിലേക്ക് കൈമാറാനോ വിൽക്കാനോ അവർ ഒരുക്കമായിരുന്നില്ല. തങ്ങളുടെ ജീവിതാവസാനം വരെ അത് കൂടെയുണ്ടാകണം എന്നാഗ്രഹിക്കുന്നവരാണവർ. മരണ ശേഷം മറവ് ചെയ്യുമ്പോൾ പോലും അവരുടെ ആഭരണങ്ങൾ അഴിച്ച് മാറ്റാറില്ല. ഇക്കാരണങ്ങളാൽ മുള്ളുക്കുറുമരുടെ ആഭരണങ്ങൾ വെള്ളിയിൽ പുനർ നിർമ്മിക്കാനുള്ള ശ്രമങ്ങ ളാണ് ഞാൻ നടത്തിയത്. മുള്ളുക്കുറുമരുടെ ആഭരണങ്ങൾ നിർമ്മിക്കുന്നതിൽ വൈദഗ്ദ്യമുള്ള രവിയേട്ടനെ അന്വേ ഷിച്ച് മീനങ്ങാടിയിലെ അദ്ദേഹത്തിന്റെ ആഭരണ ശാലയിൽ

ഞാനൊരിക്കൽ പോയിരുന്നു. അദ്ദേഹത്തിന്റെ മകനെയാണ് കാണാൻ കഴിഞ്ഞത്, പ്രായത്തിന്റെ അവശതകളുള്ളതിനാൽ രവിയേട്ടന് അത്തരം ആഭരണങ്ങൾ ഇപ്പോൾ നിർമ്മിക്കാനാകില്ല എന്ന് അദ്ദേഹം അറിയിച്ചു. പുരാവസ്തുക്കൾ വിൽപ്പന നടത്തുന്നവരുടെ കയ്യിൽ ചിലപ്പോൾ ഈ ആഭരണങ്ങൾ ഉണ്ടാകാം എന്നൊരു സാധ്യതയും അദ്ദേഹം മുന്നോട്ട് വെച്ചു. കല്യാണി മുത്തിയുടെ തോളാന്തി കണ്ട ദിവസം, അത് പോലെയുള്ള ആഭരണങ്ങളെ കുറിച്ച് ഞാൻ അന്വേഷണം നടത്തി. ആ അന്വേഷണത്തിലാണ് വയനാട്ടിലെ മുള്ളുക്കുറുമരുടെ പാരമ്പര്യ ആഭരണങ്ങൾ രാജസ്ഥാനിലെ ഗോത്ര ആഭരണങ്ങളാണെന്ന വളരെ നിർണ്ണായകമായ വിവരം, എനിക്ക് ലഭിക്കുന്നത്. അവരുടെ ജനിതക പ്രത്യേകതകൾ നിരീക്ഷിച്ചതിനെ തുടർന്ന് വർഷങ്ങളായ് എന്റെ മനസ്സിൽ നില നിൽക്കുന്ന ധാരണകളെ പൂർണ്ണമായും ശരിവെക്കുന്ന സുപ്രധാന വിവരമായിരുന്നു അത്. നൂറ്റാണ്ടുകൾക്ക് മുൻപ് നടന്ന ഒരു കുടിയേറ്റത്തെ കുറിച്ച്, ഇക്കാലത്ത് തൊട്ടറിയാനാകുന്ന തെളിവുകൾ ലഭിക്കുകയെന്നത് എന്റെ സ്വപ്നങ്ങളിൽ പോലുമില്ലാതിരുന്ന കാര്യമായിരുന്നു.

അക്ഷരാർത്ഥത്തിൽ ഉറക്കമില്ലാത്ത രാത്രിയായിരുന്നു എനിക്കത്. ഷനിലയോട് ഒരുപാട് നേരം ഞാനീ വിഷയം സംസാരിച്ചിരുന്നു. ഒടുവിൽ ഉറങ്ങാൻ കിടക്കുമ്പോൾ തന്നെ പാതിരാത്രി കഴിഞ്ഞു. കൃത്യമായ തെളിവുകളോടെ, അവിശ്വസനീയമായ ഒരു കണ്ടെത്തലിലേക്ക്, സാധാരണക്കാരനായ ഒരാൾ എത്തിച്ചേർന്നവെന്ന തിരിച്ചറിവ് ഒരു വശത്ത്. ആ കണ്ടെത്തൽ എങ്ങനെ ലോകത്തെ അറിയിക്കുമെന്ന ചിന്തകൾ മറുവശത്ത്. എനിക്കുറങ്ങാനേ പറ്റിയില്ല; കട്ടിലിൽ തിരിഞ്ഞും മറിഞ്ഞും കിടന്ന് ആലോചിച്ച് കൊണ്ടേയിരുന്നു. വെളുപ്പിന് നാല് മണിയ്ക്കോ മറ്റാണ് ഞാനന്നുറങ്ങിയത്...

നരിവളപ്പ് തറവാട്ടിലെ കല്യാണി മുത്തി
ചിത്രം : കെ.ആർ. രമിത്

കുങ്കിച്ചിറയിലെ ഗോത്ര പൈതൃക മ്യൂസിയം
ചിത്രം : കെ.ആര്‍. രമിത്

തൊട്ടറിയാനാകുന്ന തെളിവുകൾ

മുള്ളുക്കുറുമരുടെ പൂർവ്വികരെ കുറിച്ചുള്ള ശക്തമായ തെളിവുകൾ, കൈകൾ കൊണ്ട് തന്നെ തൊട്ട് മനസ്സിലാക്കാനാകുന്ന വിധം, അവരുടെ ജീവിതത്തിലിന്നും അവശേഷിക്കുന്നുണ്ട്. നൂറ്റാണ്ടുകൾ പഴക്കമുള്ള അവരുടെ പാരമ്പര്യ വിവാഹ ആഭരണങ്ങൾ തന്നെയാണ് അതിലേറ്റവും പ്രധാനം. തങ്ങളുടെ പൂർവ്വികർ ഉപയോഗിച്ചതും തലമുറകൾ കൈമാറി കിട്ടിയതുമായ ആ ഗോത്ര ആഭരണങ്ങളെ വളരെ പവിത്രമായാണ് അവർ സംരക്ഷിച്ച് വരുന്നത്.

താപ്പ് വള

മുള്ളുക്കുറുമർ സ്ത്രീകൾ വിവാഹദിവസം കയ്യി ലണിയുന്ന ആഭരണങ്ങളിലൊന്നാണ് താപ്പ് വള. മൂന്ന് വെള്ളി വളയങ്ങൾ വിളക്കിച്ചേർത്താണ് താപ്പ് വള നിർമ്മിക്കുന്നത്. വളയുടെ പുറത്തെ ചിത്രപ്പണിയിൽ ചെറിയ വൃത്തങ്ങളും ത്രികോണങ്ങളും കാണാം. കയ്യിലിടുന്നതിനും ഊരി യെടുക്കുന്നതിനുമായ് ഒരു പകുതിയിൽ വിജാഗിരി പോലുള്ള ഭാഗവും, മറുപാതിയിൽ ഉറപ്പിച്ച് വെക്കാനുള്ള ആണിയും, ഈ വളയുടെ മറ്റ് പ്രത്യേകതകളാണ്. മുള്ളു ക്കുറുമരുടെ പാരമ്പര്യ ആഭരണങ്ങളിൽ അൽപ്പമെങ്കിലും ഇക്കാലത്ത് അവശേഷിക്കുന്നത് താപ്പ് വളകളാണ്.

കേരളത്തിലെയോ അയൽ സംസ്ഥാനങ്ങളിലെയോ വളകളോടൊന്നും സാദൃശ്യമില്ലാത്ത മുള്ളുക്കുറുമരുടെ താപ്പ് വള, രാജസ്ഥാനിലെ പരമ്പരാഗത ഗോത്ര ആഭരണത്തിന്റെ

പകർപ്പാണെന്നത് എന്റെ അന്വേഷണത്തിൽ നിന്ന് വ്യക്തമായ വസ്തുതയാണ്. നൂറ്റാണ്ടുകൾ പിന്നിട്ടപ്പോൾ വളയുടെ രൂപത്തിൽ മാറ്റങ്ങൾ വന്ന് ചേർന്നിട്ടുണ്ടെ ങ്കിലും രാജസ്ഥാന്റെ കയ്യൊപ്പ് ഇക്കാലത്ത് പോലും താപ്പ് വളയിൽ കൃത്യമായ് ഉൾച്ചേർന്നിരിക്കുന്നു.

രാജസ്ഥാനിലെ ഗോത്ര വള പോലെ, മൂന്ന് വെള്ളി വളയങ്ങൾ ചേർത്ത് വെച്ച് തന്നെയായിരിക്കണം ആദ്യ കാലങ്ങളിൽ മുള്ളുക്കുറുമരുടെ താപ്പ് വളകളും ഉണ്ടാ യിരുന്നത്. ഇത്തരം സങ്കീർണ്ണമായ വെള്ളി ആഭരണങ്ങൾ നിർമ്മിക്കുന്നതിൽ രാജസ്ഥാനികൾ വളരെ വൈദഗ്ദ്ധ്യവും പാരമ്പര്യവുമുള്ളവരാണ്. അത്തരം വലിയ ചിത്രപ്പണികളോട് കൂടിയ വെള്ളി ആഭരണങ്ങളുടെ പാരമ്പര്യം വയനാടിനില്ല. അതിനാൽ ഇവിടുത്തെ ആഭരണ ശാലകളിൽ പുനർ നിർമ്മിക്കപ്പെട്ടപ്പോൾ, സങ്കീർണ്ണമായ ചിത്രപ്പണികളിൽ ചിലത് ക്രമേണ കുറഞ്ഞ് വന്ന് രൂപാന്തരപ്പെട്ടതാണ് ഇന്ന ത്തെ താപ്പ് വളകൾ.

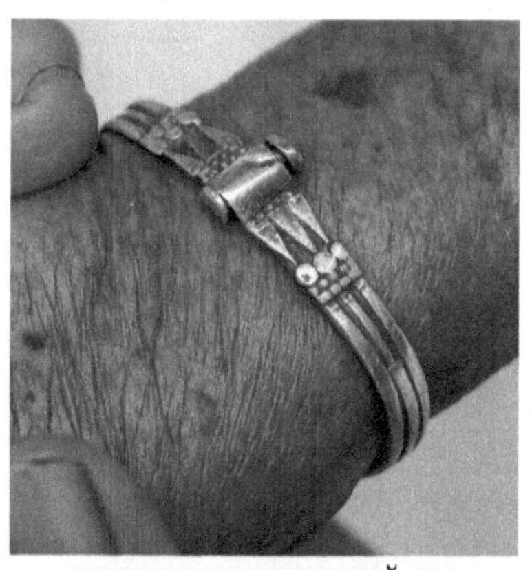

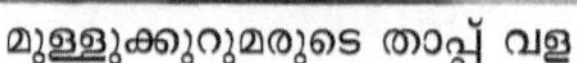

മുള്ളുക്കുറുമരുടെ താപ്പ് വള

രാജസ്ഥാനിലെ ഗോത്ര വള

എളുപ്പത്തിനായ് പരന്ന ഒരു വെള്ളിപ്പട്ടയിൽ, നീളത്തി ലുള്ള കുഴിഞ്ഞ രണ്ട് വരകൾ സൃഷ്ടിച്ചതിന് ശേഷം വട്ടത്തിൽ വളച്ചെടുത്താൽ, മൂന്ന് വളയങ്ങൾ ചേർത്ത് വെച്ചത് പോലെ യാണ് പുറമേയ്ക്ക് തോന്നുക. അടച്ച് വെക്കാനുള്ള ആണി യുടെ ഇരുവശങ്ങളിലുമായ്, രാജസ്ഥാനിലെ വളയിൽ ആറ് ഗോളങ്ങൾ കാണാം. ആ ഗോളങ്ങളാണ് വയനാട്ടിലെ താപ്പ്

വളയിൽ ആറ് വൃത്തങ്ങളായ് രൂപം മാറിയിരിക്കുന്നത്. ആണിയുടെ തൊട്ടടുത്ത് വേണ്ടിയിരുന്ന വൃത്തങ്ങളുടെ സ്ഥാനവും, നിർമ്മാണത്തിൽ സൂക്ഷ്മത കുറഞ്ഞപ്പോൾ അൽപ്പം മാറിയിട്ടുണ്ട്. രാജസ്ഥാനി വളയിൽ കാണുന്ന, വെള്ളി നൂല് കൊണ്ട് രൂപപ്പെടുത്തിയ സങ്കീർണ്ണമായ ചിത്രപ്പണിയാണ്, ഇക്കാലത്തെ താപ്പ് വളയിൽ ത്രികോണ ങ്ങളായ് രൂപാന്തരം പ്രാപിച്ചിരിക്കുന്നത്.

രാജസ്ഥാനിലെ വെള്ളി വളകളിൽ വ്യാപകമായ് കാണു ന്നതാണ് ഒരു പകുതിയിലെ വിജാഗിരിയും മറുപകുതി യിലെ പൂട്ടും. നിർമ്മാണത്തിലെ ബുദ്ധിമുട്ട് ഒഴിവാ ക്കാൻ ഇന്ന് ലഭ്യമായ മുള്ളുക്കുറുമരുടെ താപ്പ് വളകളിൽ നിന്ന് വിജാഗിരികളും ഒഴിവാക്കപ്പെട്ടതായ് കാണാം. പക്ഷേ പൂട്ടാനുള്ള ആണി ഇപ്പോഴും വളയിൽ അവശേഷിക്കു ന്നുണ്ട്. യഥാർത്ഥത്തിൽ വിജാഗിരിയില്ലാതെ മറുപാതിയിൽ മാത്രം പൂട്ട് വെക്കുന്നത് കൊണ്ട് വലിയ പ്രയോജനമൊന്നു മില്ല. മുൻകാലങ്ങളിലെ വളയുടെ രൂപത്തോട് അൽപ്പമെ ങ്കിലും കൂറ് പുലർത്താനുള്ള ശ്രമത്തിന്റെ ഫലമായാണ് താപ്പ് വളകളിൽ പൂട്ടാനുള്ള ആണി അടുത്തകാലത്ത് വരെ നിലനിർത്തപ്പെട്ടത്.

നൂറ്റാണ്ടുകൾ പിന്നിടുമ്പോൾ സ്വാഭാവികമായും വന്ന് ചേരുന്ന മാറ്റങ്ങൾ രാജസ്ഥാനിലെ ഗോത്ര വളയ്ക്കും വയനാ ട്ടിലെ താപ്പ് വളയ്ക്കും സംഭവിച്ചിട്ടുണ്ട്. എന്നിട്ട് പോലും ഇത്രയുമധികം രൂപ സാദൃശ്യം അവയ്ക്കിടയിലുണ്ടെങ്കിൽ, മുള്ളുക്കുറുമർക്കും രാജസ്ഥാനുമിടയിലുള്ള ബന്ധം സംശയ ങ്ങൾക്ക് ഇടയില്ലാത്ത വിധം നമുക്ക് തിരിച്ചറിയാനാകും.

തോളാന്തി

മുള്ളുക്കുറുമർ സ്ത്രീകൾ വലത് കൈമുട്ടിന് മുകളില ണിയുന്ന വെള്ളിയാഭരണമാണ് തോളാന്തി. വെള്ളിക്കമ്പി വട്ടത്തിൽ വളച്ച് വെച്ചത് പോലെയുള്ള ഈ ആഭരണത്തിന്റെ ഒരു വശത്ത് മാത്രമാണ് ചിത്രപ്പണികളുണ്ടാവുക. മൂന്ന് വശങ്ങളി ലേക്കും മുഴച്ച് നിൽക്കുന്ന അർദ്ധ ഗോളങ്ങളാണ് തോളാന്തിയെ വ്യത്യസ്തമാക്കുന്നത്. മുള്ളുക്കുറുമരുടെ ഇടയിൽ നിന്ന് ഏകദേശം അപ്രത്യക്ഷമായ് കഴിഞ്ഞ ഈ ആഭരണം എനിക്ക് കാണാൻ കഴിഞ്ഞത്,

മുള്ളുക്കുറുമരുടെ തോളാന്തി

രാജസ്ഥാനിലെ ഗോത്ര വള

കേരളത്തിലും തമിഴ്നാട്ടിലുമുള്ള വിവിധ മുള്ളുക്കുറുമ ക്കുടികളിലെ അന്വേഷണത്തിനൊടുവിലാണ്.

രാജസ്ഥാനിലെ ഗോത്ര ആഭരണത്തിന്റെ തനി പ്പകർപ്പാണ് മുള്ളുക്കുറുമരുടെ തോളാന്തിയെന്ന വെള്ളി യാഭരണം. സ്ത്രീകൾ കൈമുട്ടിന് മുകളിൽ വെള്ളിയാഭരണ ങ്ങൾ ധരിയ്ക്കുന്നത് രാജസ്ഥാൻ ഗ്രാമങ്ങളിലെ പതിവ് കാഴ്ചകളിലൊന്നാണ്. നരിവളപ്പിലെ കല്യാണി മുത്തിക്ക് ആ തോളാന്തി കിട്ടിയത് അവരുടെ അമ്മയിൽ നിന്നാണ്. വളരെ പഴക്കമുള്ള ആ തോളാന്തി ഇവിടെ നിർമ്മിച്ചത് പോലെയല്ല എനിക്ക് തോന്നുന്നത്, മിക്കവാറും അത് രാജസ്ഥാനിൽ നിന്നുള്ളതാകാനും സാധ്യതയുണ്ട്.

ചെമ്പടം

തോളാന്തിയോടൊപ്പം വലത് കൈമുട്ടിന് മുകളിലായ് മുള്ളുക്കുറുമർ സ്ത്രീകൾ അണിയുന്ന വെള്ളിയാഭരണമാണ് ചെമ്പടം. അധികം അലങ്കാരപ്പണികളൊന്നുമില്ലാത്ത ഈ വെള്ളി വളയത്തിന്റെ നടുഭാഗം പുറത്തേക്ക് തള്ളിയിരിക്കും. ഇത്തരം വെള്ളി വളയങ്ങൾ കൈമുട്ടിന് മുകളിൽ ധരി ക്കുന്നതും രാജസ്ഥാനിലെ ഗോത്ര സംസ്കാരത്തിന്റെ ഭാഗമാണ്.

മുള്ളുക്കുറുമരുടെ ചെമ്പടം

രാജസ്ഥാനിലെ ഗോത്ര വള

കാതള

സ്ത്രീകൾ കാതിലണിയുന്ന കമ്മലിനെയാണ് മുള്ളു ക്കുറുമർ കാതളയെന്ന് വിളിക്കുന്നത്. വ്യത്യസ്ത വലിപ്പ ത്തിലുള്ള സ്വർണ്ണ മുത്തുകൾ, അകത്തുള്ള കമ്പിയിൽ കോർത്ത് വെച്ചാണ് കാതള നിർമ്മിക്കുന്നത്. ഏറ്റവും താഴെ മധ്യഭാഗത്തുള്ള മുത്താണ് ഏറ്റവും വലിപ്പമേറിയത്, വശങ്ങളിലേക്ക് പോകുമ്പോൾ മുത്തുകളുടെ വലിപ്പം ക്രമേണ കുറഞ്ഞ് വരുന്നു. അകത്തുള്ള കമ്പി പുറത്ത് കാണാതിരിക്കാനായ്, രണ്ട് മുത്തുകൾക്കിടയിൽ വട്ടത്തിൽ കുഴൽ പോലെയുള്ള ഒരു ഭാഗവുമുണ്ട്. ഈ നാട്ടിലൊന്നും പരിചിതമല്ലാത്ത ഇത്തരമൊരു നിർമ്മാണ രീതി വേറെ കാണാൻ കഴിയുന്നത് രാജസ്ഥാനിൽ തന്നെയാണ്. രാജസ്ഥാ നിലെ ഗോക്രു കമ്മലിന്റെ ശൈലിയുമായ് മുള്ളുക്കുറുമരുടെ കാതളയ്ക്ക് ബന്ധമുണ്ട്.

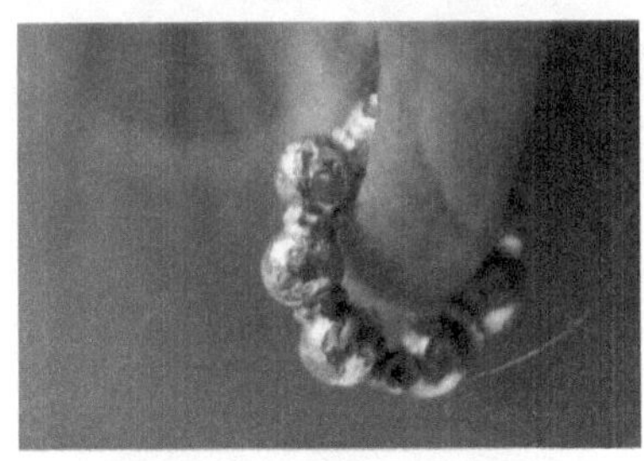
മുള്ളുക്കുറുമരുടെ കാതള

രാജസ്ഥാനിലെ കമ്മൽ

മണമാളൻ വള

വിവാഹ നാളിൽ വരൻ കയ്യിലണിയുന്ന വെള്ളി ആഭര ണമാണ് മണമാളൻ വള. നിറയെ ചിത്രപ്പണികളുള്ള ഈ വളയുടെ അകം പൊള്ളയാണ്. 'കട' എന്നറിയപ്പെടുന്ന രാജസ്ഥാനിലെ ഗോത്ര ആഭരണത്തിന്റെ നേർപ്പകർപ്പാണിത്. ഇക്കാലത്ത് പോലും മുള്ളുക്കുറുമരുടെ ഗോത്രാചാര പ്രകാരം നടക്കുന്ന വിവാഹങ്ങളിലെല്ലാം വരന്റെ കയ്യിൽ ഈ വളയുണ്ടാവണമെന്നതാണ് ചട്ടം. തങ്ങളുടെ വേരുകളെക്കുറിച്ച് വരുന്ന തലമുറകൾക്ക് വ്യക്തമായ വിവരം ലഭിക്കുന്നതിന് മുള്ളുക്കുറുമരുടെ പൂർവ്വികർ നടപ്പിൽ വരുത്തിയതാകാം ഈ നിഷ്കർഷ.

മുള്ളുക്കുറുമരുടെ മണമാളൻ വള

രാജസ്ഥാനിലെ 'കട'

മണമാളൻ കാതള

മുള്ളുക്കുറുമരുടെ മണമാളൻ കാതള

രാജസ്ഥാനിലെ കമ്മൽ

മുള്ളുക്കുറുമർ സ്ത്രീകളണിയുന്ന കമ്മലിനോട് നിർമ്മിതിയിൽ സാമ്യമുണ്ടെങ്കിലും, മണമാളൻ കാതളയെ വ്യത്യസ്തമാക്കുന്നത് തലകുത്തനെയുള്ള ഒരു ചെറിയ പിര മിഡിന്റെ രൂപമാണ്. ആ പിരമിഡിനുള്ളിൽ നാല് വശങ്ങളി ലുമായ് നാല് ത്രികോണങ്ങളും കാണാം. രാജസ്ഥാനിലെ ഗോത്ര ആഭരണം തന്നെയാണ് മുള്ളുക്കുറുമരുടെ മണ മാളൻ കാതള.

കരുത്തുള്ള തെളിവുകൾ

വയനാട്ടിലെ ഗോത്ര ജനതയായ മുള്ളുക്കുറുമ രുടെ പൂർവ്വികർ രാജസ്ഥാനിൽ നിന്ന് യാത്ര ചെയ്ത് വയനാട്ടിലെത്തിയവരാണെന്ന് തിരിച്ചറിയാൻ, പാരമ്പര്യ ആഭരണങ്ങളിൽ നിന്ന് ലഭിക്കുന്ന ശക്തമായ തെളിവുകൾ തന്നെ ധാരാളമാണ്. ജനിതക സവിശേഷതകളിൽ മുള്ളു ക്കുറുമർക്ക് രാജസ്ഥാനിലെ ജനതയോട് അടുപ്പമുണ്ടെന്നുള്ള എന്റെ നിരീക്ഷണങ്ങളെ, നൂറ് ശതമാനവും ശരി വെക്കുന്ന താണ്, അവരുടെ വിവാഹ ആഭരണങ്ങളിലെ രാജസ്ഥാൻ ബന്ധം. ആയിരത്തോളം വർഷങ്ങൾക്ക് മുൻപ് നടന്ന ഒരു കുടിയേറ്റത്തെക്കുറിച്ച് ഇക്കാലത്ത് മനസ്സിലാക്കുന്നതോ തെളിവുകൾ ശേഖരിക്കുന്നതോ എളുപ്പമല്ല, പ്രത്യേകിച്ച് ഒരു സാധാരണക്കാരന്. പക്ഷേ ഈ പഠനത്തിൽ തൊട്ട റിയാൻ കഴിയുന്ന ആർക്കിയോളജിക്കൽ തെളിവു കൾ കണ്ടെത്തിയെന്നത് വളരെ ശ്രദ്ധാർഹമായ വസ്തുതയാണ്.

മുള്ളുക്കുറുമരുടെ രാജസ്ഥാൻ ബന്ധമെന്നത് അവ രുടെ ജനിതക സവിശേഷതകളിലോ പാരമ്പര്യ ആഭരണങ്ങ ളിലോ മാത്രം ഒതുങ്ങുന്നതല്ല. സൂക്ഷ്മമായ് നിരീക്ഷിച്ചാൽ, അവരുടെ ജീവിതത്തിൽ ഉടനീളം ഈ ബന്ധം നമുക്ക് കാണാനാകും.

കേണികളിൽ തെളിയുന്ന നേര്

കാരണമില്ലാതെ ഈ ഭൂമിയിൽ ഒന്നും സംഭവി ക്കുന്നില്ല! എല്ലാത്തിനും അതിന്റേതായ കാരണങ്ങളുണ്ട്. പാരമ്പര്യ ജല സ്രോതസ്സുകളായ കേണികളിൽ നിന്ന്

കുടങ്ങളിൽ കോരിയെടുത്ത വെള്ളം വീടുകളിലെത്തിക്കുന്ന മുള്ളുക്കുറുമരുടെ ദിനചര്യക്ക് പിന്നിലും കൃത്യമായ കാരണങ്ങളുണ്ട്.

വയനാട്ടിൽ നിരവധി ഗോത്രസമൂഹങ്ങളുണ്ടെങ്കിലും അവരുടെ ഇടയിലൊന്നുമില്ലാത്ത വിധം ജീവജലത്തെ പവിത്രമായ് കരുതി ആരാധിക്കുന്ന ജനവിഭാഗമാണ് മുള്ളു ക്കുറുമർ. നീരുറവകളും കാട്ടുചോലകളുമെല്ലാം ധാരാള മുള്ള പശ്ചിമഘട്ടത്തിന്റെ ഭാഗമായ വയനാട്, ജലത്തിന് ക്ഷാമ മുള്ള നാടല്ല. ജലത്തിന്റെ ധാരാളിത്തമുള്ള സ്ഥലങ്ങളിൽ ജീവിക്കുന്ന മനുഷ്യർ, പൊതുവേ ജലത്തിന്റെ പ്രാധാന്യം തിരിച്ചറിയാറില്ല. വായുമലിനീകരണം വലിയ തോതിലുള്ള ദില്ലിയിൽ ജീവിക്കുന്ന ആളുകൾ ശുദ്ധ വായുവിനു നൽകുന്ന പ്രാധാന്യം, ധാരാളം വനങ്ങളുള്ള വയനാട്ടിൽ ജീവിക്കുന്ന മനുഷ്യരുടെ ജീവിതത്തിൽ സ്വാഭാ വികമായും കാണാനാകില്ല. ജലത്തിന് ക്ഷാമമില്ലാത്ത ഒരു നാട്ടിൽ, മുള്ളുക്കുറുമർ മാത്രം, ജീവജലത്തെ പവിത്രമായ് കണ്ട് ആരാധിക്കുന്നുവെങ്കിൽ, ജല ദൗർലഭ്യത്തിന്റെ ഒരു ഭൂതകാലം അവർക്കുണ്ടായിരുന്നു എന്ന് നമുക്ക് മനസ്സിലാക്കാം.

ഇന്ത്യയിൽ ജലത്തിന് ഏറ്റവും ക്ഷാമമുള്ള പ്രദേശ മാണ് രാജസ്ഥാൻ. ഒരു കുടം വെള്ളത്തിനായ് സ്ത്രീകൾ മരുഭൂമിയിലൂടെ കിലോമീറ്ററുകൾ ദിവസവും യാത്ര ചെയ്യുന്ന സ്ഥലങ്ങൾ ഇക്കാലത്തും അവിടെയുണ്ട്. രാജസ്ഥാനിൽ നിന്ന് വയനാട്ടിലെത്തിയ മുള്ളുക്കുറുമരുടെ പൂർവ്വികർ തങ്ങളുടെ അടുത്ത തലമുറകളെയും ജീവജലത്തെ പവിത്ര മായ് കണ്ടാരാധിക്കാൻ പഠിപ്പിച്ചിരുന്നു. അക്കാരണത്താലാണ് അവർ, ഉച്ചാലിന്റെ ഭാഗമായ് കേണികൾ കഴുകി വൃത്തി യാക്കി പൂജകൾ നടത്തുന്നത്. ഇതേ കാരണത്താലാണ് ചെരിപ്പുകൾ അഴിച്ച് വെച്ച് മാത്രം അവർ കേണിയുടെ അടുത്തേക്ക് പോകുന്നത്. ആർത്തവ സമയത്തും പുല ആചരിക്കുമ്പോഴും കേണിയുടെ പരിസരത്തേക്ക് പ്രവേശിക്കാൻ വിലക്കുള്ളതും ഇക്കാരണത്താൽ തന്നെയാണ്.

രാജസ്ഥാനിലെ സ്ത്രീകളുടെ ഒരു ദിവസത്തെ ആദ്യത്തെ ജോലി, കുടവുമായ് വെള്ളത്തിന് പോകുക യെന്നതാണ്. ഒരു ഗ്രാമത്തിലെ സ്ത്രീകൾ കൂട്ടമായാണ്

അതിരാവിലെ വെള്ളമെടുക്കാൻ നടന്ന് പോകു
ന്നത്. സമാനമായ രീതിയാണ് വയനാട്ടിലെ മുള്ളുക്കു
റുമർക്കിടയിലും നിലനിന്നിരുന്നത്. പാക്കത്തും മുണ്ടന
ടപ്പുമെല്ലാം ഇക്കാലത്ത് പോലും മുള്ളുക്കുറുമ സ്ത്രീകൾ
വെളുപ്പിന് ഒരു കുടം വെള്ളം കോരിയെടുത്ത്
വീട്ടിലെത്തിക്കുന്നു. രാജസ്ഥാനിലെ ജീവിതരീതിയുടെ കൃത്യ
മായ ചിത്രം തന്നെയാണ്, കേണിയുമായ് ബന്ധപ്പെട്ട
മുള്ളുക്കുറുമരുടെ ദിനചര്യകൾ സമ്മാനിക്കുന്നത്.

ഇടയ ജീവിതം

വയനാട്ടിലെ മുള്ളുക്കുറുമരുടെ ജീവിതവും രാജ
സ്ഥാനിലെ മീണ ഗോത്ര ജനതയുടെ ജീവിതവും; നായാട്ട്,
മൃഗപരിപാലനം, കൃഷി എന്നീ ഘടകങ്ങളുമായ് ആഴത്തിൽ
ബന്ധപ്പെട്ട് കിടക്കുന്നു. പശുക്കളും ആടുകളുമെല്ലാം ചേർന്ന
ഇടയ ജീവിതമാണ് മുള്ളുക്കുറുമരുടെയിടയിൽ നേരത്തെ
യുണ്ടായിരുന്നത്. ഇക്കാലത്ത് പോലും നിരവധി കാലി
കളുമായ് നടന്ന് പോകുന്ന മുള്ളുക്കുറുമരെ വനത്തിനോട്

മീണ ഗോത്ര ജനത, 1888 ൽ   ചിത്രം : ഫ്രാൻസിസ് ഫ്രിത്

മുള്ളുക്കുറുമരുടെ പരമ്പരാഗത ആയുധങ്ങളായ അമ്പും വില്ലുമായ് ആയിരം കൊല്ലിയിലെ ഗോവിന്ദേട്ടൻ
ചിത്രം : കെ.ആർ. രമിത്

ചേർന്ന പ്രദേശങ്ങളിൽ കാണാം. രാജസ്ഥാനിലെ ഗോത്ര ജീവിതചര്യയുടെ തുടർച്ച തന്നെയാണ് മുള്ളുക്കുറുമരുടെ വയനാടൻ ജീവിതം.

മൺ വീടുകൾ

മണ്ണും മുളയും വൈക്കോലും ഉപയോഗിച്ചാണ് മുള്ളുക്കുറുമർ വീടുകൾ നിർമ്മിച്ചിരുന്നത്. 'മഞ്ഞളംകൈത' കുടിയിലെ 'പില്ല് പെരകൾ' കുട്ടിക്കാലത്ത് കണ്ടത് അവ്യക്ത മായ ഒരു മനോഹര ചിത്രമായ് എന്റെ മനസ്സിൽ ഇന്നുമുണ്ട്. അന്നതൊക്കെ ക്യാമറയിൽ പകർത്താനായില്ലല്ലോ എന്ന ചിന്ത, എന്റെയുള്ളിലെ ഫൊട്ടോഗ്രഫറെ എന്നും അല ട്ടുന്ന കാര്യമാണ്.

മുള്ളുക്കുറുമരുടെ ദൈവപ്പുരകളിൽ ചിലത് ഇപ്പോഴും ആ രൂപത്തിൽ തന്നെ നിലനിൽക്കുന്നുണ്ട്; വളരെ അപൂർവ്വമായ് ചില വീടുകളും. ഒറ്റമുറി മാത്രമാണ് അത്തരം വീടുകൾക്കുണ്ടാകുക, ഒരൊറ്റ വാതിലും. കിടപ്പ റയും അടുക്കളയുമെല്ലാം അതേ മുറിക്കകത്ത് തന്നെയാണ്.

രാജസ്ഥാൻ ഗ്രാമങ്ങളിൽ ഇക്കാലത്ത് പോലും അത്തരം വീടുകൾ കാണാനാകും. മണ്ണുകൊണ്ട് നിർമ്മിച്ച ചുവരുകൾക്ക് മുകളിൽ മരക്കമ്പുകളും പുല്ലും വിരിച്ചിട്ടുണ്ടാകും. ഒരു മുറിയും ഒറ്റവാതിലും മാത്രമുള്ള വീടുകളാണ് അവരുടേതും.

വസ്ത്രധാരണം

വെളുത്ത വസ്ത്രങ്ങളാണ് രാജസ്ഥാനിലെ പുരുഷ ന്മാർ പൊതുവേ ധരിക്കുക. മരുഭൂമിയിലെ പൊള്ളുന്ന ചൂടിന്റെ കാഠിന്യം കുറക്കാൻ വേണ്ടിയാണ് അവർ വെളുത്ത വസ്ത്രം ധരിക്കുന്നത്. വെയിലുള്ള സമയങ്ങളിൽ പുറത്തേക്ക് അധികം യാത്ര ചെയ്യാത്തതിനാലാകാം സ്ത്രീ കൾ നിറമുള്ള വസ്ത്രങ്ങൾ ധരിക്കുന്നത്.

മുള്ളുക്കുറുമരുടെ പാരമ്പര്യ വസ്ത്രങ്ങളും വെളുത്ത നിറത്തിലുള്ളതാണ്. വെളുത്ത മുണ്ടും മേക്കട്ടിയും ധരിച്ച മുത്തിമാർ ചില കുടികളുടെ വരാന്തയിൽ ഇന്നും കാണാം. പുരുഷന്മാരും നേരത്തെ വെളുത്ത മുണ്ട് തന്നെയാണ് ധരിച്ചിരുന്നത്. പാക്കത്തെ ഉച്ചാലിന് ഉറഞ്ഞ് തുള്ളുന്ന

വെളിച്ചപ്പാടും വെളുത്ത മുണ്ട് തന്നെയാണ് ധരിക്കുന്നത്. ഒരു നൂറ്റാണ്ട് മുൻപ് പകർത്തപ്പെട്ട രാജസ്ഥാനിലെ മീണകളുടെ ചിത്രത്തിലെ വസ്ത്രധാരണം വയനാട്ടിലെ മുള്ളുക്കുറുമരുടേത് പോലെയാണ്. ഇരുകൂട്ടരുടെയും ജീവിത ത്തിൽ വില്ലിനും അമ്പിനും വലിയ പ്രാധാന്യവുമുണ്ട്.

ഭരണ മേന്മപുണ്യം

രജപുത്രരുടെ അധിനിവേശം നടക്കുന്നത് വരെ രാജ സ്ഥാന്റെ പല പ്രദേശങ്ങളിലും ഭരണം നടത്തിയിരുന്ന ഗോത്ര ജനവിഭാഗമാണ് മീണകൾ. ജനസംഖ്യ കൊണ്ട് അവർ രാജസ്ഥാനിലെ ഏറ്റവും വലിയ ഗോത്രമായതിനാൽ, ജന ങ്ങൾക്ക് വേണ്ടി ജനങ്ങൾ തന്നെ നടത്തിയ ഭരണമായ് കൂടിയതിനെ മനസ്സിലാക്കാം.

കോട്ടയം കുറുംബ്രനാട് സൈന്യങ്ങളുടെ അധിനി വേശകാലം വരെ വയനാടിന്റെ ഭരണം നടത്തിയിരുന്നത് മുള്ളുക്കുറുമരായിരുന്നു എന്ന് വേണം മനസ്സിലാക്കാൻ. ഭരണ നിർവ്വഹണത്തിലെ രാജസ്ഥാൻ പാരമ്പര്യമാണ്, വയനാ ട്ടിലും സമാനമായ രീതിയിൽ ഒരു ഗോത്ര ഭരണ വ്യവസ്ഥ രൂപപ്പെടുത്താൻ അവരെ സഹായിച്ചത്. രാജാവിന്റെ പദവി യുള്ള പോരുന്നോൻ, അദ്ദേഹത്തിന്റെ അഭാവത്തിൽ ചുമതല ഏറ്റെടുക്കുന്ന പോരാത്തോൻ, മന്ത്രിയുടെ പദവി യുള്ള കുഞ്ഞൂട്ടിത്തിരി, ഒന്നിലധികം കുടികൾ ഉൾപ്പെടുന്ന കുന്നിന്റെ ചുമതലയുള്ള കുന്ന് മൂപ്പൻ, നിരവധി വീടുകൾ ചേരുന്ന കുടിയുടെ ചുമതലയുള്ള കുടി മൂപ്പൻ തുടങ്ങിയവരടങ്ങുന്ന ഭരണവ്യവസ്ഥയായിരുന്നു മുള്ളുക്കുറു മർക്ക് വയനാട്ടിലുണ്ടായിരുന്നത്. തലച്ചിൽ സ്ഥാനക്കാര നാണ് ന്യായാധിപന്റെ ഉത്തരവാദിത്തം നിറവേറ്റി യിരുന്നത്. തങ്ങളുടെ രാജ്യാതിർത്തികളിൽ നിരവധി കോട്ടകളും അവർ നിർമ്മിച്ചിരുന്നു.

കോട്ട കെട്ടിയ ഭരണം

രാജസ്ഥാൻ, കോട്ടകളുടെ കൂടി നാടാണ്, മീണ ഗോത്ര ഭരണ കാലത്തെ ചില കോട്ടകൾ ഇന്നുമവശേഷിക്കുന്നുണ്ട്.

രാജസ്ഥാനിലെ കോട്ടകളുടെ മാതൃകയില്‍ വയനാട്ടിലെ മുള്ളുക്കുറുമര്‍ കോട്ടകള്‍ കെട്ടിയിരുന്നു. അവരുടെ ആധിപത്യത്തിലുണ്ടായിരുന്ന പ്രദേശങ്ങളുടെ അതിര്‍ത്തികളെ കാത്ത പഴയ കോട്ടകളുടെ അവശിഷ്ടങ്ങള്‍ ഇന്നും മണ്ണില്‍ പുതഞ്ഞ് കിടക്കുന്നുണ്ട്.

പൂതാടിയില്‍ മുള്ളുക്കുറുമരുടെ ഒരു വലിയ കോട്ട നില നിന്നിരുന്നു; പൂതാടി ക്ഷേത്രത്തോട് ചേര്‍ന്നുള്ള പ്രദേശത്തായിരിക്കാമത്. പൊന്‍കുഴിക്കടുത്ത് നിലനിന്നിരുന്ന കോട്ടയുടെ അവശിഷ്ടങ്ങള്‍ ഇക്കാലത്തും കാണാം. ഇന്നത് തേക്കിന്‍ കാടാണെങ്കിലും, ചുറ്റിലുമുള്ള വലിയ കിടങ്ങുകളും അകത്ത് ക്ഷേത്രം പോലെ തോന്നിക്കുന്ന ഉയര്‍ന്ന ഭാഗവും അവിടെയുണ്ട്. മാത്രമല്ല ആ പ്രദേശത്താകെ ചുട്ടെടുത്ത കളിമണ്‍ കഷ്ണങ്ങള്‍ പൊട്ടിത്തകര്‍ന്ന് കിടക്കുന്നതും കാണാം.

പാക്കം കോട്ട, വേലിയമ്പം കോട്ട, വേടക്കോട്ട, മംഗലം കോട്ട തുടങ്ങിയ കോട്ടകളെല്ലാം, ഒരു കാലത്ത് വയനാട്ടില്‍ പ്രബലരായിരുന്ന മുള്ളുക്കുറുമ ഭരണകൂടത്തിന്റെ നിര്‍മ്മിതികളാണെന്ന് സ്വാഭാവികമായും കരുതാം.

കോല്‍ക്കളി

വിവാഹത്തോടനുബന്ധിച്ച് മുള്ളുക്കുറുമരുടെ തറ വാടുകളില്‍ അവതരിപ്പിക്കപ്പെടുന്ന കലാരൂപമാണ് കോല്‍ക്കളി. ഇരുകൈകളിലും കോലുകളേന്തി ചടുലമായ് അവതരിപ്പിക്കുന്ന കോല്‍ക്കളിക്ക്, സൈനീകമായ ഒരു മുഖം കൂടിയുണ്ട്.

രാജസ്ഥാനിലെ ജന്മാഷ്ടമി, ഹോളി, തുടങ്ങിയ ആഘോഷ വേളകളില്‍ ഒഴിച്ച് കൂടാനാകാത്ത കലാരൂപമാണ് കോല്‍ക്കളി. രാജസ്ഥാനില്‍ ദാണ്ഡിയാ ഗയ്ര്‍ എന്നറിയപ്പെടുന്ന കോല്‍ക്കളിയുടെ ഓര്‍മ്മ നിലനിര്‍ത്തുന്നതിനായ്, വയനാട്ടിലെ മുള്ളുക്കുറുമരുടെ പൂര്‍വ്വികര്‍ രൂപപ്പെടുത്തിയ കലാരൂപമാകണം വയനാട്ടിലെ കോല്‍ക്കളി.

സ്വാതന്ത്ര്യത്തിനായുള്ള പോരാട്ടം

തങ്ങളുടെ സ്വാതന്ത്ര്യം ആരുടെ മുന്നിലും അടിയറ വെയ്ക്കുന്നവരല്ല പൊതുവേ മുള്ളുക്കുറുമര്‍. തികഞ്ഞ

അഭിമാന ബോധത്തോടെ ജീവിക്കുന്ന ഈ സമൂഹം, തങ്ങ ളുടെ അമ്പും വില്ലുമുപയോഗിച്ച് നിർഭയം ശത്രുക്കൾക്ക് നേരെ പൊരുതുന്നവരുമാണ്. 1812 ൽ വയനാട്ടിലെ മുള്ളുക്കുറുമർ ബ്രിട്ടീഷുകാർക്കെതിരെ സധൈര്യം പോരാടിയപ്പോൾ; 1840 ൽ രാജസ്ഥാനിലെ മീണ ഗോത്ര ജനതയും വെള്ളക്കാർക്കെ തിരെ ശക്തമായ പോരാട്ടം നടത്തി.

പരിഷ്ക്യത സമൂഹം

പശ്ചിമഘട്ട മലനിരകൾ കോട്ട കെട്ടിയ വനത്തിനക ത്താണ് താമസിച്ചിരുന്നതെങ്കിലും, വളരെ പരിഷ്കൃതമായ ഒരു സമൂഹത്തിന്റെ എല്ലാ ലക്ഷണങ്ങളും മുള്ളുക്കുറുമ രുടെ ജീവിതത്തിൽ നമുക്ക് കാണാം. കാടിന് പുറത്തുള്ള പരിഷ്കൃത സമൂഹത്തിൽ ഒരുകാലത്ത് വേരുകളുണ്ടായി രുന്നു മുള്ളുക്കുറുമർക്കെന്ന് അരുടെ ജീവിതവും സംസ്കാ രവും അടുത്തറിഞ്ഞവർക്ക് കൃത്യമായ് മനസ്സിലാകുന്ന കാര്യമാണ്.

എഴുത്തും വായനയും

അക്ഷരങ്ങൾ ഒരു ന്യൂനപക്ഷം മാത്രം കുത്തകയാക്കി വെച്ചിരുന്ന കാലത്ത് പോലും എഴുത്തും വായനയും സ്വായ ത്തമാക്കിയിരുന്ന ജനതയാണ് മുള്ളുക്കുറുമർ. താളി യോലകളിലെഴുതിയ രാമായണം ഇക്കാലത്ത് പോലും ചില തറവാടുകളിൽ അവശേഷിക്കുന്നു. വയനാട്ടിലെ മറ്റ ഗോത്ര വിഭാഗങ്ങളിൽ നിന്ന് വ്യത്യസ്തമായ്, എഴുത്തോലയിൽ എഴുതിയ ഗ്രന്ഥങ്ങളുള്ള സമൂഹമാണവർ. വയനാടൻ കാടുകൾക്ക് പുറത്തുള്ള, സാംസ്കാരികമായും ഭാഷാപര മായും വികാസം പ്രാപിച്ച ഒരു സമൂഹത്തിൽ നിന്ന് വന്നവരാണ് അവരെന്ന് തെളിയിക്കുന്നതാണ് ഈ വസ്തുതകളെല്ലാം.

ഭാഷയുടെ പരിണാമം

രാജസ്ഥാനിൽ നിന്നുള്ള പൂർവ്വികർ ആഭരണങ്ങ ളോടൊപ്പം അവരുടെ ഭാഷയും വയനാട്ടിലേക്ക് കൊണ്ടു വന്നിരുന്നു. എടക്കൽ ഗുഹക്കകത്തുള്ള എഴുത്തുകളി ലൊന്ന് പാലി ഭാഷയിലുള്ളതാണ്. വയനാട്ടിലെത്തിയത്തിന്

ശേഷവും ദീർഘകാലം അവർ തങ്ങളുടെ മാതൃ ഭാഷയായിരുന്ന മാർവാഡിയിലാകണം സംസാരിച്ചിരുന്നത്. അക്കാലത്ത് വയനാട്ടിലെ ഭാഷകൾ കന്നഡയും തമിഴു മായിരുന്നു. ഇവിടെ ജീവിക്കാൻ തുടങ്ങിയതോടെ അവരുടെ ഭാഷയിൽ സ്വാഭാവികമായും കന്നഡയും തമിഴും കലരാൻ തുടങ്ങി. മലയാളം സംസാരിക്കു ന്നവർ പിന്നീട് വയനാട്ടിലേക്ക് എത്തിയതോടെ അവ രുടെ ഭാഷയിൽ മലയാളം വാക്കുകളും കടന്ന് വന്നു.

ഇത്തരത്തിൽ കന്നഡ, തമിഴ്, മലയാളം വാക്കുകൾ അവരുടെ ഭാഷയിൽ കടന്ന് കൂടിയതോടെ, രാജസ്ഥാനി ഭാഷയിലെ വാക്കുകൾ ക്രമേണ അവരുടെ ഭാഷയിൽ നിന്ന് മാഞ്ഞ് പോയി. ഇവർക്കെതിരെ നടന്ന സൈനീക ആക്രമണം ആ മാറ്റത്തിന്റെ ആക്കം കൂട്ടിയ ഘടകങ്ങളിൽ പ്രധാനപ്പെട്ടതാണ്; തനത് ഭാഷാ ലിപികൾ നഷ്ടപ്പെട്ട കാലം കൂടിയാകാമത്. ലിപിയില്ലാത്ത ഭാഷകൾ നിരന്തരമായ മാറ്റങ്ങൾക്ക് വിധേയമായ് കൊണ്ടിരിക്കും. അത്തരം പരിണാമ പ്രക്രിയ ഗോത്ര ഭാഷകളിൽ ഓരോ നിമിഷവും നടക്കുന്നുണ്ട്. പെട്ടെന്ന് തിരിച്ചറിയാൻ കഴിയാത്ത ആ മാറ്റങ്ങൾ മനസ്സിലാക്ക ണമെങ്കിൽ വിദൂരമായ രണ്ട് കാലഘട്ടങ്ങളിലെ ഭാഷകളെ താരതമ്യം ചെയ്ത് നോക്കണം.

ലിപിയുള്ള ഭാഷയ്ക്ക് എളുപ്പത്തിൽ മാറാനാകില്ല. അക്ഷരങ്ങളുടെ ചട്ടക്കൂടിനുള്ളിൽ നിന്ന് അതിന് പുറത്ത് കടക്കാനെളുപ്പമല്ല. ലിപിയില്ലാത്തതിനാൽ വയനാട്ടിലെ ഗോത്ര ഭാഷകൾ ഒരു നൂറ് വർഷത്തിന് ശേഷം കേട്ടാൽ അതിന്നത്തേതിൽ നിന്ന് വളരെ വ്യത്യസ്തമായിരിക്കും.

ഭാഷയ്ക്ക് മാത്രമല്ല ഈ പരിണാമം സംഭവിക്കുന്നത്; പ്രകൃതിക്കും, മനുഷ്യർക്കും, അവരുടെ ബുദ്ധിശക്തിക്കും, സംസ്കാരത്തിനും, വിശ്വാസങ്ങൾക്കുമെല്ലാം കാലത്തിന്റെ ഒഴുക്കിനനുസരിച്ച് മാറ്റങ്ങൾ സംഭവിച്ചിട്ടുണ്ട്, സംഭവിക്കു ന്നുണ്ട്, അത് തുടർന്നും സംഭവിച്ച് കൊണ്ടേയിരിക്കും. വയനാട്ടിലെ ഗോത്ര സമൂഹങ്ങളുടെ ഭാഷയും സംസ്കാ രവും ആയിരക്കണക്കിന് വർഷങ്ങളായ് ഇതേ രൂപത്തിലാ ണെന്ന മിഥ്യാധാരണ നൽകുന്നതാണ് മിക്ക പഠനങ്ങളും; തികച്ചും തെറ്റായ ഒരു വിശ്വാസമാണത്.

വയനാടൻ രാമായണം

വയനാട്ടിലെ ഒട്ടേറെ സ്ഥലനാമങ്ങൾ രാമായണവു മായ് ബന്ധപ്പെട്ട് നിൽക്കുന്നു. ഈ സ്ഥലങ്ങളിലെല്ലാം മുള്ളു ക്കുറുമരുടെ സാന്നിധ്യം വളരെ പ്രകടമാണ്. അതേ സമയം മുള്ളുക്കുറുമരില്ലാത്ത ഇടങ്ങളിൽ രാമായണവുമായ് ബന്ധ പ്പെട്ട സ്ഥലനാമങ്ങൾ അധികമില്ല എന്നതും ശ്രദ്ധേയമാണ്. മുള്ളുക്കുറുമരുടെ ഏറ്റവും പ്രധാന ആവാസ കേന്ദ്രമായ പൊൻകുഴിയിലാണ് ശ്രീരാമ ക്ഷേത്രം സ്ഥിതി ചെയ്യുന്നത്. വനത്തിൽ ഉപേക്ഷിക്കപ്പെട്ട സീതയുടെ കണ്ണീർ വീണ് നിറഞ്ഞ തടാകമെന്ന് കഥകളുള്ള കണ്ണീർത്തടാകവും അവിടെത്തന്നെയാണുള്ളത്. കൂടല്ലൂരിലെ സീതാദേവി ക്ഷേത്രം മുള്ളുക്കുറുരുടെ തറവാടിനോട് ചേർന്നുള്ള ആരാധനാ കേന്ദ്രമാണ്.

വട്ടക്കളിയുടേയും കോൽക്കളിയുടേയും പശ്ചാത്തല സംഗീതമായ് മിക്കപ്പോഴുമുപയോഗിക്കുന്നത് രാമായണ ത്തിലെ വരികളാണ്. എല്ലാ അർത്ഥത്തിലും രാമായണ വുമായ് വളരെ ആഴത്തിൽ ബന്ധമുള്ളവരാണ് മുള്ളുക്കുറു മർ. രാജസ്ഥാനിൽ നിന്ന് ഏറെ ദൂരമില്ല അയോധ്യയിലേക്ക്.

പൊൻകുഴിയിലെ കണ്ണീർത്തടാകം   ചിത്രം : കെ.ആർ. രമിത്

രാമായണത്തിന്റെ നാട്ടിൽ നിന്ന് വന്നതിനാലാകാം, വയ നാട്ടിലെ ഭൂപ്രദേശങ്ങളെ അവർ രാമയണവുമായ് ബന്ധി പ്പിക്കുകയും ആരാധിക്കുകയും ചെയ്തത്.

അവരുടെ പ്രധാന ആരാധനാ മൂർത്തികളായ പൂതാടി ദൈവങ്ങളെന്നത്, സീതയും ലവനും കുശനു മാണെന്നാണ് കരുതപ്പെടുന്നത്. അവരുടെ പൂതാടിക്കോട്ട യിൽ നിലനിന്നിരുന്ന ക്ഷേത്രത്തിലെ ആരാധനാ മൂർത്തി കൾ അമ്മയും അവരുടെ രണ്ട് മക്കളുമായിരുന്നിരിക്കണം.

ആരവല്ലി തമ്പായ്

രാജസ്ഥാനിലെ മീണകൾ അവരുടെ ആവാസ മേഖ ലയായ ആരവല്ലി മലനിരകളെ ദൈവമായ് കണ്ട് ആരാധിക്കുന്നവരാണ്. രാജസ്ഥാനിൽ നിന്ന് വയനാട്ടിലെ ത്തിയ മുള്ളുക്കുറുമരുടെ പൂർവ്വികർ ഇവിടെയെത്തിയതിന് ശേഷവും ആരവല്ലി മലനിരകളെ ആരാധിച്ചിരുന്നു. ഇക്കാ ലത്തും മുള്ളുക്കുറുമർ ആരാധിക്കുന്ന ഒരു ദൈവത്തിന്റെ പേർ ആരവല്ലി തമ്പായ് എന്നാണ്. നൂറ്റാണ്ടുകൾ ക്കൊണ്ട് ഉച്ചാരണത്തിൽ ചെറിയ മാറ്റങ്ങൾ ആരവല്ലി എന്ന പേരിന് സംഭവിച്ചിട്ടുണ്ടാകാം. പക്ഷേ വയനാട്ടിലെ മുള്ളുക്കു റുമർ രാജസ്ഥാനിലെ ഗോത്ര സമൂഹങ്ങളുടെ പ്രധാന ആവാസ മേഖലയായ ആരവല്ലി മലനിരകളെ ആരാധിക്കുന്നു എന്നത് അവരുടെ രാജസ്ഥാൻ വേരുകളെ കൃത്യമായ് അടയാളപ്പെടുത്തുന്നു...

റിദ്ധ ഗ്രാമത്തിലെ മനുഷ്യർ

ചിത്രം : കെ.ആർ. രമിത്

ജോധ്പൂരിലെ മെഹ്റാൻഘട്ട് കോട്ട
ചിത്രം : കെ.ആര്‍. രമിത്

രാജധാനിയിൽ കണ്ടെറിഞ്ഞ വേരുകൾ

ജയ്പ്പൂരിലെത്തിയ ദിവസം തന്നെ അവിടുത്തെ ആഭ
രണ ശാലകളിൽ ചെന്ന് ഗോത്ര ആഭരണങ്ങളെ കുറിച്ച്
വിവരങ്ങൾ ശേഖരിക്കാൻ ഞാൻ ശ്രമിച്ചിരുന്നു. അവരുടെ
കടകൾ അടച്ച് തുടങ്ങുന്ന സമയത്താണ് ഞാൻ ആ
ഭാഗത്തേക്ക് എത്തിയത്. തോളിൽ തോക്കുകളുമായ് നിൽ
ക്കുന്നവരുടെ സുരക്ഷിതത്വത്തിനുള്ളിൽ നിന്നാണ് അവർ
കടകളുടെ വാതിലുകൾ പൂട്ടുന്നത്. തൊട്ടടുത്ത ദിവസം
ചെന്നാൽ തന്നെ; ആഭരണങ്ങളുടെ ചിത്രങ്ങളൊന്നും
പകർത്താനുള്ള അനുമതി കിട്ടില്ല എന്നും അവരറിയിച്ചു.
ഹോളിയുടെ സമയമായതിനാൽ കച്ചവടക്കാർക്ക് വലിയ
തിരക്കാണ്, കേരളത്തിൽ നിന്ന് വണ്ടി കയറിയെ
ത്തിയ ഒരു അന്വേഷകന്റെ ചോദ്യങ്ങളോട് പ്രതികരി
ക്കാനുള്ള സമയമോ സൗകര്യമോ അവർക്കില്ല എന്ന് ഞാൻ
മനസ്സിലാക്കി.

അങ്ങനെ നിരാശനായ് നഗര നിരത്തിലൂടെ തിരിച്ച്
നടക്കുമ്പോഴാണ് വളരെ അവിചാരിതമായ്, സുഹൃത്ത്
സതീഷിന്റെ ഫോൺ വന്നത്. ദുബായിൽ അച്ചടിയന്ത്ര
ങ്ങളുടെ വിദഗ്ദ്ധനായ് ജോലി ചെയ്യുന്ന അവനും ഞാനും
ഷൊർണ്ണൂരിൽ ഒരുമിച്ചാണ് അച്ചടി പഠിച്ചത്. ഞാൻ ദുബാ
യിലെ എമിറേറ്റ്സ് പ്രസ്സിൽ ജോലി ചെയ്യുന്ന കാല
ത്താണ് അവൻ ഡൽഹിയിലെ ജീവിതത്തിന് ശേഷം
അവിടേക്ക് വരുന്നത്. പിന്നീട് ഒന്ന് രണ്ട് വർഷക്കാലം
ഞങ്ങൾ ഒരു മുറിയിൽ താമസിച്ചിരുന്നു. ജീവിത
ത്തിൽ എന്നെ ഒരുപാട് സഹായിച്ച ഒരു നല്ല സുഹൃത്ത്

കൂടിയാണവൻ. അവൻ വിളിച്ചപ്പോൾ ഞാൻ എന്റെ യാത്ര യെക്കുറിച്ചും നിരാശയോടുള്ള നടത്തത്തെ കുറിച്ചുമൊക്കെ വർത്തമാനത്തിനിടയിൽ പറഞ്ഞു. ഫോൺ വെച്ചതിന് ശേഷം ജയ്പൂരിലുള്ള സുഹൃത്തുക്കളുമായ് സതീഷ് ബന്ധപ്പെടു കയും അടുത്ത ദിവസം ഒരു ആഭരണ വിദഗ്ദ്ധനെ തന്നെ എന്റെ അടുത്ത് എത്തിയ്ക്കുകയും ചെയ്തു.

ഗോത്രാഭരണങ്ങൾ

നരേഷ് കന്ദേൽവാൽ എന്ന് പേരുള്ള, വെള്ളി ആഭ രണ ശാലയിൽ വർഷങ്ങളായ് ജോലി ചെയ്യുന്ന ചെറുപ്പക്കാ രൻ അടുത്ത ദിവസം ഉച്ചയോടെ സിറ്റി പാലസിനടുത്ത് വന്നു. ഞാൻ അദ്ദേഹത്തെ മുള്ളുക്കുറുമരുടെ ആഭരണ ങ്ങളുടെ ചിത്രങ്ങൾ കാണിച്ചു. രാജസ്ഥാനിലെ ഗ്രാമ പ്രദേശങ്ങളിൽ ജീവിക്കുന്ന സ്ത്രീകളണിയുന്നവയാണ് ചിത്രങ്ങളിൽ കാണുന്ന ആഭരണങ്ങൾ എന്നദ്ദേഹം പറഞ്ഞു. കൈ കൊണ്ട് നിർമ്മിച്ച വളരെ പഴക്കമുള്ള ആഭരണങ്ങ ളാണ് അവയെന്നും അദ്ദേഹം അഭിപ്രായപ്പെട്ടു. എത്ര വർഷത്തെ പഴക്കമുണ്ടാകും എന്ന ചോദ്യത്തിന് മറുപടി യായ് പറഞ്ഞത് അഞ്ഞൂറോ അറുനൂറോ വർഷങ്ങ ളുടെ പഴക്കമുള്ള ശൈലിയാണ് ഈ ആഭരണങ്ങ ളിൽ കാണുന്നതെന്നാണ്. മണമാളൻ കാതളയുടെ ചിത്രം കാണിച്ചപ്പോൾ, അത് ബാർമേർ, ജയ്സാൽമേർ തുട ങ്ങിയ മരുഗ്രാമങ്ങളിൽ ജീവിക്കുന്ന പുരുഷന്മാർ കാതിൽ ധരിക്കുന്ന ആഭരണമാണെന്നും പറഞ്ഞു. അദ്ദേഹത്തിന്റെ അഭിപ്രായങ്ങൾ എന്റെ കണ്ടെത്തലുകളെ നൂറ് ശതമാ നവും ശരി വെക്കുന്നതായിരുന്നു.

ജൈസാൽമേറിനടുത്തുള്ള റിദ്ധ എന്ന ഗ്രാമത്തിൽ ജീവിക്കുന്ന മുതിർന്ന സ്ത്രീകളെ മുള്ളുക്കുറുമരുടെ ആഭര ണങ്ങളുടെ ചിത്രങ്ങൾ കാണിച്ചപ്പോഴും അവർക്ക് ഒരു അപരിചിതത്വവും ഉണ്ടായിരുന്നില്ല. പഴയ കാലത്ത് അവരും അവരുടെ പൂർവ്വികരുമൊക്കെ ഉപയോഗിച്ചിരുന്ന ആഭരണ ങ്ങൾ തന്നെയാണ് അതൊക്കെ എന്നായിരുന്നു അവ രുടെ പ്രതികരണം. മാത്രമല്ല സംസാരത്തിനിടയിൽ അവർ വീട്ടിൽ നിന്ന് ഇതേ ശൈലിയിലുള്ള വെള്ളി

ഗോത്രാഭരണങ്ങൾ ധരിച്ച
ജെസൽമേർ വനിത
ചിത്രം : കെ.ആർ. രമിത്

റിദ്ധ ഗ്രാമത്തിൽ കണ്ട
ഗോത്രാഭരണങ്ങൾ

ആഭരണങ്ങൾ എനിക്ക് കാണാനായ് എടുത്ത് കൊണ്ട് വരി കയും ചെയ്തു. ഒരു പകുതിയിൽ വിജാഗിരിയും മറുപാതി യിൽ പൂട്ടുമുള്ള വെള്ളി ആഭരണങ്ങളായിരുന്നു അതെല്ലാം. പക്ഷേ ഇന്ന് രാജസ്ഥാനിൽ ലഭ്യമായ ആഭരണങ്ങ ളെല്ലാം തന്നെ മുള്ളുക്കുറുമരുടെ പാരമ്പര്യ ആഭരണ ങ്ങളേക്കാൾ താരതമ്യേന പഴക്കം കുറഞ്ഞവയാണ്.

ജൈസാൽമേർ കോട്ടയ്ക്ക് പരിസരത്തുള്ള പുരാതന ഗോത്രാഭരണങ്ങൾ വിൽപ്പനക്ക് വെച്ച കടയിൽ അന്വേഷിച്ച പ്പോഴും, ഞാൻ കാണിച്ച ചിത്രങ്ങളെല്ലാം തന്നെ രാജസ്ഥാനിലെ ഗോത്ര ആഭരണങ്ങൾ തന്നെയാണെന്ന ഉറപ്പാണ് കിട്ടിയത്.

കേണി കാത്ത മണ്ണ്

താർ മരുഭൂമിയുടെ ഭാഗമായ ജൈസാൽമേറിലേക്ക് ഞാൻ യാത്ര ചെയ്യാനുള്ള പ്രധാന കാരണങ്ങളിലൊന്ന്, പാരമ്പര്യ ജലസ്രോതസ്സുകളിൽ നിന്ന് സ്ത്രീകൾ വെള്ള മെടുക്കുന്ന സമ്പ്രദായം അവിടങ്ങളിൽ ഇക്കാലത്തും നില നിൽക്കുന്നുണ്ട് എന്നതിനാലാണ്. റിദ്ദ എന്ന ഗ്രാമത്തിൽ അത്തരമൊരു കാഴ്ച പ്രതീക്ഷിച്ചാണ് ഞാൻ പോയത്. പക്ഷേ പുതിയ കുടിവെള്ള പദ്ധതികൾ സർക്കാർ നടപ്പിൽ വരുത്തി യതിനാൽ, അവിടുത്തെ ജനങ്ങളെല്ലാം പൈപ്പ് വെള്ള ത്തെയാണ് ഇക്കാലത്ത് ആശ്രയിക്കുന്നത്. എങ്കിലും ആ ഗ്രാമത്തിലെ ജനങ്ങൾ ആശ്രയിച്ചിരുന്ന പുരാതനമായ കിണർ അവരെനിക്ക് കാണിച്ച് തന്നു.

വളരെ വിജനമായ ഒരു ഇടത്തായിരുന്നു 'കൂവെ' എന്ന് വിളിക്കുന്ന കിണറുണ്ടായിരുന്നത്. മരുഭൂമിയിൽ കാണുന്ന പ്രത്യേക ചെടികളും മരങ്ങളുമായിരുന്നു ആ കിണറിന് ചുറ്റിലുമുണ്ടായിരുന്നത്. കിണറിന് വലിയ ആഴമുള്ളതിനാൽ കൽപാലികൾ കൊണ്ട് മുകൾ ഭാഗത്ത് സുരക്ഷയൊരുക്കി യിട്ടുണ്ട്. മരക്കപ്പി ഘടിപ്പിച്ച കയറും തുകൽ തൊട്ടിയു മുപയോഗിച്ച് വെള്ളം കൊരിയെടുക്കാനുള്ള ഭാഗം മാത്ര മാണ് തുറന്നിരിക്കുന്നത്. ആ ഭാഗത്തിലൂടെ താഴേക്ക് നോക്കിയാൽ കൂരിരുട്ടല്ലാതെ മറ്റൊന്നും കാണാൻ കഴിയില്ല. അത്ര ആഴമുള്ള കിണറാണത്. ഇപ്പോഴും ആ കിണറിൽ വെള്ളമുണ്ടോ എന്ന് അന്വേഷിച്ചപ്പോൾ അവർ ഒരു കല്ല്

എടുത്ത് കൊണ്ട് വന്ന് കിണറ്റിലേക്ക് ഇടുകയാണ് ചെയ്തത്. കുറച്ച് നേരം കഴിഞ്ഞ് 'ഗ്ലും' എന്ന ശബ്ദം കേട്ടപ്പോൾ എന്റെ ചോദ്യത്തിനുള്ള ഉത്തരവും കിണ റിന്റെ ആഴത്തെക്കുറിച്ചുള്ള ഏകദേശ ധാരണയും കിട്ടി.

ഗ്രാമത്തിൽ നിന്ന് കുറേ ദൂരം നടന്ന് ചെന്ന്, ഇത്രയും ആഴത്തിൽ നിന്ന് വെള്ളം കോരിയെടുത്ത് വീടുകളിൽ വെള്ളമെത്തിച്ചിരുന്ന ഒരു കാലം അവിടുത്തെ ജനങ്ങൾക്കു ണ്ടായിരുന്നു. വല്ലപ്പോഴും പെയ്യുന്ന മഴവെള്ളമാ ണ് ഈ കിണറുകളിൽ ശേഖരിക്കപ്പെടുന്നത്. കിണ റിന്റെ പരിസരത്തായ കല്ലുകൾക്കൊണ്ടുള്ള പല നിർ മ്മിതികളും കാണാമായിരുന്നു. ഞാൻ അവരോട് അതിനെ പ്പറ്റി ചോദിച്ചറിഞ്ഞു. പുരാതനമായ ക്ഷേത്രങ്ങളുടെ ശേഷിപ്പുകളാണ് അവിടെയുള്ളതെന്ന് അവരുടെ മറുപടി യിൽ നിന്ന് മനസ്സിലായി. ഒറ്റക്കല്ലിൽ കൊത്തിവെച്ച സ്തൂപ ങ്ങളും അവിടെ കാണാമായിരുന്നു. ആ ക്ഷേത്രങ്ങളുടെ തൂണുകളും നിർമ്മാണ ശൈലിയും കണ്ടപ്പോൾ പുഞ്ച വയലിലെ കല്ലമ്പലങ്ങളുടെ പകർപ്പ് പോലെയാണ് തോന്നി യത്. മരുഭൂമിയിൽ ജീവജലം സമ്മാനിക്കുന്ന കിണറു കളെ, ദൈവങ്ങൾ കുടിയിരിക്കുന്ന ക്ഷേത്രങ്ങളായ്

റിദ്ധയിലെ കിണറിന് സമീപമുള്ള സ്തൂപം   ചിത്രം : കെ.ആർ. രമിത്

തന്നെയാണ് രാജസ്ഥാനിലെ ഗോത്രങ്ങൾ കണക്കാക്കി യിരുന്നത്. ആ പാരമ്പര്യവും സംസ്കാരവും രക്തത്തിൽ അലിഞ്ഞ് ചേർന്നതിനാലാണ്, പാക്കത്തുള്ള കേണിയെ മുള്ളുക്കുറുമർ ഇന്നും പവിത്രമായ് കണ്ടാരാധിക്കുന്നത്. കേണിയുടെ പരിസരത്ത് ചെരിപ്പ് ഉപയോഗിക്കാത്തതും, അശുദ്ധിയുള്ളപ്പോൾ അവിടേക്ക് പോകാത്തതുമെല്ലാം ആ ഭാഗത്തെ ക്ഷേത്രമായ് തന്നെ കരുതുന്നതിനാലാണ്. മുണ്ടനടപ്പ് കേണിയുടെ പരിസരത്ത് രാജസ്ഥാനിലേത് പോലെ ആരാധനാ മൂർത്തികളും സ്ഥിതി ചെയ്യുന്നുണ്ട്. മുള്ളുക്കുറുമരുടെ പരമ്പരാഗതമായ ആചാരനുഷ്ഠാനങ്ങൾ ക്കുള്ള വേദി കൂടിയാണ് മുണ്ടനടപ്പ് കേണിയുടെ പരിസരം.

ഒട്ടകങ്ങളെ ഉപയോഗിച്ച് ആഴമുള്ള കിണറിൽ നിന്ന് വെള്ളം കോരിയെടുക്കുന്ന രീതിയും അവർക്കിടയിലു ണ്ടായിരുന്നു. അങ്ങനെ കോരിയെടുക്കുന്ന വെള്ളം ഒഴിച്ച് വെക്കുന്നതിനായ് കല്ലുകൾ കൊണ്ടുണ്ടാക്കുന്ന ചെറിയ സംഭരണികളെ അവർ വിളിക്കുന്ന പേരാണ് 'കേലി' എന്നത്. 'കേണി' എന്ന വയനാട്ടിലെ മുള്ളുക്കുറുമരുടെ പാരമ്പര്യ ജല സ്രോതസ്സുകൾക്ക് ആ പേര് കൈവന്നത് 'കേലി' എന്ന വാക്കിൽ നിന്നാകാം. 'പാണി' എന്നാണ് രാജ സ്ഥാനിൽ വെള്ളത്തിനുള്ള പേര്. കിണർ എന്നർത്ഥമുള്ള 'കൂവെ' എന്ന വാക്കിനോട് 'പാണി' എന്ന പദം ചേർന്ന് രൂപപ്പെട്ടതുമാകാം 'കേണി' എന്നുള്ള പേര്.

എന്റെ അയൽക്കാരനും സഹപാഠിയുമായ ധനുഷ്, രാജസ്ഥാനിലാണ് ഏറെക്കാലമായ് ജോലി ചെയ്യുന്നത്. അവനാണ് എന്റെ യാത്രക്കാവശ്യമായ പല സഹായ ങ്ങളും ചെയ്ത് തന്നത്. റിദ ഗ്രാമത്തിൽ സ്ത്രീകൾ വെള്ളമെടുക്കുന്ന കാഴ്ച കാണാനാകാത്തതിനാൽ ജയ്സാ ൽമേർ മരുഭൂമിയിലെ ഉൾഗ്രാമങ്ങളിൽ ചെന്ന് അന്വേഷി ക്കണം എന്ന് തോന്നി. തനിച്ച് ആ ഭാഗങ്ങളിൽ യാത്ര ചെയ്യുന്നത് എളുപ്പമല്ലാത്തതിനാൽ ധനുഷിനോട് ഒരു പോംവഴി അന്വേഷിച്ചു. അവനെ വിളിച്ചപ്പോൾ തന്നെ രാത്രി ഏറെ വൈകിയിരുന്നു, പിറ്റേന്ന് അതിരാവിലെ സ്ഥലത്തെത്തിയാൽ മാത്രമാണ് വെള്ളമെടുക്കുന്നത് കാണാനാകുക. ധനുഷിന്റെ സുഹൃത്തായ ആന്റണി സാറാണ് യാത്ര ചെയ്യാൻ വിശ്വസി ക്കാനാകുന്ന ഒരു ടാക്സിക്കാരനെ ആ രാത്രി തന്നെ

ഏർപ്പാട് ചെയ്ത് തന്നത്. ടാക്സിയുടെ ചിലവ് കൂടുതലാണെങ്കിലും മറ്റ് വഴികളൊന്നും എന്റെ മുന്നിൽ ഉണ്ടായിരുന്നില്ല.

പിറ്റേന്ന് രാവിലെ ആറ് മണിക്ക് തന്നെ 'കാലു ഷാ' എന്ന ടാക്സിക്കാരൻ ഹോസ്റ്റലിന് മുന്നിലെത്തി. നല്ലൊരു കാറുമായാണ് അദ്ദേഹമെത്തിയത്, രാജസ്ഥാൻ യാത്രയിൽ ഞാൻ കാറിൽ യാത്ര ചെയ്യുന്ന ആദ്യത്തെ അനുഭവമാണത്. നന്നായ് വേണ്ടി ഓടിക്കുന്നതിനിടയിൽ തന്നെ എന്നെ പോലെയുള്ള ഒരു അന്വേഷകന്റെ ഭ്രാന്തൻ ചോദ്യങ്ങൾ ക്കൊക്കെ അദ്ദേഹം മറുപടി പറഞ്ഞ് കൊണ്ടേയിരുന്നു. ലഹരിവസ്തു വായിൽ വച്ച് ചവക്കുന്നത് കൊണ്ട് വ്യക്തത അൽപ്പം കുറവാണെങ്കിലും, അദ്ദേഹം മരുഭൂമിയിലെ ജീവി തത്തെക്കുറിച്ച് നിരവധി കാര്യങ്ങൾ പറഞ്ഞ് തന്നു. കിണ റിൽ നിന്ന് വെള്ളം കോരിയെടുക്കുന്ന കാഴ്ച കാണാനായ് യാത്ര ചെയ്യുന്ന ഒരാൾക്ക് വേണ്ടി ആദ്യമായാണ് അദ്ദേഹം തന്റെ വാഹനം ഓടിക്കുന്നത്. അത്തരത്തിൽ ഏതെങ്കിലും ഗ്രാമത്തെ പറ്റി അറിയാമോ എന്ന് യാത്ര യുടെ തുടക്കത്തിൽ തന്നെ ചോദിച്ചിരുന്നു. ഞങ്ങളുടെ ഫോൺ സംഭാഷണത്തെ തുടർന്ന് തലേന്ന് രാത്രി തന്നെ, അദ്ദേഹം ചില സുഹൃത്തക്കളോട് അതേപ്പറ്റി അന്വേ ഷിച്ചു. അങ്ങനെ കിട്ടിയ വിവരമനുസരിച്ച് 'സമ' എന്ന മരുപ്രദേശത്ത് ആളുകൾ ഇക്കാലത്തും കിണറിൽ നിന്ന് വെള്ളം കോരുന്നുണ്ടെന്ന വിവരം അദേഹത്തിന് ലഭിച്ചു; ആ ഗ്രാമത്തിലേക്കാണ് അദ്ദേഹം എന്നെ കൊണ്ടുപോകുന്നത്.

ഞങ്ങൾ അവിടെയത്തുമ്പോൾ പരന്നുകിടക്കുന്ന മരുഭമിയുടെ കിഴക്കേ അറ്റത്ത് നിന്ന് സൂര്യൻ ചുവന്ന് തുടുത്ത് മുകളിലേക്ക് ഉയരുകയാണ്. ആളുകളോട് അന്വേഷിച്ചപ്പോൾ നന്നായ് നേരം വെളുത്തതിന് ശേഷമേ സ്ത്രീകൾ വെള്ളം കോരിയെടുക്കാൻ കിണറിലേക്ക് പോകുകയുള്ളൂ എന്നറി ഞ്ഞു. മരുഭൂമിയിലൂടെ ഒട്ടക സവാരി ചെയ്യാനായ് സഞ്ചാരിക ളെത്തുന്ന, പൊടിമണൽ നിറഞ്ഞ ഭാഗത്തേക്ക് കാലു ഷാ എന്നെ കൊണ്ട് പോയി. സൂര്യന്റെ പ്രഭാത കിരണങ്ങൾ ഇറ്റ് വീഴുന്ന മരുഭൂമിയും ഒട്ടകങ്ങളും മനുഷ്യരും എന്റെയുള്ളി ലെ ഫൊട്ടോഗ്രഫറെ മാടി വിളിച്ചു. സമയത്തിന്റെ പരിമിതി

ഉള്ളതിനാൽ മണലിലൂടെ ഓടിയാണ് അങ്ങോട്ട് പോയത്. ചിത്രങ്ങളെടുക്കുന്നതിനിടയിലാണ് കാതുകൾക്ക് സുപരിചി തമായ 'അൽഗോസ' സംഗീതം കേൾക്കുന്നത്. കുറെക്കാല മായ് രാജസ്ഥാനി സംഗീതം ഫോണിലൂടെ കേൾക്കുന്ന എനിക്ക് വളരെ ഇഷ്ടമുള്ളതാണ്, അൽഗോസ എന്ന് പേരുള്ള ഇരട്ട ഓടക്കുഴലുകൾ പൊഴിക്കുന്ന വശ്യസംഗീതം. യാത്രയിൽ അങ്ങനൊരു സംഗീതം നേരിട്ടാസ്വധിക്കാൻ കഴിയുമെന്ന പ്രതീക്ഷയേ എനിക്കുണ്ടായിരുന്നില്ല; പക്ഷേ അത് സംഭവിച്ചിരിക്കുന്നു.

'സമ' മരുഭൂമിയിൽ നിന്നുള്ള കാഴ്ച   ചിത്രം : കെ.ആർ. രമിത്

ഞങ്ങൾ തിരിച്ച് ചെല്ലുമ്പോൾ ഒരു സ്ത്രീ തലയിൽ വെള്ളം നിറച്ച കുടവുമായ് കിണറിൽ നിന്ന് മടങ്ങി വരിക യാണ്. മുന്നോട്ട് യാത്ര ചെയ്യുന്നതിനനുസരിച്ച് സ്ത്രീക ളുടെ വിവിധ സംഘങ്ങളെ കാണുന്നുണ്ട്, എനിക്ക് വലിയ സന്തോഷം തോന്നി. എത്രയോ നാളുകളായ് ഞാൻ തിരയുന്ന ഒരു കാഴ്ചയാണിത്. ക്യാമറയിൽ പരമാവധി ചിത്രങ്ങളും ദൃശ്യങ്ങളും പകർത്തി കൊണ്ടിരുന്നു. അവരുടെ ഭാഷ

അറിയുന്നതിനാൽ കാലു ഷാ അവരോട് സംസാരിച്ച് കാര്യ
ങ്ങൾ ബോധ്യപ്പെടുത്തുകയയും ചെയ്തു. ചിത്രങ്ങളെടു
ക്കുന്നതിടയിലാണ് കാലിനടിയിൽ എന്തോ കുത്തിക്കയറിയത്
നല്ല വേദനയോടെ ഞാനറിയുന്നത്. നോക്കിയപ്പോൾ ഒരു
വലിയ മുള്ള് ചെരിപ്പനടിയിലൂടെ തുളച്ച് കയറി വലംകാലിന്റെ
പാദത്തിൽ തുളഞ്ഞ് നിൽക്കുന്നു. സൗകര്യത്തിനായ് ഒരു
വള്ളി ചെരിപ്പ് മാത്രമാണ് യാത്രയിലുടനീളം ഞാൻ
ധരിച്ചത്. കഴുകാനും ഉണങ്ങാനും എളുപ്പമായതിനാലാണ്
ആ ചെരുപ്പ് യാത്രക്കായ് തിരഞ്ഞെടുത്ത്, മാത്രമല്ല
പരിസ്ഥിതിയോട് അൽപ്പമെങ്കിലും ഇണങ്ങുന്നതുമാണല്ലോ
റബ്ബർ ചെരിപ്പുകൾ. പക്ഷേ അതിന് ഇതുപോലൊരു വില
കൊടുക്കേണ്ടി വരുമെന്ന് ഞാൻ പ്രതീക്ഷിച്ചിരുന്നില്ല. അടുത്ത്
നിന്നിരുന്ന പയ്യനോട് ഈ മുള്ള് അപകടകാരിയല്ലല്ലോ
എന്ന് ചോദിച്ചപ്പോൾ അവൻ ഞൊണ്ടി ഞൊണ്ടി നട
ന്നെന്നെ കാണിച്ചു. അത് പോലെ ഇനി നടക്കേണ്ടി
വരുമെന്നും വേറെ കുഴപ്പമൊന്നുമില്ല എന്നും പറഞ്ഞു.
അവൻ കളിയാക്കുന്നതോ കള്ളം പറയുന്നതോ പോലെ
യാണ് എനിക്കപ്പോൾ തോന്നിയത്. മുള്ള് വല്യതായി
രുന്നെങ്കിലും അധികം വേദനയുണ്ടായിരുന്നില്ല. പക്ഷേ
അവന്റെ സത്യസന്ധത തിരിച്ചറിയാൻ എനിക്ക് ഒരു ദിവ
സമേ വേണ്ടി വന്നുള്ളൂ. വേദന കൊണ്ട് നിലത്ത് ചവിട്ടാ
നാകാത്ത കാലുമായാണ് രാജസ്ഥാൻ നിരത്തുകളിലൂടെ
പിന്നീട് ഞാൻ നടന്നത്.

വേദനിക്കുന്ന കാലുമായുള്ള യാത്രയിൽ പക്ഷേ
ഞാൻ മറ്റൊരു കാര്യം മനസ്സിലാക്കി. മുള്ളുക്കുറുമർക്ക് ആ
പേര് ലഭിച്ചതിനുള്ള കാരണം രാജസ്ഥാനിലെ മിക്ക ചെടിക
ളിലും കാണുന്ന ഈ മുള്ളുകളാണ്. അത്തരം മുള്ളുകളുള്ള
ചെടികളും മരങ്ങളുമൊക്കെയാണ് അവർ വീടുകൾ നിർമ്മി
ക്കാനും മറ്റാവശ്യങ്ങൾക്കുമായ് അവിടെ ഉപയോഗിക്കുന്നത്.
മുള്ളുള്ള മരങ്ങളുമായുള്ള ഈ സഹവർത്തിത്വമാണ് വയ
നാട്ടിലെത്തിയ മുള്ളുക്കുറുമരുടെ പൂർവ്വികർക്ക് മുന്നിൽ
മുളം കൂട്ടങ്ങൾ എളുപ്പം വഴങ്ങാനുള്ള കാരണം. മുള്ളുള്ള
തിനാൽ പൊതുവേ ആളുകൾ അടുക്കാൻ മടിക്കുന്ന മുളകളെ
അനായാസം കൈകാര്യം ചെയ്തിരുന്നതിനാലാണ്,
പിന്നീട് വന്നവർ ആ ഗോത്രജനതയെ മുള്ളുക്കുറുമർ

വെള്ളത്തിനായുള്ള യാത്രക്കിടയിൽ കുശലം
പറയുന്ന, സമ ഗ്രാമത്തിലെ സ്ത്രീകൾ
ചിത്രം : കെ.ആർ. രമിത്

സമയിലെ കിണറിൽ നിന്ന് വെള്ളം കോരിയെടുക്കുന്ന
വനിത. താഴെ വലത് ഭാഗത്തായ് കാണുന്ന കൽ
സംഭരണിയുടെ പേര് 'കേലി' എന്നാണ്
ചിത്രം : കെ.ആർ. രമിത്

എന്ന പേരിട്ട് വിളിച്ചത്.

റിദ്ദ ഗ്രാമത്തിലെ കിണറിന് സമീപത്തുണ്ടായിരുന്ന ക്ഷേത്രങ്ങൾ പോലെ ഈ കിണറും നിരവധി ആരാധനാ മൂർത്തികൾ വസിക്കുന്ന പവിത്രമായ ഇടമാണ്. എല്ലാവർക്കും ഉപയോഗിക്കാവുന്ന തരത്തിൽ പൊതുവായ കയറും തൊട്ടിയും ആ കിണറിനുണ്ടായിരുന്നില്ല. സ്ത്രീകൾ ഓരോരുത്തരും കുടത്തോടൊപ്പം കയറും തൊട്ടിയും കൂടെക്കരുതിയിരുന്നു. ഉത്തരേന്ത്യയിൽ ഇന്നും നിലനിൽക്കുന്ന ജാതീയമായ വേർ തിരിവുകളാകാം അതിനുള്ള കാരണങ്ങൾ. തൊട്ടിയും കയറും വേറെയാണെങ്കിലും അവിടുത്തെ എല്ലാ ജാതിക്കാരും ഒരു കിണറിലെ വെള്ളം തന്നെയാണ് കുടിക്കുന്നത്. ഗ്രാമത്തിലെ എല്ലാ വീടുകളിലേക്കും ദൂരെയുള്ള ഒറ്റ കിണറിൽ നിന്നുള്ള വെള്ളം കുടങ്ങളിൽ അതിരാവിലെ കോരിക്കൊണ്ടു പോകുന്ന സ്ത്രീകളുടെ ദൃശ്യം എന്നെ ഓർമ്മിപ്പിച്ചത് വയ നാട്ടിലെ മുള്ളുക്കുറുമരുടെ ദിനചര്യയെയാണ്. റിദ്ദ ഗ്രാമ ത്തിൽ കണ്ടത് പോലെയുള്ള നിർമ്മാണ ശൈലിയാണ് സമയിലെ കിണറിന്റേതെങ്കിലും ഒരു ചെറിയ കയറും തൊട്ടി യുപയോഗിച്ചാൽ തന്നെ കോരിയെടുക്കാൻ കഴിയുന്ന ഉയ രത്തിലതിൽ വെള്ളമുണ്ടായിരുന്നു. ഞാൻ ചോദിച്ചപ്പോൾ അവർ ആ വെള്ളം എന്റെ കൈയ്യിലേക്ക് ഒഴിച്ച് തന്നു. നല്ല മധുരമുള്ള തെളിനീര്, പാക്കത്തെ കേണിയിൽ നിന്ന് ചേമ്പില യിൽ വെള്ളം കോരിക്കുടിച്ചത് പോലുള്ള അനുഭവം...

മീണ ഗോത്ര ജനത

ഇന്ത്യയിലെ ഏറ്റവും വലിയ സംസ്ഥാനമാണ് രാജ സ്ഥാൻ; മരുഭൂമികളുടെ സ്വന്തം നാട്. പക്ഷേ മരുഭൂമികൾ മാത്രമല്ല അവിടെയുള്ളത്, പച്ചപുതച്ച ഭൂപ്രദേശങ്ങളും തടാക ങ്ങളും നദികളുമൊക്കെയുള്ള നാട് കൂടിയാണത്. രാജസ്ഥാ നിൽ നിരവധി ഗോത്ര സമൂഹങ്ങൾ അധിവസിക്കുന്നുണ്ട്. ജനസംഖ്യയിൽ ഏറ്റവും മുന്നിൽ നിൽക്കുന്ന ഗോത്ര ജന തയാണ് അവിടുത്തെ മീണകൾ.

'മീണ' എന്ന വാക്കിന്റെയർത്ഥം മീൻ എന്നാണ്. വിഷ് ണുവിന്റെ മത്സ്യാവതാരത്തിൽ നിന്ന് പിറവിയെടുത്ത സമൂഹ മാണ് അവരെന്നൊരു കഥ അവിടെയുണ്ട്. മറ്റൊരു കഥ, ക്രിസ് തുവിന് മുൻപ് ആറാം ശതകത്തിൽ പ്രബലമായിരുന്ന മത്സ്യ

രാഷ്ട്രത്തിന്റെ പിന്തുടര്‍ച്ചക്കാരാണ് മീണകളെന്ന് പറയുന്നു.

നായാട്ട്, മൃഗപരിപാലനം, കൃഷി തുടങ്ങിയവ മീണ കളുടെ പഴയ കാല ജീവിതത്തിലെ മുഖ്യ ഘടകങ്ങളാണ്. ഇതേ രീതിയിലായിരുന്നു വയനാട്ടിലെ മുള്ളുക്കുറുമരുടെ ജീവിതവും. അമ്പും വില്ലും നായാട്ടിന് മാത്രമല്ല ഈ രണ്ട് ഗോത്രങ്ങളും ഉപയോഗിച്ചത്. തങ്ങളുടെ കോട്ടകളെ കാത്ത് സൂക്ഷിക്കാനും ശത്രുക്കളോട് പൊരുതാനുമെല്ലാം അവര്‍ തങ്ങളുടെ പരമ്പരാഗത ആയുധങ്ങളെ ഉപയോ ഗിച്ചിട്ടുണ്ട്. ഈ രണ്ട് ഗോത്രങ്ങളും ഏറെ ആരാധിക്കുന്ന ശ്രീരാമന്റെ ആയുധം കൂടിയാണത്.

പശു, ആട്, കോഴി, നായ തുടങ്ങിവയെ വളര്‍ത്തുന്ന

രീതി മുള്ളുക്കുറുമര്‍ക്കിടയി ലുള്ളത് പോലെ മീണകള്‍ക്കിട യിലുമുണ്ട്. അമ്പും വില്ലുമായ് നില്‍ക്കുന്ന മീണ ഗോത്ര പുരുഷനെ ചിത്രീകരിച്ചിരി ക്കുന്ന പഴക്കമുള്ള ഒരു ഛായാ ചിത്രത്തില്‍ അദ്ദേഹത്തോട് ചേര്‍ന്ന് ഒരു നായയും നില്‍ക്കുന്നത് കാണാം. വയനാ ട്ടിലെ മുള്ളുക്കുറുമരുടെ സന്തത സഹചാരികളാണ് അവരുടെ വളര്‍ത്ത് നായ്ക്കള്‍. അവര്‍ നായാട്ടിന് കാട്ടില്‍ പോകുമ്പോള്‍ നായകളേയും കൊണ്ട് പോകുമായിരുന്നു.

ബ്രിട്ടീഷുകാര്‍ പകര്‍ത്തിയ മീണകളുടെ ചിത്രത്തിലും അവരുടെ കയ്യില്‍ അമ്പും വില്ലും കാണാം. വെളുത്ത വസ്ത്ര ങ്ങളാണ് അവര്‍ ധരിച്ചിരിക്കുന്നതെന്ന് മാത്രമല്ല വയനാ ട്ടിലെ മുള്ളുക്കുറുമരുടെ വസ്ത്രധാരണ രീതികളോടും അതിന് സാമ്യമുണ്ട്.

വയലുകള്‍ക്ക് അഭിമുഖമായുള്ള മുള്ളുക്കുറുമരുടെ വീടുകള്‍ പോലെ കൃഷിയിടങ്ങളുടെ സമീപത്ത്, അടു ത്തടുത്തുള്ള ഒറ്റമുറി വീടുകളില്‍ താമസിക്കുന്നവരാണ്

മീണകളും. തങ്ങളുടെ ചുറ്റുപാടുകളിൽ നിന്ന് ലഭിക്കുന്ന മണ്ണും മരക്കൊമ്പുകളുമെല്ലാം ചേർത്ത് നിർമ്മിച്ച ഗോത്ര വീടുകളെ ഞാൻ യാത്രയിൽ പലപ്പോഴും കണ്ടിരുന്നു. വയനാ ട്ടിലെ മുള്ളുക്കുറുമരുടെ പാരമ്പര്യ വീടുകളേയും ദൈവപ്പു രകളേയും ഓർമ്മിപ്പിക്കുന്നതായിരുന്നു രാജസ്ഥാനിലെ മൺ വീടുകൾ. ഒരു വാതിൽ മാത്രമുള്ള ഒറ്റമുറി വീടുകളായിരുന്നു

ജൈസാൽമേറിലെ മൺ വീടുകൾ   ചിത്രം : കെ.ആർ. രമിത്

അവയെല്ലാം. മരുഭൂമിയിലെ കൊടും ചൂടിനേയും തണുപ്പ് കാലങ്ങളിലെ മരവിക്കുന്ന തണുപ്പിനേയും പ്രതിരോധിക്കാൻ ആ കുഞ്ഞ് വീടുകൾക്ക് കഴിയുന്നു. പാക്കം തിരുമുഖത്തെ താഴേക്കുടിയിലെ ദൈവപ്പുര ഇക്കാലത്തും ആ രീതിയിലു ള്ളതാണ്. മുള്ളുക്കുറുമരുടെ ദൈവപ്പുരകൾ മാറിവന്ന നിർ മ്മാണ ശൈലികൾക്കനുസരിച്ച് മാറാൻ തുടങ്ങിയത് ഇക്കാ ലത്ത് മാത്രമാണ്. മണ്ണ് തേച്ച് ചാണകം മെഴുകി വൈക്കോൽ വിരിച്ച ദൈവപ്പുരകളോടായിരുന്നു അവർക്കെന്നും പ്രിയം. രാജ സ്ഥാനിലെ പാരമ്പര്യം തന്നെയാണ് അതിനുള്ള കാരണ മെന്ന് ഞാൻ കരുതുന്നു. പില്ല് പുരകൾ എന്നാണ്

മുള്ളുക്കുറുമർ ഈ വീടുകളെ വിളിക്കുന്നത്, രാജസ്ഥാ നിലെ വീടുകളുടെ മുകളിൽ വിരിക്കുന്നത് മരുപ്രദേശങ്ങളിൽ വളരുന്ന പച്ചനിറമുള്ള ഒരു പുല്ലാണ്. വൈക്കോൽ വിരിച്ച വീടുകളെ പുല്ല് വീടുകൾ എന്ന് മുള്ളുക്കുറുമർ വിളിക്കാ നുള്ള കാരണം ഒരുപക്ഷേ അതാകാം.

ഈ രണ്ട് ഗോത്രങ്ങളുടെ ചരിത്രത്തിലും അത്ഭുത പ്പെടുത്തുന്ന വിധം സമാനതകളുണ്ട്. മീണകളായിരുന്നു ഒരു കാലത്ത് രാജസ്ഥാന്റെ മിക്കയിടങ്ങളിലും ഭരണം നട ത്തിയിരുന്നത്, വയനാടിന്റെ പല ഭാഗങ്ങളും നേരത്തേ ഭരിച്ചിരുന്നത് മുള്ളുക്കുറുമരായിരുന്നു. രാജസ്ഥാനിലെ കോട്ടകൾ പോലെ വയനാട്ടിലെ അതിർത്തികളിലും അവർ കോട്ടകൾ നിർമ്മിച്ചിരുന്നു. പാക്കം, വേലിയമ്പം, തിരുമംഗലം, പൊൻകുഴി, പൂതാടി തുടങ്ങിയ പതിനെട്ടോളം കോട്ടകൾ മുള്ളുക്കുറുമരുടെ ഭരണകാലത്ത് ഇവിടെ നിലനിന്നിരുന്നു. മൺ കോട്ടകളായിരുന്നതിനാലാണ് ആക്രമണങ്ങളെ തുടർന്ന് അവയെല്ലാം കാലയവനികയ്ക്കുള്ളിൽ മറഞ്ഞത്, എങ്കിലും നാമമാത്രമായ ശേഷിപ്പുകൾ ആ കോട്ടകൾക്ക് ഇന്നുമുണ്ട്.

അമ്പും വില്ലും കയ്യിലേന്തിയ കാവൽക്കാർ സുരക്ഷ യേകുന്ന കോട്ടക്കകത്താണ് അവരുടെ വീടുകളുണ്ടായിരു ന്നത്, ക്ഷേത്രങ്ങളും അതിനുള്ളിൽ തന്നെയാണ്. ജെസാൽമേർ കോട്ടയിൽ കണ്ടത് പോലെയുള്ള ഒരു ജീവിതമായിരുന്നിരിക്കണം മുള്ളുക്കുറുമരുടെ കോട്ടകളിലും നില നിന്നിരുന്നത്. വേലിയമ്പം കോട്ടയിലെ ക്ഷേത്രത്തിന്റെ നിർമ്മാണ ശൈലിയ്ക്ക് ജെസാൽമേർ കോട്ടക്കെത് കണ്ട ക്ഷേത്രങ്ങളുടെ നിർമ്മാണ ശൈലിയുമായ് വളരെ അടു പ്പമുണ്ട്. വെണ്ണക്കല്ലുകൾ അടുക്കിവച്ച് നിർമ്മിച്ചതാണ് വേലി യമ്പം ക്ഷേത്രത്തിലെ ശ്രീകോവിൽ. മൺ ദൈവപ്പുരകളിൽ ആരാധന നടത്തുന്ന മുള്ളുക്കുറുമരുമായ് ബന്ധപ്പെട്ട ഒരു ക്ഷേത്രത്തിന് എങ്ങനെ അത്തരമൊരു നിർമ്മാണ ശൈലി യുണ്ടായ് എന്നത് മനസ്സിൽ ഉത്തരമില്ലാതെ കിടന്ന ഒരു ചോദ്യമായിരുന്നു. രാജസ്ഥാൻ യാത്രയിൽ കണ്ട കാഴ്ച കളും കിട്ടിയ അറിവുകളും എന്നോട് പറയുന്നത് വേലിയമ്പം ക്ഷേത്രത്തിലെ ശ്രീകോവിൽ നിർമ്മിച്ചിരിക്കുന്നത് രാജസ്ഥാൻ ശൈലിയിലാണെന്ന് തന്നെയാണ്. മാത്രമല്ല മുള്ളുക്കുറുമരുടെ പ്രധാന കേന്ദ്രമായിരുന്ന പാക്കം കോട്ടയിലെ ക്ഷേത്രങ്ങളും

ഒരുകാലത്ത് വെണ്ണക്കൽ അമ്പലങ്ങളായിരുന്നു.

രാജസ്ഥാനിലെ മീണകളുടെ ഗോത്ര ഭരണം അവസാനിക്കുന്നത് ക്ഷത്രിയർ എന്ന് സ്വയം വിളിക്കുന്ന രജപുത്രരുടെ അധിനിവേശത്തോടെയാണ്. വയനാട്ടിലെ മുള്ളു ക്കുറുമരുടെ ഗോത്ര ഭരണ സംവിധാനത്തെ തകർത്തതും ക്ഷത്രിയർ എന്നവകാശപ്പെടുന്ന കോട്ടയം കുറുംബ്രനാട് അധിനിവേശത്തെ തുടർന്നാണ്. ഈ രണ്ട് അധിനിവേശ ങ്ങളെ തുടർന്ന് പരാജയപ്പെട്ട് പോയ ഗോത്ര സമൂഹങ്ങൾ കാടുകളിലേക്ക് പിൻവാങ്ങിയതും ചരിത്രത്തിലെ മറ്റൊരു സമാനതയാണ് .

പിന്നീട് കൊളോണിയൽ ഭരണ കാലത്ത് വയനാ ട്ടിലെ മുള്ളുക്കുറുമരെ പോലെ തന്നെ രാജസ്ഥാനിലെ മീണ ഗോത്രവും വെള്ളക്കാർക്കെതിരെ തങ്ങളുടെ അമ്പും വില്ലുമായ് നിർഭയം പോരാടുന്നുണ്ട്. കുറ്റകൃത്യങ്ങൾ ചെയ്യുന്ന ഗോത്രങ്ങളുടെ പട്ടികയിലാണ് ബ്രിട്ടീഷുകാർ മീണകളേയും മുള്ളുക്കുറുമരേയും ഉൾപ്പെടുത്തിയിരുന്നത്. ഈ രണ്ട് വിഭാഗവും ഒരു തരത്തിലും വെള്ളക്കാരോട് വിധേയത്വം കാണിക്കാതിരുന്നതിനാലാണ് അങ്ങനെയൊരു നടപടിയുണ്ടായത്.

മീണകളുടെ അചാരനുഷ്ഠാങ്ങളിൽ ഏറ്റവും പ്രധാനം മരണാനന്തര ചടങ്ങായ് നടത്തുന്ന സദ്യയാണ്. കുടിയിൽ ആരെങ്കിലും മരിച്ചാൽ മൂന്നാമത്തെയോ അഞ്ചാമത്തെയോ ദിവസം പരമ്പരാഗത രീതിയിൽ മീൻ പിടിച്ച് സദ്യയുണ്ടാ ക്കുന്ന രീതി ഇപ്പോഴും മുള്ളുക്കുറുമർക്കിടയിൽ നിലനിൽ ക്കുന്നു. എല്ലാ വർഷവും കർക്കിടകം പതിന്നാലിന് മീനും ഞണ്ടും കറിവെച്ച് പൂർവ്വികർക്ക് സമർപ്പിക്കുന്ന പതിവും അവർക്കിടയിലുണ്ട്. ഉച്ചാലിന്റെ ഭാഗമായും ഇതേ ചടങ്ങ് നടക്കാറുണ്ട്.

ജൈസാൽമേർ കോട്ടയിലെ ജൈന ക്ഷേത്രം

വേലിയമ്പം കോട്ടയിലെ ശ്രീകോവിൽ   ചിത്രം : കെ.ആർ. രമിത്

ജയ്പൂർ
പൊൻകുഴി

സഞ്ചാരപഥം

രാജസ്ഥാന്റെ തലസ്ഥാനമായ ജയ്പൂരിൽ നിന്ന് തെക്കോട്ട് ലംബമായ് ഒരു നേർരേഖ വരച്ചാൽ, അത് കടന്ന് പോകുന്നത് വയനാട്ടിലൂടെയാണ്. മുള്ളുക്കുറുമ രുടെ പൂർവ്വികർ രാജസ്ഥാനിൽ നിന്ന് പുറപ്പെട്ട് വയനാട്ടി ലെത്തിയ നാല് കുടുംബങ്ങളാണ്. കൃത്യമായ ലക്ഷ്യബോധ ത്തോടെ തന്നെയാകണം അവർ ആ യാത്ര നടത്തിയത്.

യാത്രയുടെ പശ്ചാത്തലം

സാംസ്കാരികമായ് ഏറെ മുന്നിൽ നിൽക്കുന്ന പ്രദേ ശമാണ് രാജസ്ഥാൻ. ഹാരപ്പാ, മോഹൻ ജൊദാരോ സംസ്കൃ തികൾ നിലനിന്നിരുന്ന പ്രദേശം കൂടിയാണത്. ഇന്ത്യയുടെ തലസ്ഥാനമായ ദില്ലിയോടും ചേർന്നാണ് രാജസ്ഥാന്റെ കിടപ്പ്. ഭൂമിശാസ്ത്രപരമായ പ്രത്യേകതകൾ കൊണ്ട് അന്നും ഇന്നും സൈന്യങ്ങളുടെ ഒരു പടയോട്ട ഭൂമി കൂടിയാണ് രാജസ്ഥാൻ. യുദ്ധങ്ങളും പിടിച്ചെടുക്കലുകളും അട്ടിമറികളുമൊക്കെ ഏറെ കണ്ട നാട്.

രാജസ്ഥാന്റെ വിവിധ പ്രദേശങ്ങളിൽ ഭരണം നടത്തി യുരുന്ന മീണകളെ, അതിർത്തി കടന്നെത്തിയ രജപുത്രർ ആക്രമിച്ച് കീഴടക്കുന്നു. ക്രിസ്തുവിന് ശേഷം ആറ് മുതൽ പന്ത്രണ്ടാം നൂറ്റാണ്ട് വരെയുള്ള കാലഘട്ടത്തിലാണ് രജപുത്രർ പതുക്കെ പതുക്കെ രാജസ്ഥാന്റെ വിവിധ ഇടങ്ങൾ സൈനീ കമായ് കൈയ്യടക്കിയത്. 1342 ൽ മീണകൾ ഭരിച്ചിരുന്ന ബുണ്ടി പ്രദേശം റാവു ദേവ കൈക്കലാക്കി. തലസ്ഥാന നഗരിയായ ജയ്പൂർ പോലും മീണകളുടേതായിരുന്നു ഒരു കാലത്ത്.

തങ്ങളുടെ ഭരണം നഷ്ടപ്പെട്ടതിനെ തുടർന്ന് മീണ കൾ കാടുകളിലേക്കും പർവ്വതങ്ങളിലേക്കും പിൻവാങ്ങു കയും, അവിടെ നിന്ന് കൊണ്ട് പ്രത്യാക്രമണങ്ങൾക്ക് തയ്യാറെ ടുക്കുകയും ചെയ്തു. ഇത്തരം പ്രതികൂല സാഹചര്യങ്ങളുടെ പശ്ചാത്തലത്തിൽ, ഭരണ നിർവ്വഹണത്തിൽ പാരമ്പര്യമുള്ള നാല് കുടുംബങ്ങൾ വയനാടിനെ ലക്ഷ്യമാക്കി യാത്ര ചെയ്തു എന്ന് വേണം കരുതാൻ. പത്തും പന്ത്രണ്ടും നൂറ്റാണ്ടുകൾക്ക് ഇടയിലാകാം ആ യാത്ര നടന്നതെന്നും ഞാൻ കരുതുന്നു.

രാജ്യം നിഷേധിച്ചതിനോടൊപ്പം വനവാസവും വിധിക്കപ്പെട്ട രാമൻ സീതയോടും ലക്ഷ്മണനോടുമൊപ്പം വനവാസത്തിന് പോയത് പോലെ; രാജസ്ഥാനിൽ നിന്നുള്ള നാല് കുടുംബങ്ങൾ ഈ ആരണ്യ ഭൂമിയിലേക്ക് യാത്ര പുറപ്പെട്ട താകാം. രാമായണത്തോട് മുള്ളുക്കുറുമർക്ക് അടുപ്പം കൂടാ നുള്ള കാരണങ്ങളിലൊന്ന് ഇതുമാകാം. ഒട്ടകങ്ങളെ ഉപയോ ഗിച്ച് ദീർഘ ദൂരം യാത്ര ചെയ്തിരുന്ന രീതി രാജസ്ഥാനിൽ സർവ്വ സാധാരണമായിരുന്നു. സമാനമായ രീതിയിൽ ഒട്ടക ങ്ങളുടെ ഒരു നിര തന്നെ ഈ കുടുംബങ്ങളോടൊപ്പം യാത്ര ചെയ്തിട്ടുണ്ടാകണം. ഭക്ഷണ സാധനങ്ങൾ, വസ്ത്രങ്ങൾ, ആഭരണങ്ങൾ, ആയുധങ്ങൾ തുടങ്ങിയവയെല്ലാം അവർ കൂടെക്കൊണ്ട് വന്നിരുന്നു.

വഴികാട്ടിയതാര്

യൂറോപ്പ്, പേർഷ്യ, ചൈന തുടങ്ങിയ ഭൂവിഭാഗങ്ങളെ ബന്ധിപ്പിച്ചിരുന്ന പുരാതനമായ വ്യാപാര പാതയ്ക്ക് രാജ സ്ഥാനുമായും ബന്ധമുണ്ടായിരുന്നു. രാജസ്ഥാനിലെ പ്രസിദ്ധമായ ജൈസാൽമേർ കോട്ട അത്തരത്തിലുള്ള ഒരു വ്യാപാര കേന്ദ്രമായിരുന്നു. ജൈന വ്യാപാരികളുടെ ഒരു പ്രധാന കേന്ദ്രം കൂടിയായിരുന്നു അക്കാലത്ത് ജൈസാൽമേർ കോട്ട. ജൈനർ ഇന്ന് കോട്ടക്കകത്ത് താമസമില്ലെങ്കിലും അവ രുടെ ക്ഷേത്രങ്ങൾ ഇപ്പോഴുമവിടെയുണ്ട്. അവിടെ മാത്രമല്ല രാജസ്ഥാന്റെ മിക്കയിടങ്ങളിലും മനോഹരങ്ങളായ നിരവധി ജൈനക്ഷേത്രങ്ങളുണ്ട്. ഈ ജൈനക്ഷേത്രങ്ങൾ ഉൾപ്പടെ രാജസ്ഥാനിലെ പ്രധാന കെട്ടിടങ്ങളെല്ലാം നിർമ്മിച്ചിരിക്കുന്നത് വലിയ കൽപ്പാളികൾ കൊണ്ടാണ്. അവിടുത്തെ പല

പ്രദേശങ്ങളിലും ഭൂമിക്കടിയിലുള്ളത് നിർമ്മാണങ്ങൾക്ക് പറ്റിയ കൂറ്റൻ പാറകളാണ്. അതിൽ നിന്ന് കല്ലിന്റെ പാളികൾ ആവശ്യമായ വലിപ്പത്തിൽ മുറിച്ചെടുത്താണ് ഉപയോഗിക്കുന്നത്.

വയനാട്ടിൽ കല്ലമ്പലങ്ങളെന്ന് വിളിയ്ക്കുന്ന ജൈന ക്ഷേത്രങ്ങളുടെ നിർമ്മാണ രീതി രാജസ്ഥാനിലെ നിർമ്മാണ രീതിയുമായ് വലിയ സാമ്യമുണ്ട്. വയനാട്ടിൽ കല്ലമ്പലങ്ങ ളുടെ ഒരു നീണ്ട നിര തന്നെയുണ്ട്. അതാരംഭിക്കുന്നത് കർണ്ണാടക അതിർത്തിയോട് ചേർന്ന പൊൻകുഴിയിലാണ്. ഇപ്പോൾ അവിടെ നിലനിൽക്കുന്ന ശ്രീരാമ ക്ഷേത്രം ആധു നിക രീതിയിൽ നിർമ്മിച്ചതാണെങ്കിലും, നേരത്തേ കരിങ്കൽ പാളികൾ കൊണ്ട് നിർമ്മിച്ച ഒരു കല്ലമ്പലമായിരുന്നു അത്. ക്ഷേത്രത്തിന് സമീപമുള്ള രാംപള്ളിയെന്ന ഗ്രാമത്തിലും കല്ലമ്പലങ്ങളുടേയും വിഗ്രഹങ്ങളുടേയും അവശിഷ്ടങ്ങളുണ്ട്.

സുൽത്താൻ ബത്തേരിയിലെ ജൈന ക്ഷേത്രം ആക്ര മണങ്ങളെ നേരിട്ടുവെങ്കിലും മനോഹരമായ ഒരു കൽനിർമ്മിതി യായ് ഇന്നും അവശേഷിക്കുന്നു. ബത്തേരിയിലെ തലച്ചില്ലൻ ക്ഷേത്രം മുൻപ് കല്ലമ്പലമായിരുന്നു. ബത്തേരിയിലെ തന്നെ മാരിയമ്മൻ ക്ഷേത്രം ഇന്നും കല്ലമ്പലം തന്നെയാണ്. കരി ങ്കൽ ഭിത്തികൾക്കും തൂണുകൾക്കും പുറത്ത് ആധുനികമായ നിർമ്മാണ പ്രവർത്തികൾ നടത്തിയിരിക്കുന്നതിനാൽ അതെ ളുപ്പത്തിൽ പക്ഷേ മനസ്സിലാകില്ല. ബത്തേരിയിലെ ഗണപതി ക്ഷേത്രവും ഒരുകാലത്ത് കല്ലമ്പലമായിരുന്നു.

ഇത്തരം ശൈലിയിലുള്ള കല്ലമ്പലം തന്നെയായിരുന്നു അടുത്ത കാലം വരെ മീനങ്ങാടിക്കടുത്തുള്ള മാനികാവ് ക്ഷേത്രം. പനമരത്തിനടുത്ത് പുഞ്ചവയലിലെ ജനാർദ്ദന ഗുഡി, വിഷ്ണു ഗുഡി എന്നീ പുരാതന ക്ഷേത്രങ്ങൾ ഭാഗീകമായി തകർന്നുവെങ്കിലും ഇപ്പോഴും കല്ലമ്പലങ്ങളായ് തന്നെ തുട രുന്നു. ഈ ക്ഷേത്രങ്ങളിൽ നിന്ന് കുറച്ചകലെ നീർവാരമെന്ന സ്ഥലത്ത് കാടിനുള്ളിൽ നിന്നാണ്, നിർമ്മാണത്തിന് ആവ ശ്യമായ കരിങ്കൽ പാളികൾ മുറിച്ചെടുത്തിട്ടുള്ളത്.

തിരുനെല്ലിയിലേക്ക് പോകുന്ന വഴി കുതിരക്കോടും ഇതേ ശൈലിയിലുള്ള കല്ലമ്പലങ്ങൾ കാണാം. തിരുനെല്ലി ക്ഷേത്രത്തിന്റെ നിർമ്മാണ രീതിയും ഇത് തന്നെയാ ണ്. കൂറ്റൻ കരിങ്കൽ പാളികൾക്കൊണ്ട് നിർമ്മിച്ചതാണ്

ജൈസാൽമേർ കോട്ടയുടെ നിർമ്മാണ രീതി

ബത്തേരിയിലെ ജൈനക്ഷേത്രത്തിന്റെ നിർമ്മാണ ശൈലി

പുത്തങ്ങാടിയിലെ ജനാർദ്ദന ക്ഷേത്രം
ചിത്രം : കെ.ആർ. രമിത്

തിരുനെല്ലി ക്ഷേത്രം. പ്രധാന ക്ഷേത്രത്തിന് താഴെയുള്ള ദൈവത്താർ മണ്ഡപം, വെള്ളമെത്തിക്കുന്ന കരിങ്കൽ പാത്തി തുടങ്ങിയവയെല്ലാം ഇതേ നിർമ്മാണ ശൈലിയോട് ചേർന്ന് നിൽക്കുന്നു.

വയനാട്ടിലെ ഈ കല്ലമ്പലങ്ങൾക്ക് ഏകദേശം ആയിരം വർഷങ്ങളുടെ പഴക്കമാണ് പൊതുവേ പറയാറ്. ആയിര ത്തോളം വർഷങ്ങൾക്ക് മുൻപ് ഈ പ്രദേശത്ത് പ്രബലമായി രുന്ന ഒരു ജനതയുടേയും അവരുടെ സംസ്കാരത്തി ന്റേയും തിരുശേഷിപ്പുകളാണ് ഈ ക്ഷേത്രങ്ങൾ. നിർ മ്മാണത്തിന് കരിങ്കൽ പാളികൾ ഉപയോഗിച്ചു എന്ന കാരണ ത്താൽ മാത്രമാണ്, കാലത്തോട് കഥ ചൊല്ലിക്കൊണ്ട് ഈ പുരാതന ക്ഷേത്രങ്ങൾ ഇന്നും നിലനിൽക്കുന്നത്. രാജ സ്ഥാനിലെ വലിയ കരിങ്കൽ നിർമ്മിതികളുടെ പഴക്കവും ഏകദേശം ഇതേ കാലയളവ് തന്നെയാണ്.

രാജസ്ഥാനിലെ നിർമ്മാണ ശൈലിയെ പിന്തുടർന്ന് നിർമ്മിച്ചതാണ് വയനാട്ടിലെ കല്ലമ്പലങ്ങളെന്ന് ഞാൻ കരുതുന്നു. വയനാട്ടിൽ നിന്ന് അക്കാലത്ത് ധാരാളം വ്യപാ രികൾ രാജസ്ഥാനിലേക്ക് സഞ്ചരിച്ചിരുന്നു. ജൈനവ്യപാ രികളെക്കുറിച്ച് രാജസ്ഥാൻ സന്ദർശിച്ച സമയത്ത് ഞാൻ നേരിട്ട് മനസ്സിലാക്കിയിരുന്നു. വയനാട്ടിലെ കല്ലമ്പലങ്ങ ളെല്ലാം ജൈനക്ഷേത്രങ്ങളായിരുന്നുവെന്ന അഭിപ്രായം എനിക്കില്ല. അവയിൽ പലതും ഹിന്ദുക്ഷേത്രങ്ങളായി രുന്നു. പുഞ്ചവയലിലെ കല്ലമ്പലങ്ങൾക്ക് ഹിന്ദുമതത്തോ ടാണ് കൂടുതൽ ബന്ധം. കല്ലിൽ കൊത്തിയ ശിൽപ്പങ്ങളെല്ലാം അതാണ് സൂചിപ്പിക്കുന്നത്. പക്ഷേ രൂപകൽപ്പന ജൈന ക്ഷേത്രങ്ങളുടെതിന് സമാനമാണെന്ന ഒറ്റ കാരണത്താൽ ചരിത്രകാരന്മാർ ജൈനക്ഷേത്രങ്ങളായ് മാത്രമാണ് ആ കല്ലമ്പലങ്ങളെ അവതരിപ്പിക്കാറ്.

പുഞ്ചവയലിലെ രണ്ട് കല്ലമ്പലങ്ങൾ സ്ഥിതി ചെയ്യുന്ന സ്ഥലത്തിന്റെ പേര് പുത്തങ്ങാടി എന്നാണ്. മുത്ത് അങ്കിടി എന്ന കന്നടയിലുള്ള സ്ഥലനാമമാണ് പിന്നീട് പുത്തങ്ങാടി ആയതെന്നാണ് കരുതപ്പെടുന്നത്. കടയെ സൂചിപ്പിക്കുന്ന കന്നഡ വാക്കാണ് അങ്കിടി എന്നത്. മുത്തുകളുടെ ഒരു വ്യപാര കേന്ദ്രം അവിടെ നിലനിന്നിരുന്നതിന്റെ സൂചനയാണ് ആ പേര് നൽകുന്നത്. വയനാട്ടിൽ കല്ലമ്പലങ്ങൾ നിലനിന്ന

സ്ഥലങ്ങളൊക്കെ, തീർത്ഥാടന കേന്ദ്രങ്ങൾ മാത്രമായിരുന്നില്ല. വലിയ വ്യാപാര കേന്ദ്രങ്ങൾ കൂടിയായിരുന്നു അതെന്ന് വേണം മനസ്സിലാക്കാൻ. രാജസ്ഥാനിലേക്കും മറ്റും നിരന്തര മായ് യാത്രകൾ നടത്തിയിരുന്ന ആ വ്യാപാരികൾ തന്നെയാണ് വയനാട്ടിലെ കല്ലമ്പലങ്ങളുടെ നിർമ്മാണത്തിന് പിന്നിലുള്ളത്.

വയനാട്ടിലെ മുത്തങ്ങയിൽ നിന്ന് കർണ്ണാടകത്തിലെ ഗുണ്ടൽപ്പേട്ടയിലേക്ക് വനത്തിലൂടെ യാത്ര ചെയ്യുമ്പോൾ വീരക്കല്ലുകൾ നമുക്ക് കാണാനാകും. ശത്രുക്കളോട് പൊരുതി വീണ വീരന്മാരുടെ രൂപം കൊത്തിയെടുത്ത കരിങ്കൽ ഫലക ങ്ങളെയാണ് വീരക്കല്ലുകൾ എന്ന് വിളിക്കുന്നത്. പുരാതനമായ വഴികളെക്കൂടിയാണ് വീരക്കല്ലുകൾ അടയാളപ്പെടുത്തുന്നത്. വിലപിടിപ്പുള്ള വസ്തുക്കളുമായി വിദൂര ദേശങ്ങളിലേക്ക് യാത്ര നടത്തുന്ന വ്യാപാരികളെ സംരക്ഷിക്കാൻ അക്കാലത്ത് ആയുധങ്ങളേന്തിയ അംഗരക്ഷകരും കൂടെയുണ്ടാകും. വന ത്തിലൂടെ യാത്ര ചെയ്യുന്ന വ്യാപാരികളിൽ നിന്ന് വസ്തു വകകൾ കൊള്ളയടിക്കാനുള്ള സംഘങ്ങൾ, യാത്രയ്ക്കിടയിൽ ചിലപ്പോൾ പൊടുന്നനേ പ്രത്യക്ഷപ്പെടും. അവരുമായുള്ള മൽപ്പിടുത്തത്തിൽ അംഗ രക്ഷകരിൽ ചിലർക്ക് മരണം തന്നെ സംഭവിച്ചേക്കാം. അങ്ങനെ മരണമടയുന്നവരുടെ പോരാട്ട വീര്യം വീരക്കല്ലുകളിൽ ആലേഖനം ചെയ്യപ്പെടുകയും ചെയ്യുന്നു.

വയനാട്ടിൽ നിന്ന് രാജസ്ഥാനിലേക്ക് യാത്ര ചെയ്തി രുന്ന വ്യാപാരികളിൽ നിന്ന് മുള്ളുക്കുറുമരുടെ പൂർവ്വികർ വയനാടിനെപ്പറ്റി മനസ്സിലാക്കുന്നു. രാമായണത്തിലെ സീതയും ലവകുശന്മാരുമൊക്കെ ജീവിച്ചുവെന്ന് കരുതപ്പെ ടുന്ന പുണ്യ ഭൂമിയെക്കുറിച്ചുള്ള കഥകൾ അവർ കേൾക്കുകയും ആ ദേശത്തോടുള്ള ഒരു സ്നേഹം അവരുടെ മനസ്സിൽ രൂപപ്പെടുകയും ചെയ്തിട്ടുണ്ടാകണം.

രാജസ്ഥാനിൽ രൂപപ്പെട്ട പ്രതികൂല രാഷ്ട്രീയ സാഹ ചര്യങ്ങളെ തുടർന്ന് നാല് രാജ കുടുംബങ്ങൾ വ്യാപാരിക ളോടൊപ്പം വയനാട്ടിലേക്ക് യാത്ര തിരിക്കുന്നു. വഴികളേക്കുറിച്ച് വ്യാപരികൾക്കുള്ള ധാരണയും അംഗ രക്ഷകരുടെ സാന്നിധ്യ വുമെല്ലാം അവരുടെ യാത്രയെ സഹായിച്ചിട്ടുണ്ടാകും. സാമഗ്രികൾ പുറത്ത് കെട്ടിവെക്കാനും കയറി ഇരിക്കാനു മൊക്കെ ഒട്ടകങ്ങളേയും ഉപയോഗപ്പെടുത്തിയിട്ടുണ്ടാകും.

വഴിയിലുള്ള വിശ്രമ കേന്ദ്രങ്ങളിൽ താമസിച്ച് സാവധാനം തുടർന്ന അവരുടെ യാത്ര ഒന്ന് രണ്ട് മാസങ്ങൾക്ക് ശേഷം ലക്ഷ്യത്തിലെത്തിയെന്ന് കരുതാം.

ആദ്യ സങ്കേതം

വ്യാപാരികളോടൊപ്പം ഗുണ്ടൽ പേട്ടയിൽ നിന്ന് കാട്ടിലൂടെ യാത്ര ചെയ്ത മുള്ളുക്കുറുമരുടെ പൂർവ്വികർ ആദ്യമെത്തിയത് പൊൻകുഴിയിലാകാനാണ് സാധ്യത. രാമനെ ആരാധിച്ചിരുന്ന അവർ രാമന്റേയും സീതയുടെയും ലവകുശ ൻമാരുടേയും സാന്നിധ്യമുണ്ടെന്ന് കരുതപ്പെടുന്ന ഇടമായ പൊൻകുഴി തന്നെ അവരുടെ പുതിയ ഭൂമികയായ് തിരഞ്ഞെടുത്തു. കാടും പുഴകളും ചതുപ്പ് നിലങ്ങളും കല്ല് മ്പലങ്ങളും വ്യാപാര കേന്ദ്രങ്ങളുമെല്ലാമുണ്ടായിരുന്ന മനോഹ രമായ പ്രദേശമായിരുന്നു അന്നത്തെ പൊൻകുഴി. രാജസ്ഥാ നിൽ നിന്ന് നാല് കുടുംബങ്ങളെ വയനാട്ടിലേക്കെത്തിച്ച വ്യാപാരികളുടെ വീടുകളും ആരാധനാലയങ്ങളും പൊൻ കുഴിയിലന്ന് ഉണ്ടായിരുന്നുവെന്ന് വേണം കരുതാൻ.

പൊൻകുഴിയാണ് വയനാട്ടിലെ മുള്ളുക്കുറുമരുടെ ആദ്യത്തെ വാസസ്ഥലമെന്ന് ഞാൻ വിശ്വസിക്കാൻ പല കാരണങ്ങളുണ്ട്...

രാമന്റെ സാന്നിധ്യം

രാജസ്ഥാനിലെ ജനങ്ങളുടെ ഹൃദയത്തിൽ രാമനും സീതയ്ക്കും വലിയ സ്ഥാനമാണുള്ളത്. അവിടെ ആളുകൾ പരസ്പരം കണ്ട് മുട്ടുമ്പോൾ 'രാം രാം' എന്ന് അഭിസം ബോധന ചെയ്യുന്ന രീതി ഇപ്പോഴുമുണ്ട്. പൊൻകുഴി യിലെ രാമക്ഷേത്രവും സീതയുടെ കണ്ണീർ തടാകവു മൊക്കെ, വയനാടിനെ ലക്ഷ്യമാക്കിയുള്ള അവരുടെ യാത്ര യുടെ തന്നെ കാരണങ്ങളാകാം.

രാം പള്ളി

പൊൻകുഴിയിലെ മുള്ളുക്കുറുമരുടെ ആദ്യത്തെ ഗ്രാമത്തിന്റെ പേര് രാം പള്ളിയെന്നാണ്. വയനാട്ടിലെ മറ്റ് സ്ഥല നാമങ്ങളിൽ നിന്നെല്ലാം ഏറെ വ്യത്യസ്തമായ രാം

പള്ളിയെന്ന പേര് ആദ്യം കേട്ടപ്പോഴേ എന്റെ മനസ്സിൽ വല്ലാതെ ഉടക്കിയിരുന്നു. രാം എന്ന പ്രയോഗം ഉത്തരേന്ത്യ യിലേതാണ്, നമ്മുടെ നാട്ടിൽ രാമൻ എന്നാണല്ലോ പറയുക. ഉത്തരേന്ത്യൻ ചുവയുള്ള ഇങ്ങനെയൊരു പേര് എങ്ങനെയാണ് മുത്തങ്ങയിലെ ഒരു ഗ്രാമത്തിന് കൈവന്നതെന്ന ചോദ്യം, വർഷങ്ങളായ് എന്റെ മനസ്സിലുണ്ടായിരുന്നു. ആ ചോദ്യത്തി നുള്ള ഉത്തരമാകുന്നതും മുള്ളുക്കുറുമരുടെ രാജസ്ഥാൻ ബന്ധം തന്നെയാണ്. രാം പാലി എന്നൊരു ഗ്രാമം രാജസ്ഥാനിലുണ്ട്.

കുടികളുടെ നീണ്ട നിര

മുള്ളുക്കുറുമർ കൂട്ടമായ് താമസിക്കുന്ന കുടികളുടെ ഒരു വലിയ നിര തന്നെ കാണാൻ കഴിയുന്ന സ്ഥലമാണ് പൊൻ കുഴിയും പരിസര പ്രദേശങ്ങളും. രാം പള്ളി, മന്മഥ മൂല, കോളൂർ, കരടിമാട്, കാളിച്ചിറ, തകരപ്പാടി, കല്ലുമുക്ക് തുടങ്ങി ഒന്നിനോട് ചേർന്ന് മറ്റൊന്ന് എന്ന രൂപത്തിൽ നിരവധി കുടി കൾ ആ പ്രദേശത്തുണ്ട്. വയനാട്ടിൽ മറ്റൊരിടത്തും കാണാ നാകാത്ത വിധം കുടികളുടെ നീണ്ട നിര തന്നെ ഈ പ്രദേശത്ത് കാണാനാകും.

പൊൻകുഴിയിൽ വാസമുറപ്പിച്ച മുള്ളുക്കുറുമർ, വളരെ പതിയെ വയനാടിന്റെ മറ്റിടങ്ങളിലേക്കും വ്യാപിക്കുന്നു. രാം പള്ളിയാണ് അവരുടെ ആദ്യ ഗ്രാമമെന്ന് കരുതുക, അവി ടെയുള്ള ചതുപ്പ് നിലങ്ങളെ വയലുകളാക്കി മാറ്റിയാണ് അവർ കൃഷി ചെയ്യുക. ആദ്യ ഗ്രാമത്തിലെ അംഗ സംഖ്യ കൂടുന്നതിനനുസരിച്ച് അവർ കുറച്ച് മാറിയുള്ള ചതുപ്പ് നില ങ്ങളെയും വയലുകളാക്കി മാറ്റാൻ തുടങ്ങുന്നു. പുതിയ വയലു കൾക്ക് അഭിമുഖമായ് വീടുകൾ നിർമ്മിക്കുകയും ചെയ്യുന്നു. അങ്ങനെ സാവധാനം പുതിയ കുറുമക്കുടികൾ അങ്ങിങ്ങായ് രൂപം കൊള്ളുന്നു. അവർ പോലും അറിയാതെ ആ ഗോത്രം പതുക്കെ വയനാട്ടിൽ പടരുകയായിരുന്നു.

തങ്ങൾ യാത്ര ചെയ്ത് വന്ന വഴിക്ക് എതിരെയുള്ള എല്ലാ ദിശകളിലേക്കും മുള്ളുക്കുറുമർ വ്യാപിക്കുകയായി രുന്നു. നിരവധി നൂറ്റാണ്ടുകൾ കൊണ്ടാണ് അവർ ഇത്തരത്തിൽ വയനാടിന്റെ വിവിധ ഭാഗങ്ങളിലേക്ക് കടന്നെത്തിയത്.

അഞ്ചെട്ട് നൂറ്റാണ്ടുകൾ കൊണ്ട് ആദ്യമെത്തിയ നാല് കുടുംബങ്ങളുടെ പിൻഗാമികൾ ഏകദേശം നാൽപ്പത് കിലോമീ റ്റർ ദൂരത്തേക്ക് വ്യാപിച്ചു. പൊൻകുഴിയിൽ നിന്ന് മുള്ളുക്കുറു മരുടെ അവാസമേഖലയുടെ അതിർത്തിയായ പുൽപ്പള്ളി യിലെക്കുള്ള ദൂരം തന്നെയാണ് മറ്റൊരു അതിർത്തിയായ പന മരത്തേക്കുള്ളത്. അതേ ദൂരം തന്നെയാണ് തമിഴ്നാട്ടിലെ മുള്ളുക്കുറുമരുടെ ആവാസമേഖലകളുടെ അതിർത്തിയിലേ ക്കുമുള്ളത്. പൊൻകുഴിയിൽ നിന്ന് ഇവർ മുന്നിലേക്കും വശ ങ്ങളിലേക്കും ഒരേ വേഗത്തിലും ദൂരത്തിലും പടരുകയായി രുന്നു. പനമരം പുഴയേയും കബനീ നദിയെയും തങ്ങളുടെ മേഖലയുടെ അതിർത്തികളായ് സ്വീകരിച്ച് അതിനുള്ളിൽ തന്നെയാണ് ഇവർ ജീവിച്ചത്. പൊൻകുഴിയിൽ നിന്ന് പനമരം വരെ യാത്ര ചെയ്യുമ്പോൾ വലിയ പുഴകളൊന്നും മുറിച്ച് കടക്കാനില്ലത്തതും അതിന് കാരണമാകാം. അല്ലെങ്കിൽ നാല് പ്പത് കിലോമീറ്ററോളം ദൂരത്തിലേക്ക് വ്യാപിച്ച സമയത്ത് അവ രുടെ വളർച്ചയെ തടയുന്ന വിധത്തിലുള്ള സൈനീക ആക്ര മണം നടന്നിട്ടുണ്ടാകാം.

ജനിതക പഠനം

ഒരു ചൈനക്കാരനെ കണ്ടാൽ അദ്ദേഹത്തിന്റെ സ്വ ദേശത്തെ പറ്റി നമുക്ക് നേർക്കഴ്ചയിൽ നിന്ന് തന്നെ മന സ്സിലാക്കാനാകും. അദ്ദേഹത്തിന്റെ മുഖച്ഛായയിൽ നിന്നും

ശാരീരിക പ്രത്യേകതകളിൽ നിന്നുമാണ് നമ്മളത് തിരിച്ചറി
യുന്നത്. അതല്ലാതെ ഒരു ജനിതക പരിശോധനയുടെ ആവ
ശ്യമേ അവിടില്ല. ഒരു യൂറോപ്യനെയോ ആഫ്രിക്കക്കാരന
യോ കണ്ടാലും അവരേത് ഭൂവിഭാഗത്തെയാണ് പ്രതിനിധീ
കരിക്കുന്നതെന്ന് നമുക്ക് സ്വാഭാവികമായും തിരിച്ചറിയാൻ
കഴിയും. വയനാട്ടിലെ മുള്ളുക്കുറുമരുടെ ജനിതക പ്രത്യേകത
കൾ പ്രതിനിധീകരിക്കുന്നത് രാജസ്ഥാനെ തന്നെയാണെന്ന്
മനസ്സിലാക്കുന്നതിന് വളരെ ചിലവേറിയ ഒരു ജനിതക
പരിശോധനയുടെ ആവശ്യമുണ്ടെന്ന് ഞാൻ കരുതുന്നില്ല.

നമ്മുടെ ഓരോരുത്തരുടേയും ജനിതകത്തിൽ എല്ലാ
ഭൂഖണ്ഡങ്ങളുടേയും പ്രാതിനിധ്യമുണ്ട്. ഏറ്റവുമധികമായ്
ഏതു ഭൂവിഭാഗത്തെയാണ് പ്രതിനിധീകരിക്കുന്നത് എന്ന് മാത്ര
മാണ് ജനിതക പരിശോധനകളുടെ ഫലത്തിൽ നിന്ന് അറി
യാനാകുക. ഒരേ അച്ഛന്റെയും അമ്മയുടെയും രണ്ട് മക്കളുടെ
ജനിതക പരിശോധന നടത്തിയാൽ പോലും വളരെ വ്യത്യസ്ത
മായ ഭൂവിഭാഗങ്ങളെ സൂചിപ്പിക്കുന്ന ഫലങ്ങളാണ് ലഭിക്കുക.

കൈത്തണ്ടയിലെ നാഡി പിടിച്ച് നോക്കി രോഗി
യുടെ അവസ്ഥ മനസ്സിലാക്കുന്ന വയനാട്ടിലെ പാരമ്പര്യ
വൈദ്യന്മാരുടെ രീതിയാണ് ജനിതക പഠനത്തിൽ ഞാൻ സ്വീ
കരിക്കുന്നത്. എന്റെ മുന്നിലുള്ള മനുഷ്യരുടെ ജനിതക പ്രത്യേ
കതകൾ, ഭൂമിയിലെ ഏത് ഭൂപ്രദേശവുമായാണ് ബന്ധ
പ്പെട്ടിരിക്കുന്നതെന്ന് ചിന്തിച്ച് മനസ്സിലാക്കുന്ന രീതിയാണ്
എന്റേത്. മുൻ കാഴ്ചകളിൽ നിന്നും അനുഭവങ്ങളിൽ നിന്നു
മുള്ള അറിവുകളാണ് അതിനായെന്നെ സഹായിക്കുന്നത്.

വയനാട്ടിലെ മുള്ളുക്കുറുമരുടെ പൂർവ്വികർ രാജസ്ഥാ
നിൽ നിന്ന് വയനാട്ടിലേക്ക് കുടിയേറിയവരാണെന്നത്, എന്റെ
കണ്ടെത്തലുകളിൽ നിന്ന് പകൽ പോലെ വ്യക്തമായ ചരിത്ര
യഥാർത്ഥ്യമാണ്. ശത്രുക്കളോട് ഒരു വിട്ടുവീഴ്ചയും കാണി
ക്കാതെ നിർഭയം പോരാടിയിരുന്ന, രാജസ്ഥാന്റെ ഭരണാ
ധികാരികളായിരുന്നു അവരുടെ പൂർവ്വികർ. സ്വന്തം അഭിമാനം
ആരുടെ മുന്നിലും അടിയറ വെക്കാൻ തയ്യാറാകാത്ത പാരമ്പ
ര്യമാണ് എക്കാലത്തും മുള്ളുക്കുറുമർക്കുള്ളത്. തങ്ങളുടെ
വേരുകളെ കുറിച്ചുള്ള വ്യക്തമായ തിരിച്ചറിവ്, വയനാട്ടിലെ
മുള്ളുക്കുറുമരുടെ അഭിമാനബോധം ഒരു പടികൂടി ഉയർത്താൻ
സഹായകമാകുമെന്ന് ഞാൻ പ്രതീക്ഷിക്കുകയാണ്...

പിച്ചങ്കോട് തറവാട്ടിലെ കേളു മൂപ്പൻ
ചിത്രം : കെ.ആർ. രമിത്

കുറിച്യരുടെ പൂർവ്വികർ

ബ്രിട്ടീഷ് സൈന്യത്തെ പോലും വിറപ്പിച്ച പോരാട്ട വീര്യമാണ് വയനാട്ടിലെ കുറിച്യരുടെ സിരകളിലൊഴുകു ന്നത്. തങ്ങളുടെ സംസ്കാരവും പാരമ്പര്യവും, മാറിയ കാലത്ത് പോലും മുറുകെ ചേർത്ത് പിടിക്കുന്നവരുമാണ് ഈ ഗോത്ര ജനത. നൂറ്റാണ്ടുകളായ് ഇവിടുത്തെ കാടി നോടും മണ്ണിനോടുമെല്ലാം അലിഞ്ഞ് ചേർന്ന് ജീവിക്കുന്ന കുറിച്യരുടെ പൂർവ്വികരെ കുറിച്ച് ഞാൻ കണ്ടെത്തിയ വിവ രങ്ങൾ, അക്ഷരാർത്ഥത്തിൽ അത്ഭുതപ്പെടുത്തുന്നതാണ്.

ആചാരാനുഷ്ഠാങ്ങളിലും ജീവിതത്തിലും വളരെ യധികം സവിശേഷതകൾ പുലർത്തുന്ന ഈ ഗോത്ര ജനത യുടെ പൂർവ്വികരെക്കുറിച്ച് മനസ്സിലാക്കുകയെന്നത് ഒരിക്കലും എളുപ്പമായിരുന്നില്ല. സമുദായത്തിന്റെ പേരിലും ഭാഷയിലും ജീവിത രീതികളിലുമെല്ലാം മുള്ളുക്കുറുമരോടാണ് കുറിച്യ ർക്ക് സാമ്യമെങ്കിലും ജനിതകമായ് വ്യത്യസ്തമായ രണ്ട് ജനസമൂഹങ്ങളാണ് അവരെന്ന് നിരീക്ഷണങ്ങളിൽ നിന്ന് ഞാൻ മനസ്സിലാക്കിയിരുന്നു. മുള്ളുക്കുറുമരുടെ പൂർവ്വികർ രാജസ്ഥാനിൽ നിന്നാണ് വയനാട്ടിലെത്തിയത് എന്ന വസ് തുത കണ്ടെത്തിയതിന് ശേഷവും, കുറിച്യരെ ആ ഭൂവിഭാഗ വുമായ് എന്റെ ചിന്തകൾ ഒരിക്കലും ചേർത്ത് നിർത്തിയില്ല.

മുൻ പഠനങ്ങൾ

വയനാട്ടിലെ മനുഷ്യരേയും അവരുടെ ആചാരങ്ങ ളേയും കുറിച്ച് സി.ഗോപാലൻ നായർ 1911 ൽ എഴുതിയ പുസ്തകം കുറിച്ച്യരുടെ പൂർവ്വികരെക്കുറിച്ച് വിശദീകരി ക്കുന്നുണ്ട്. നൂറ്റാണ്ടുകൾക്ക് മുൻപ് വയനാട്ടിൽ ഭരണം നടത്തിയിരുന്ന വേടരെ കീഴടക്കാനെത്തിയ കോട്ടയം രാജാ വിന്റെ പടയാളികളിൽ ചിലർ യുദ്ധശേഷവും ഇവിടെത്തന്നെ തുടർന്നെന്നും അവരാണ് കുറിച്ച്യരുടെ പൂർവ്വികരെന്നും അദ്ദേഹം എഴുതുന്നു. നായർ സമുദായത്തിന്റെ തന്നെ ഉപ വിഭാഗമായ തെക്കേ കരിനായന്മാരിൽ പെട്ടവരാണ് കുറിച്ച്യ രെന്നാണ് അദ്ദേഹത്തിന്റെ കണ്ടെത്തൽ. തിരുവിതാംകൂർ, വേണാട് എന്നീ പ്രദേശങ്ങളിലാണ് നേരത്തെ കരിനായന്മാർ ജീവിച്ചിരുന്നതെന്നും ഇപ്പോൾ അവിടെത്തന്നെയുണ്ടോ എന്നതിൽ വ്യക്തതയില്ല എന്നും അദ്ദേഹം കൂട്ടി ചേർക്കുന്നു. കുറി വെച്ചിടത്ത് തന്നെ അമ്പയെത് കൊള്ളിക്കുന്നതിൽ സമർത്ഥരായത് കൊണ്ട് കോട്ടയം രാജാവ് അവർക്ക് നൽ കിയ പേരാണ് 'കുറിച്ച്യർ' എന്ന് ഗോപാലൻ നായർ എഴു തുന്നു. മലകൾ എന്നർത്ഥമുള്ള 'കുറിച്ചി' എന്ന വാക്കിൽ നിന്നാണ് 'കുറിച്ച്യർ' എന്ന പേരുണ്ടായതെന്ന 'ഗസറ്റിയറി' ലെ പരാമർശത്തെ കുറിച്ചും പുസ്തകം പറയുന്നു. ബ്രിട്ടിഷു കാരുടെ കീഴിൽ ഡെപ്യൂട്ടി കളക്ടറായി ജോലി ചെയ്തിരുന്ന സി. ഗോപാലൻ നായരുടെ വസ്തുതാ വിരുദ്ധമായ ഈ കണ്ടെ ത്തലുകളുടെ ആവർത്തനമാണ് പിന്നീട് പ്രസിദ്ധീകരിക്കപ്പെട്ട മിക്ക പുസ്തകങ്ങളിലും കാണാനാകുന്നത്.

പഠനരീതി

മുൻ വിധികളില്ലാതെ തന്നെ കുറിച്ച്യരുടെ അജ്ഞാത മായ ഭൂതകാലം മനസ്സിലാക്കാനും സത്യത്തെ പിന്തുടരാനു മാണ് ഞാൻ ശ്രമിച്ചത്. കുറിച്ച്യരുടെ ശരീര പ്രകൃതം, സംസാര ശൈലി, ശബ്ദം, ഭക്ഷണ ശീലങ്ങൾ, കൃഷി രീതികൾ, ആചാ രാനുഷ്ഠാനങ്ങൾ, പാട്ടുകൾ, ആഭരണങ്ങൾ തുടങ്ങിയവ നിരീക്ഷിച്ചും വിശകലനം ചെയ്തുമാണ് വളരെ നിർണ്ണാ യകമായ കണ്ടെത്തലുകളിലേക്ക് ഞാൻ എത്തിച്ചേർന്നത്.

കണ്ടെത്തലുകൾ

മൊറോക്കോ, ഈജിപ്ത് തുടങ്ങിയ രാജ്യങ്ങൾ സ്ഥിതി ചെയ്യുന്ന ഉത്തരാഫ്രിക്കയിൽ നിന്നാണ് കുറിച്യരുടെ പൂർവ്വി കർ വയനാട്ടിലെത്തിയത്.

അറ്റ്ലസ് മലനിരകളിലെ അതിപുരാതനമായ 'അമസിയഖ്' ഗോത്രത്തിൽ പിറന്നവരായിരുന്നു കുറിച്യരുടെ പൂർവ്വികർ.

അഞ്ഞുറോളം വർഷങ്ങൾക്ക് മുൻപാണ്, കുറിച്യരുടെ പൂർവ്വി കർ മലബാർ തീരത്ത് കപ്പലിറങ്ങിയത്.

വിശദാംശങ്ങൾ

65,000 വർഷങ്ങൾക്ക് മുൻപ് ആഫ്രിക്കയിൽ നിന്നാണ് മനുഷ്യർ അവരുടെ ആദ്യ പ്രയാണം തുടങ്ങിയത്. ഇന്ന് ഭൂമി യുടെ വ്യത്യസ്ത കോണുകളിൽ ജീവിക്കുന്ന ജനങ്ങളെ ല്ലാവരും തന്നെ ആഫ്രിക്കയിൽ നിന്ന് യാത്ര പുറപ്പെട്ടവ രുടെ പിൻഗാമികളാണ്. ജാതിയുടേയും മതത്തിന്റേയും മത്ത് തലക്ക് പിടിച്ചവർക്ക് എളുപ്പം ദഹിക്കില്ലെങ്കിലും നമ്മളെല്ലാം ഒരു കുടുംബത്തിൽ പിറന്നവരെന്നതാണ് വസ്തുത. ഭൂപരിഷ്കരണ നയത്തിന് ശേഷം തിരുവിതാംകൂറിൽ നിന്ന് മനുഷ്യർ കൂട്ടമായ് വയനാട്ടിലേക്ക് ചേക്കേറിയതിനെ യാണ് പൊതുവേ ഇന്നാട്ടിൽ കുടിയേറ്റം എന്ന് വിളിക്കു ന്നത്. പക്ഷേ യഥാർത്ഥത്തിൽ വയനാട്ടിൽ ഇന്നവശേഷിക്കുന്ന എല്ലാ ജനവിഭാഗങ്ങളും പല കാലങ്ങളിലായ് ഇവിടേയ്ക്ക് കുടിയേറിയെത്തിയവരുടെ പിന്മുറക്കാരാണ്.

മുഖങ്ങൾ പറയുന്ന കഥകൾ

നേരത്തെ കൃഷി മന്ത്രിയായിരുന്ന വി.എസ്. സുനിൽ കുമാറിന് വയനാട്ടിലെ പാരമ്പര്യ നെല്ലിനങ്ങളോടും ചെറുവ യൽ രമേട്ടനോടും ഒരു പ്രത്യേക സ്നേഹമുണ്ടായിരുന്നു. അദ്ദേഹം ഇവിടുത്തെ തനത് നെല്ലിനങ്ങളെ കുറിച്ച് ഒരു പുസ്തകം തയ്യാറാക്കാൻ അമ്പലവയലിലെ പ്രാദേശിക

കാർഷിക ഗവേഷണ കേന്ദ്രത്തിന്റെ മേധാവിയായിരുന്ന രാജേന്ദ്രൻ സാറിനെയും സംഘത്തെയും ചുമതലപ്പെടുത്തി. 2018 ൽ ഞാനാണ് ആ പുസ്തകം രൂപകൽപ്പന ചെയ്തതും ആവശ്യമായ ചിത്രങ്ങൾ പകർത്തിയതും. അക്കാലത്താണ് രമേട്ടനുൾപ്പടെയുള്ള കുറിച്ച്യ കർഷകരുടെ ചിത്രങ്ങൾ പകർ ത്താൻ അവസരം കിട്ടുന്നത്. കുറിച്യരുടെ തറവാടും ജീവിത പരിസരങ്ങളും ആദ്യമായ് തൊട്ടറിഞ്ഞ കാലം. മനു ഷ്യരുടെ മുഖങ്ങൾ പകർത്താനാണ് ഒരു ഫോട്ടോഗ്രാഫർ എന്ന നിലയിൽ എനിക്ക് എല്ലാ കാലത്തും കൂടുതൽ ഇഷ്ടമുണ്ടായിരുന്നത്. കുറിച്യരുടെ മുഖങ്ങൾ ഒന്നിൽ നിന്ന് മറ്റൊന്ന് തികച്ചും വ്യത്യസ്തമായിരുന്നു.

കേരള കൗമുദി പത്രത്തിൽ ഫോട്ടോ ജേർണലിസ്റ്റായ് പ്രവർത്തിച്ചിരുന്ന സമയം; 2020 ൽ ഒരു തിരഞ്ഞെടുപ്പ് കാലത്ത് ഞാൻ പകർത്തിയ ഒരു കുറിച്യ സ്ത്രീയുടെ ചിത്രം എന്റെ മനസ്സിൽ നിരവധി ചോദ്യങ്ങളാണ് സൃഷ്ടിച്ചത്. കാരണം അന്ന് വരെ ഞാൻ കണ്ടതോ പകർത്തിയതോ ആയ മനുഷ്യരുടെ മുഖങ്ങളിൽ നിന്ന് അവരുടെ മുഖം വളരെ വ്യത്യസ്തമായി രുന്നു. ലോകത്തിലെ നിരവധി രാജ്യങ്ങളിൽ നിന്നുള്ള ആളു കൾ ഒരുമിച്ച് ജീവിക്കുന്ന ദുബായിൽ ഒരു പതിറ്റാണ്ടോളം ഞാനും താമസക്കാരനായിരുന്നു. അന്ന് കണ്ട് പരിചയിച്ച മുഖങ്ങളിൽ പോലും അത്തരമൊരു മുഖച്ഛായ ഞാൻ കണ്ടിരുന്നില്ല. പക്ഷെ അവരുടെ മകളുടെ മുഖച്ഛായ എന്നെ ഓർമിപ്പിച്ചത് ഈജിപ്തിനെയാണ്. വനങ്ങളാൽ ചുറ്റപ്പെട്ട വയനാട്ടിൽ ജീവിക്കുന്ന മനുഷ്യർക്ക് എങ്ങനെയാണ് മറ്റൊരു ഭൂഖണ്ഡത്തിലെ ഒരു രാജ്യവുമായ് ബന്ധമുണ്ടാകുക? വെറും തോന്നലുകളാകാം അതൊക്കെ. പക്ഷെ ആ അമ്മയുടെ മുഖം ഏതു ഭൂവിഭാഗത്തെയാണ് പ്രതിനിധീകരിക്കുന്നതെന്ന ചോദ്യം ഉത്തരമില്ലാതെ എന്റെ മനസ്സിൽ അവശേഷിച്ചു.

നെല്ല് കുത്ത് പാട്ട്

ഉരലിന്റെ നാല് വശത്തുമായ് നാല് കുറിച്യ സ്ത്രീ കൾ ഉലക്കയുമയ് നിന്ന് നെല്ല് കുത്തുന്നതിനിടയിൽ പാടുന്ന പാട്ടാണ് നെല്ല് കുത്ത് പാട്ട്. വ്യത്യസ്തവും ഗംഭീര വുമായ ആ അവതരണം, 2023 ഫെബ്രുവരിയിൽ വാരമ്പറ്റ

സ്കൂളിൽ നടന്ന ഗോത്രോത്സവത്തിൽ വെച്ചാണ് ഞാൻ ആദ്യമായി കേൾക്കുന്നത്. വളരെ വേഗത്തിലാണെങ്കിലും കൃത്യതയോടെയാണ് ഓരോ സ്ത്രീകളും അവരുടെ ഊഴത്തിനനുസരിച്ച് നെല്ല് കുത്തുന്നത്. വളരെ അധ്വാനമുള്ള പ്രവർത്തിക്കിടയിലെ പാട്ടായതിനാൽ വരികൾ വളരെ നേർത്ത് മാത്രമാണ് കേൾക്കാനാകുക. എങ്കിലും അവരുടെ ശബ്ദം വളരെ പ്രത്യേകതയുള്ളതായിരുന്നു. അതുവരെ ഞാൻ കേട്ട പാട്ടുകളിലൊന്നുമില്ലാത്ത തരം ശബ്ദവിന്യാസമായിരുന്നു ആ പാട്ടിന്റേത്, നിലവിളിക്കുന്നത് പോലെയാണ് തോന്നുക.

മോഹങ്ങൾ കാത്ത് വെച്ച നേര്

കുറിച്യരുടെ പരമ്പരാഗത ആഭരണങ്ങൾ പരിശോധിച്ചപ്പോൾ മറവിയിലാണ്ട് പോയ ചരിത്ര വസ്തുതകൾ, ഒരു ചലച്ചിത്രം പോലെ, എന്റെ കൺമുന്നിൽ തെളിഞ്ഞ് വരാൻ തുടങ്ങി. ഉത്തരാഫ്രിക്കയിലെ അറ്റ്ലസ് മലനിരകളിൽ ജീവിക്കുന്ന അതിപുരാതനമായ 'അമസിയഖ്' ഗോത്ര ജനതയുടെ ആഭരണങ്ങളാണ് അവരുടേതെന്ന് തുടർച്ചയായ അന്വേഷണങ്ങളിലൂടെ ഞാൻ മനസ്സിലാക്കി.

കുറിച്യരുടെ ആഭരണങ്ങൾ 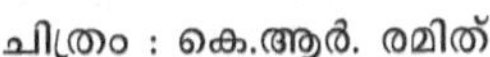   ചിത്രം : കെ.ആർ. രമിത്

അറ്റ്ലസ് മലനിരകൾ

അമസിയഖ് ഗോത്രം

ക്രിസ്തുവിനും രണ്ടായിരം വർഷങ്ങൾക്ക് മുൻപ് എഴുതപ്പെട്ട ഈജിപ്ഷ്യൻ ലിഖിതങ്ങളിലടക്കം പരാമർശിക്ക പ്പെടുന്ന, ലോകത്തിലെ തന്നെ അതിപുരാതനമായ ഗോത്ര സമൂഹങ്ങളിലൊന്നാണ് 'അമസിയഖ്' ഗോത്രം. കുലീനരും സ്വതന്ത്രരുമായ ജനസമൂഹം എന്നർത്ഥമാണ് 'അമസിയഖ്' എന്ന വാക്കിനുള്ളത്.

ആഫ്രിക്കയുടെ വടക്കേ അറ്റത്ത് മെഡിറ്ററേനിയൻ കടലിനോട് ചേർന്ന് സ്ഥിതി ചെയ്യുന്ന മൊറോക്കോ, അൾജീരിയ, ലിബിയ തുടങ്ങിയ രാജ്യങ്ങളിലാണ് അവർ കൂടു തലായ് അധിവസിക്കുന്നത്. ക്രിസ്തുവിന് ശേഷം ഏഴ്, എട്ട് നൂറ്റാണ്ടുകളിലെ അറബ് വത്കരണത്തിന് മുൻപുള്ള കാല ഘട്ടം വരെ ഉത്തരാഫ്രിക്കയുടെ മിക്ക ഭാഗങ്ങളും ഭരിച്ചിരുന്നത് ഈ ഗോത്രമായിരുന്നു. പതിനാറാം നൂറ്റാണ്ട് വരെ ഭരണം വിട്ട് കൊടുക്കാതെ പിടിച്ച് നിന്നവരും അവരുടെ കൂട്ടത്തിലുണ്ട്.

സഹാറ മരുഭൂമിയെ അറ്റ്ലാന്റിക് സമുദ്രത്തിൽ നിന്നും മെഡിറ്ററേനിയൻ കടലിൽ നിന്നും വേർതിരിച്ച് നിറുത്തു ന്നത് അറ്റ്ലസ് മലനിരകളാണ്. മൊറോക്കോ, അൾജീരിയ, ടുണീഷ്യ എന്നീ രാജ്യങ്ങളിലായ്; 2500 കിലോമീറ്ററോളം നീള ത്തിൽ പടർന്ന് നിൽക്കുന്ന ആ മലനിരകളാണ് 'അമസിയഖ്'

ചിത്രം : ടോല അക്കിൻടൈപ്

ഗോത്ര ജനതയുടെ ആവാസ ഭൂമി. തണുത്തുറഞ്ഞ മഞ്ഞ് പാളികൾ മൂടി നിൽക്കുന്ന പർവ്വത ശിഖിരങ്ങളിൽ നിന്ന് ഏറെ ദൂരെയല്ലാതെ, ചുട്ടുപൊള്ളുന്ന മരുഭൂമിയും കാണാനാ കുന്ന രാജ്യമാണ് മൊറോക്കോ. ആ രാജ്യത്താണ് 'അമസി യഖ്' ഗോത്ര ജനത ഏറ്റവും കൂടുതലായ് കാണപ്പെടുന്നത്.

വെളിപ്പെട്ട വസ്തുതകൾ

കുറിച്ച ഗോത്രത്തിന്റെ പൂർവ്വികരുടെ ചിത്രം എന്റെ മനസ്സിൽ കൃത്യതതോടെ തെളിഞ്ഞു വന്നത് ഒരു വലിയ ഭാഗ്യമായും നിയോഗമായും വിശ്വസിക്കാനാണെ നിക്കിഷ്ടം. ഇതുവരെ ആർക്കും ലഭിച്ചിട്ടിലാത്ത അത്തരമൊരു അറിവ് എന്റെ മുന്നിൽ തുറന്നിട്ടത് തുടരന്വേഷണങ്ങ ളുടെ വിശാലമായ ഒരു ഭൂമികയാണ്. ലോകത്തെ ആദ്യമായ് കണ്ട് തുടങ്ങിയ ഒരു കുട്ടിയുടെ ഹൃദയവുമായ്, മുന്നിൽ തുറ ക്കപ്പെട്ട പുതു വഴിയിലൂടെ, ഞാൻ പതുക്കെ നടന്ന് തുടങ്ങി.

'അമസിയഖ്' ഗോത്രത്തിന്റെ ജീവിതവും സംസ്കാര വുമായ് ബന്ധപ്പെട്ട എഴുത്തുകൾ, ചിത്രങ്ങൾ, ദൃശ്യങ്ങൾ, സംഗീതം തുടങ്ങിയവയെല്ലാം ഞാൻ പഠിക്കാൻ ആരംഭിച്ചു. വിദൂരമായ ഒരു ദേശത്ത്, നേരിട്ട് ചെല്ലാനാകാത്തതിനാൽ

ഇന്റര്‍നെറ്റ് സൗകര്യങ്ങളാണ് ഉപയോഗപ്പെടുത്തിയത്. അറ്റ്‌ലസ് മലനിരകളില്‍ ചെന്ന് തന്നെ, അവിടുത്തെ മനുഷ്യരെ പറ്റി പഠിക്കണമെന്ന ആഗ്രഹം മനസ്സിനകത്ത് കാര്യമായുണ്ട്. കുറിച്യരുടെ പൂര്‍വ്വികരെക്കുറിച്ച് മാത്രമായ് തയ്യാറാക്കുന്ന പുസ്തകത്തിന് മുന്‍പ് അത്തരമൊരു യാത്ര നടന്നേക്കുമെന്ന് പ്രതീക്ഷിക്കുകയാണ്.

മുഖച്ഛായ

2020 ല്‍ എന്നെ ഏറെ ചിന്തിപ്പിച്ച, കുറിച്യസ്ത്രീയുടെ മുഖച്ഛായയുമായ് വളരെ സാമ്യമുള്ള മുഖങ്ങള്‍, ഉത്തരാഫ്രിക്കയിലെ 'അമസിയഖ്' ഗോത്ര ജനതയുടെ ചിത്രങ്ങളില്‍ ഞാന്‍ കണ്ട് തുടങ്ങി. അവരുടെ മുഖങ്ങള്‍ക്ക് ഇത്തരം സവിശേഷതകള്‍ നല്‍കുന്നത് ഈ പുസ്തകത്തിന്റെ ആദ്യ അദ്ധ്യായങ്ങളില്‍ വിശദീകരിച്ചത് പോലെയുള്ള ഭൂമിശാസ്ത്രപരമായ പ്രത്യേകതകളാണ്.

ആഫ്രിക്കയിലുള്ളവരെല്ലാം കറുത്ത മനുഷ്യരാണ് എന്നൊരു തെറ്റിദ്ധാരണ നമ്മളില്‍ ഒരു പരിധി വരെയുണ്ട്. ആഫ്രിക്കയുടെ വടക്കേ അറ്റത്തെ രാജ്യമായ മൊറോക്കോയുടെ അതിര്‍ത്തിയില്‍ നിന്ന് ജിബ്രാള്‍ട്ടര്‍ കടലിടുക്കിലൂടെ വെറും 13 കിലോമീറ്ററുകള്‍ യാത്ര ചെയ്താല്‍ യൂറോപ്യന്‍ രാജ്യമായ സ്‌പെയിനിലെത്താം. അതു കൊണ്ട് യൂറോപ്പിലെ മനുഷ്യരുടെ ശരീര പ്രകൃതവും, വെളുത്ത നിറവും, ഉത്തരാഫ്രിക്കയിലെ ജനങ്ങളിലും വളരെ പ്രകടമായ് തന്നെ കാണാം. യൂറോപ്പ് മാത്രമല്ല ഉത്തരാഫ്രിക്കയുമായ് ഒട്ടി നില്‍ക്കുന്നത്, കിഴക്കന്‍

അമസിയഖ് പുരുഷന്‍   ചിത്രം : ക്രിസ്റ്റഫര്‍

അതിർത്തി ഏഷ്യയു മായ് വിടവില്ലാത്ത വിധം കൂടിച്ചേരുകയും ചെയ്യു ന്നുണ്ട്. അതിനാൽ ഏഷ്യയിലെ മനുഷ്യ രുടെ ജനിതക പ്രത്യേ കതകൾ സ്വാഭാവിക മായും ഇവരിലുണ്ട് ഇത് കൂടാതെ, തെക്ക് സഹാറാ മരുഭൂമിയുടേയും അപ്പുറ ത്തുള്ള മധ്യ ആഫ്രിക്ക യിലെ കറുത്ത മനുഷ്യ രുടെ ജനിതക സവിശേ ഷതകളും ഇവർക്കിട യിൽ കാണാം. അവിടെ യും തീരുന്നില്ല കാര്യ ങ്ങൾ, മൊറോക്കോയിൽ നിന്ന് ഈജിപ്തിലേ ക്കുള്ളദൂരം; അറ്റ്ലാന്റിക്

അമസിയഖ് വനിത   ചിത്രം : NMWC

സമുദ്രത്തിലൂടെ യാത്ര ചെയ്താൽ തെക്കേ അമേരിക്കൻ രാജ്യ മായ ബ്രസീലിലെത്താം. അതിനാൽ തെക്കേ അമേരിക്കയിലെ തദ്ദേശീയ മനുഷ്യരുടെ ജനിതക സവിശേഷതകളും 'അമസി യഖ്' ജനതയിൽ കാണാം.

എന്നെ ഏറെ ചിന്തിപ്പിച്ച ആ കുറിച്യ വനിതയുടെ മുഖച്ഛായ യൂറോപ്യൻ, തെക്കേ അമേരിക്കൻ ജനിതക പ്രത്യേ കതകളുടെ മധ്യത്തിൽ വരുന്നതാണ്. അങ്ങനെ ആലോചി ക്കുമ്പോൾ അവരുടെ മുഖം പ്രതിനിധീകരിക്കുന്നത്, മൊറോ ക്കോ ഉൾപ്പെടുന്ന ഭൂവിഭാഗത്തെ തന്നെയാണ്. മകളുടെ ഈജിപ്ഷ്യൻ മുഖച്ഛായ, എന്റെ വെറും തോന്നലായിരുന്നില്ല എന്നും, അവരുടെ ജനിതകവും ഉത്തരാഫ്രിക്കയെ തന്നെ യാണ് പ്രതിനിധീകരിക്കുന്നതെന്നും ഞാൻ തിരിച്ചറിഞ്ഞു.

നേരത്തേ സൂചിപ്പിച്ച ഭൂമിശാസ്ത്രപരമായ സവിശേഷ തകൾ കൊണ്ട് ഉത്തരാഫ്രിക്കയിലെ ജനങ്ങളുടെ മുഖങ്ങൾ ഒന്നിൽ നിന്ന് മറ്റൊന്ന് വ്യത്യസ്തമാണ്. കുറിച്യരുടെ വേരുകളെ കുറിച്ചുള്ള ചിത്രം വ്യക്തമായതിന് ശേഷവും

ഞാനീ മനുഷ്യരെ നിരീക്ഷിച്ചു കൊണ്ടേയിരുന്നു. മുഖച്ഛായ യിലും ശരീര പ്രകൃതിയിലും സമാനമായ വൈവിധ്യം വയനാ ട്ടിലെ കുറിച്യർക്കിടയിലും കാണാം. എന്റെ ചിന്തകളെ ഏറെ കുഴക്കിയ ഒന്നാണത്. മുള്ളുക്കുറുമരുടെ പൂർവ്വികർ രാജ സ്ഥാനിൽ നിന്നും അടിയരുടെ പൂർവ്വികർ ഒഡീഷയിൽ നിന്നുമാണെന്ന എന്റെ കണ്ടെത്തലുകൾ ശരിയാണെന്ന് മന സ്സ് ആവർത്തിച്ച് പറഞ്ഞപ്പോഴും; ആഭരണങ്ങളിലെ ശക്ത മായ തെളിവുകളുണ്ടായിട്ട് പോലും, കുറിച്യരുടെ കാര്യത്തിൽ, ഒന്നുകൂടി ഉറപ്പിക്കാനാണ് മനസ്സ് പറഞ്ഞത്.

ശബ്ദം

തുടക്കത്തിലെ അദ്ധ്യായങ്ങളിൽ പറഞ്ഞത് പോലെ മനുഷ്യരുടെ ശബ്ദവും അവർ ജീവിക്കുന്ന ഭൂവിഭാഗവുമായ് ബന്ധപ്പെട്ട് നിൽക്കുന്ന കാര്യമാണ്. നമ്മുടെ നിറം, ആകൃതി തുടങ്ങിയ പ്രത്യേകതകളെ പോലെ തന്നെ ശബ്ദവും ജനിതക വുമായ് ചേർന്ന് നിൽക്കുന്നു. ശബ്ദത്തിലെ ഈ വ്യത്യാസം ഞാൻ ആദ്യം തിരിച്ചറിയുന്നത് ദുബായിലെ ജീവിത കാല ത്താണ്. അവിടുത്തെ അറബികളുടെ ശബ്ദവും ഉച്ചാരണവു മെല്ലാം നമ്മുടേതിൽ നിന്ന് വളരെ വ്യത്യസ്തമാണ്. റേഡിയോ അവതാരകയും നടിയുമായ നൈല ഉഷ അറബികളുടെ, ശബ്ദ ത്തിലെ ഈ പ്രത്യേകത ഭംഗിയായി അനുകരിയ്ക്കാറുണ്ട്. അക്കാലത്ത് എമിറേറ്റ്സ് പ്രസ്സിൽ ജോലി ചെയ്തിരുന്ന എനിക്ക് ആവശ്യമുള്ള ചില ഉപകരണങ്ങൾ ലഭിച്ചിരുന്നത് സ്പെയിനിലെ ബാഴ്സലോണയിൽ നിന്നായിരുന്നു. ആ സ്ഥാപനത്തിലേക്ക് വിളിച്ചാൽ ഒരു സ്ത്രീയാണ് ടെലഫോ ണിൽ സംസാരിക്കുക. എന്നെ അത്ഭുതപ്പെടുത്തിയ കാര്യം യൂറോപ്പിൽ ജീവിക്കുന്ന അവരുടെ ശബ്ദവും ഉച്ചാരണവു മെല്ലാം അറബ് രീതിയിലുള്ളതായിരുന്നു എന്നതാണ്. സ്പെ യിൻ ഉത്തരാഫ്രിക്കയോട് വളരെ അടുത്ത് സ്ഥിതി ചെയ്യുന്ന നാടാണെന്നോ, ഇടക്കാലത്ത് അറബ് ഭരണം നിലനിന്നിരുന്ന പ്രദേശമാണെന്നോ അക്കാലത്ത് എനിക്കറിയില്ലായിരുന്നു.

'അമസിയഖ്' എന്ന് ഈ പുസ്തകത്തിൽ എഴുതിയി രിക്കുന്നത് പോലും അവരുടെ ഉച്ചാരണമനുസരിച്ച് തെറ്റാണ്. അവരുടെ ഉച്ചാരണത്തെ കൃത്യമായ് പ്രതിനിധീകരിക്കാനുള്ള

അക്ഷരങ്ങൾ മലയാളത്തിലില്ല. ഇംഗ്ലീഷിലെ 'z' എന്ന അക്ഷര ത്തിന്റെ ശബ്ദം നമ്മുടെ ഭാഷയിലില്ല, യഥാർത്ഥത്തിൽ അവരുടെ ഗോത്ര നാമം 'അമ(zi)യഖ്' എന്നാണ് ഉച്ചരിക്കേണ്ടത്. പേരിലെ അവസാന അക്ഷരം 'ഖ്' പോലും അവരുച്ചരിക്കുക തികച്ചും വ്യത്യസ്തമായ ശബ്ദത്തിലാണ്. ഇംഗ്ലീഷ് അക്ഷരങ്ങൾ ഉപയോഗിച്ച് പോലും അതിവിടെയെ ഴുതി ഫലിപ്പിക്കാൻ ഞാനശക്തനാണ്. അവരുടെ തൊണ്ട ക്കുള്ളിലെ ഏതോ അജ്ഞാതമായ ഇടങ്ങളിൽ നിന്നാണ് ഈ ശബ്ദങ്ങളും വാക്കുകളും പുറത്തേക്ക് വരുന്നത്. ഇതി നോട് വളരെ ചേർന്ന് നിൽക്കുന്ന ശബ്ദം വയനാട്ടിലെ കുറി ച്യരുടെ സംസാരത്തിലും നമുക്ക് കേൾക്കാനാകും, അതേ റ്റവും പ്രകടമാകുന്നത് അവരുടെ പാട്ടുകളിലാണ്.

ഭാഷ

'തമസിയഖ്റ്' എന്ന് വിളിക്കപ്പെടുന്ന പ്രാചീന ഭാഷ യാണ് ഇവർ ആശയവിനിമയത്തിനായ് ഉപയോഗിക്കുന്നത്. കാണാനേറെ ഭംഗിയുള്ള, വടിവൊത്ത അക്ഷരങ്ങളും ഈ ഭാഷയ്ക്ക് സ്വന്തമായുണ്ട്. 'ടിഫിനാഖ്' എന്നാണ് ലിപിക ളുടെ പേര്. സമർത്ഥനായ ഒരു കലാകാരൻ രൂപകൽപ്പന ചെയ്തത് പോലെ തോന്നിക്കുന്ന ഈ അക്ഷരങ്ങൾക്ക് കാഴ്ചയിൽ ഇംഗ്ലീഷ് അക്ഷരങ്ങളുമായ് സാമ്യമുണ്ട്. എങ്കിലും അറ്റ്ലസ് മലനിരകളിൽ ജീവിക്കുന്ന 'അമസിയഖ് ' ജനത, വാമൊഴി ഭാഷയാണ് കൂടുതലായും ഉപയോഗിക്കുന്നത്. പാട്ടു കളും കഥകളുമെല്ലാം എഴുതി സൂക്ഷിക്കുന്ന രീതി അവർക്കില്ല.

'ടിഫിനാഖ്' ലിപികളുപയോഗിച്ച്
'അമസിയഖ്' എന്നെഴുതിയത്

അറബ് വത്കരണത്തെത്തുടർന്ന് ഈ ഗോത്ര സമൂഹ ത്തിന് തങ്ങളുടെ ഭാഷയും സംസ്കാരവും ക്രമേണ നഷ്ട പ്പെടുകയും, അറബി ഭാഷ ഈ ഭൂവിഭാഗങ്ങളിലേക്ക് കൂടുത ലായ് കടന്ന് വരികയും ചെയ്തു. അതിനാൽ അവരുടെ ഇപ്പോഴത്തെ ഭാഷയിൽ അറബി വാക്കുകൾ ധാരാളമായുണ്ട്.

അഞ്ച് നൂറ്റാണ്ടുകൾക്ക് മുൻപ് കുറിച്യരുടെ പൂർവ്വികർ ഇവിടെയെത്തുമ്പോൾ അറബി കലർന്ന 'തമസിയഖ്റ്' ഭാഷയാകണം ഉപയോഗിച്ചിരുന്നത്. വന്ന് ചേർന്ന ഭൂവിഭാഗത്തിനനുസരിച്ച് അഞ്ഞൂറ് വർഷങ്ങൾ കൊണ്ട് ക്രമേണയുള്ള മാറ്റങ്ങളിലൂടെ രൂപാന്തരപ്പെട്ട താണ് ഇന്നത്തെ കുറിച്യ ഭാഷ. പഴയ ഭാഷയിൽ നിന്നുള്ള ചില വാക്കുകൾ അവരുടെ പാട്ടിലും ജീവിത ത്തിലും ഇക്കാലത്ത് പോലും അവശേഷിക്കുന്നുണ്ട്. അറബിയിൽ പ്രേതങ്ങളെ സൂചിപ്പിക്കുന്ന വാക്കാണ് 'ജിന്ന്' എന്നത്. 'അമസിയഖ്' ഗോത്ര ജീവിതത്തിൽ ജിന്നുകൾക്ക് വലിയ പ്രാധാന്യമുണ്ട്. കുറിച്യർ 'ജിന്നുൽ' എന്നാണ് പ്രേത ങ്ങളെ വിളിക്കുക, ജിന്നും ജിന്നുലും തമ്മിലുള്ളത് വളരെ വലിയ ബന്ധമാണ്.

'തമസിയഖ്റ്' ഭാഷയിൽ 'വ്' ശബ്ദമില്ല, അതിനാ ലാണ് കുറിച്യർ 'വ്' ശബ്ദത്തിന് പകരം 'ബ്' ശബ്ദം ഉപയോ ഗിച്ച് ചില മലയാളം വാക്കുകൾ ഉച്ചരിക്കുന്നത്. ബേദന (വേദന), ബെയ്ൽ (വെയിൽ), ബേണം (വേണം) തുടങ്ങിയ വാക്കുകൾ ഇതിനുദാഹരണങ്ങളാണ്. 'തമസിയഖ്റ്' ഭാഷയി ലില്ലാത്തതിനാൽ കുറിച്യരുടെ നാവുകൾക്ക് എളുപ്പം വഴ ങ്ങാതിരുന്ന മറ്റൊരു ശബ്ദമാണ് 'ഴ'. മയ (മഴ), വായ (വാഴ), ആയം (ആഴം) തുടങ്ങിയ വാക്കുകൾ അതിനുദാഹരണങ്ങ ളാണ്. ഇതേ കാരണത്താൽ കുറിച്യർ 'സ്' ശബ്ദത്തിന് പകരം 'ത്' ശബ്ദം ഉപയോഗിക്കുന്ന വാക്കുകളാണ്; തങ്കടം (സങ്കടം), തത്യം (സത്യം), തഞ്ചി (സഞ്ചി) തുടങ്ങിയവ. 'ശ് ' ശബ്ദവും അവരുടെ നാക്കിന് പരിചയമില്ലാത്തതിനാൽ, പകരമായ് 'ച്' ശബ്ദമുപയോഗിക്കുന്ന വാക്കുകളാണ്; ചാപം (ശാപം), ചരം (ശരം) തുടങ്ങിയവ. അവർക്ക് അപരിചിതമായിരുന്ന മറ്റൊരു ശബ്ദമാണ് 'ഞ', പകരമായ് 'ന' ശബ്ദമാണ് അവരുപ യോഗിക്കുന്നത്; നാന് (ഞാന്), നങ്ങള് (ഞങ്ങൾ) തുടങ്ങിയ വാക്കുകൾ ഉദാഹരണങ്ങളാണ്. 'തമസിയഖ്റ്' ഭാഷയിലി ല്ലാത്ത മറ്റൊരു ശബ്ദമാണ് 'ര്'; പകരമായ് കുറിച്യരുപയോ ഗിക്കുന്നത് 'റ്' ശബ്ദമാണ്. അവരൊരിക്കലും 'കുറിച്യര്' എന്ന് പറയാറില്ല, പകരം 'കുറിച്യറ്' എന്നാണ് പറയുക. അതിനാ ലാണ് അവർ കറടി (കരടി), അറണ (അരണ) എന്നെല്ലാം പറയുന്നത്.

ഭാഷയുടെ ഈ പ്രത്യേകത കൊണ്ടാണ് 'ഗണപതി' എന്നത് പാട്ടുകളിൽ 'ഖ്ണപതി' ആകുന്നതും. 'തമസിയഖ്റ്റ്' ഭാഷയിൽ ഇല്ലാത്ത ശബ്ദമാണ് 'ട്ട്', പക്ഷെ 'റ്റ്' ശബ്ദം വരുന്ന വാക്കുകൾ അവരുടെ ഭാഷയിൽ ധാരാളമുണ്ട്. ഇക്കരണത്താലാണ് കുറിച്ച്യർ ബന്നിറ്റ് (വന്നിട്ട്), പോയിറ്റ് (പോയിട്ട്) എന്നൊക്കെ പറയുന്നത്. 'ന്റെ' ശബ്ദവും സമാനമായ കാരണങ്ങളാൽ കുറിച്ച്യരുടെ വാക്കുകളിൽ കേൾക്കാനാകില്ല.

കോട്ടകൾ

'അമസിയഖ്' ഗോത്രത്തിന്റെ ഗൃഹനിർമ്മാണ ശൈലി വളരെ പ്രത്യേകതകളുള്ളതാണ്. സുരക്ഷയ്ക്ക് വലിയ പ്രാധാന്യം നൽകിയാണ് അവർ വീടുകൾ നിർമ്മിക്കുക. ശത്രു ക്കളെ എളുപ്പം പ്രധിരോധിക്കാനാകും വിധം മലഞ്ചെരുവു കളിൽ കോട്ട കെട്ടിയത് പോലെയാണ് അവരുടെ വീടുകൾ കാ ണപ്പെടുക. മണ്ണിന്റെ നിറമുള്ള മലനിരകളൊരുക്കുന്ന പശ്ചാ ത്തലത്തോട് ഇഴുകിച്ചേരുന്ന വിധം മണ്ണും മരങ്ങളും മുള കളുമെല്ലാം നിർമ്മാണത്തിന് ഉപയോഗപ്പെടുത്തുന്നു. കുഴച്ച മണ്ണ്, അച്ചുകളിൽ നിറച്ചുണ്ടാക്കുന്ന ഇഷ്ടികകളുപയോ ഗിച്ച് ഭിത്തി നിർമ്മിക്കുകയും മുകളിൽ മരങ്ങളും മുളകളും മണ്ണുമെല്ലാം ഉപയോഗിച്ച് മേൽക്കൂരയുമുണ്ടാക്കുന്നു.

മലഞ്ചെരുവിലെ അമസിയഖ് ഗ്രാമം   ചിത്രം : ലൂക്ക് വിയറ്റാർ

അമസിയഘ് വീടുകൾ   ചിത്രം : അനബൽ സൈയ്മിംഗ്ടൻ

സുരക്ഷയ്ക്ക് പ്രഥമ പരിഗണന നൽകുന്നതിനാൽ, അടുത്ത് അടുത്ത് തന്നെ വീടുകളുണ്ടാക്കി ഒരുമിച്ച് ജീവിക്കുന്ന രീതി യാണ് അവരുടേത്. കോട്ട എന്നർത്ഥമുള്ള 'കസ്ബ' എന്ന പേരിലാണ് ആ വീടുകൾ അറിയപ്പെടുന്നത്.

കോട്ട എന്ന് തന്നെയാണ് വയനാട്ടിലെ കുറിച്യരും അവരുടെ വീടുകളെ സൂചിപ്പിക്കാനുപയോഗിക്കുന്ന പേര്. 'അമസിയഘ്' ശൈലിയിൽ, മലഞ്ചെരുവുകളിലാണ് കുറിച്യ രുടെ വീടുകളുമുള്ളത്. മണ്ണ് കുഴച്ച് തന്നെയാണ് ഭിത്തികളു ണ്ടാക്കുന്നത്. മരങ്ങളും മുളകളും ഉപയോഗിച്ച് നിർമ്മിക്കുന്ന മേൽക്കൂരക്ക് മുകളിൽ വൈക്കോൽ മേയുന്നത് മാത്രമാണ് 'അമസിയഘ്' ശൈലിയിൽ നിന്നുള്ള വ്യത്യാസം. സഹാറ മരുഭൂമിയോട് ചേർന്ന പ്രദേശങ്ങളിൽ പെയ്യുന്ന മഴയുടെ അളവിനേക്കാൾ എത്രയോ കൂടുതലാണ് വയനാട്ടിലെ മഴ. അക്കാരണത്താലാണ് ഇവിടുത്തെ പഴയ വീടുകളുടെ മേൽ ക്കൂര കുത്തനെ നിർമ്മിക്കുന്നതും വൈക്കോൽ മേയുന്നതും. കുറിച്യരുടെ വീടുകൾക്ക് ചുറ്റും കോട്ടമതിലുകൾ പോലെ യുള്ള മൺ ഭിത്തികളുണ്ടാവും. സുരക്ഷയ്ക്ക് വേണ്ടിയും, തങ്ങളുടെ 'അമസിയഘ്' പാരമ്പര്യം നിലനിർത്താനുമായി രിക്കണം കുറിച്യരുടെ മുൻ തലമുറകൾ അപ്രകാരം ചെയ്തത്.

ജീവനം

നായാട്ട് എന്നത് കുറിച്യരുടെ രക്തത്തിൽ അലിഞ്ഞ് ചേർന്ന കാര്യമാണ്. അമ്പും വില്ലുമായ് അവർ മലയിലേക്ക് കയറുകയും എയ്ത് വീഴ്ത്തിയ മൃഗങ്ങളുടെ ഇറച്ചിയുമായ് കോട്ടയിലേക്ക് മടങ്ങുകയും ചെയ്യുന്നു. അമസിയഖ് ഗോത്ര ത്തിന്റെ ജീവിതത്തിലും ഏറ്റവും പ്രധാനം നായാട്ട് തന്നെ യാണ്. നായാടിക്കിട്ടുന്ന ഇറച്ചിയായിരുന്നു പഴയ കാലത്ത് കുറിച്യരുടെ പ്രധാന ഭക്ഷണം.

മലകളിൽ ചെറുധാന്യങ്ങൾ, ചോളം തുടങ്ങിയവ കൃഷി ചെയ്തും ആടുകളെ വളർത്തിയുമൊക്കെയാണ് അമ സിയഖ് ഗോത്രത്തിന്റെ ജീവിതം. മലഞ്ചെരുവുകളിലൂടെ ഒഴുകി വരുന്ന വെള്ളമുപയോഗിച്ച് താഴ്‌വാരത്ത് ഗോതമ്പ് പോലുള്ള ധാന്യങ്ങളും അവർ കൃഷി ചെയ്യുന്നു. വയനാട്ടിൽ നെൽകൃഷിക്ക് വലിയ പ്രാധാന്യം ഇക്കാലത്ത് പോലും നൽകുന്നവരാണ് കുറിച്യർ. അവർ താമസിക്കുന്ന മലക ളുടെ താഴ്‌വാരങ്ങളിലുള്ള വിശാലമായ വയലുകളിലാണ് നെൽകൃഷി നടത്തുന്നത്. ആദ്യം സൂചിപ്പിച്ചത് പോലെ നാല് സ്ത്രീകൾ ഉരലിന് ചുറ്റും നിന്ന് ഉലക്കെളുപയോഗിച്ച് നെല്ല് കുത്തിയെടുക്കുന്ന രീതിയാണ് കുറിച്യരുടേത്; ഈ രീതി ഉത്തരാഫ്രിക്കയിൽ ധാരാളമായ് കാണാം.

താഴെ തലപ്പുഴ തറവാട്ടിലെ ചന്തു മൂപ്പൻ   ചിത്രം : കെ.ആർ. രമിത്

മുത്താറിപ്പിട്ട്

കുറിച്ച്യരുടെ ഇഷ്ടവിഭവങ്ങളിൽ ഒന്നാണ് മുത്താറിപ്പിട്ട്. പേര് കേൾക്കുമ്പോൾ പുട്ടാണെന്ന് തോന്നുമെങ്കിലും വയനാട്ടിൽ പിട്ട് എന്നത് ദോശയാണ്. മുള്ളുക്കുറുമരും ദോശക്ക് പിട്ടെന്നാണ് പറയുക. വൃത്തത്തിലുള്ള രണ്ട് കല്ലുകൾ മുകളിലും താഴെയുമായ് ഘടിപ്പിച്ച ഉപകരണത്തിലാണ് ഇവർ മുത്താറി പൊടിച്ചെടുക്കുന്നത്. മുകളിലെ കല്ലിന് നടുവിലുള്ള വിടവിലൂടെയാണ് മുത്താറി അകത്തേക്കിടുന്നത്, അതേ കല്ലിൽ ഘടിപ്പിച്ച മരപ്പിടി വട്ടത്തിൽ തിരിക്കുമ്പോൾ കല്ലുകൾക്കിടയിൽ നിക്ഷേപിക്കുന്ന മുത്താറി പൊടിഞ്ഞ് പുറത്തേക്ക് വീഴുന്നു.

മുത്താറിപ്പൊടിയിൽ ഉപ്പും വെള്ളവും ചേർത്ത് അടുപ്പത്ത് വെച്ച് ദോശ പോലെയാകുന്നത് വരെ കുറുക്കിയെടുക്കുന്നു. ഇങ്ങനെ തയ്യാറാക്കുന്ന മുത്താറിപ്പിട്ട് കൂവയിലയിൽ വിളമ്പി, മെഴുകിയ നിലത്ത്, എല്ലാവരും ഒരുമിച്ചിരുന്ന് കഴിക്കുന്നതാണ് കുറിച്ച്യരുടെ രീതി. മുൻകാലങ്ങളിൽ അവരുടെ പ്രധാന ഭക്ഷണവും മുത്താറിപ്പിട്ട് തന്നെയായിരുന്നു.

'അമസിയഖ്' ഗോത്ര ജനതയുടെ വീടുകളിലും ഇതേ ശൈലിയിലുള്ള മുത്താറിക്കല്ലുകളുണ്ട്. കുറിച്ച്യരുടെ മുത്താറിപ്പിട്ട് പോലെ തന്നെ ചുടാക്കി കുറുക്കിയെടുത്ത് ദോശ പോലെയാണ് അവരും കഴിക്കുക. പ്രത്യേകമായ പാത്രത്തിലുണ്ടാക്കുന്ന കട്ടൻ ചായ തുടർച്ചയായ് കഴിക്കുന്നതും അവരുടെ രീതിയാണ്. വയനാട്ടിൽ മുൻകാലങ്ങളിലും ഇക്കാലത്തും കട്ടൻ കാപ്പിയാണ് കുറിച്ച്യർ കൂടുതലായ് കുടിക്കുന്നത്.

പാട്ടുകൾ

നമ്മുടെ കാതുകൾക്ക് തീരെ പരിചയമില്ലാത്ത വിധം, വളരെ വ്യത്യസ്തമാണ് കുറിച്ച്യരുടെ പാട്ടുകൾ. പ്രത്യേക ആവൃത്തിയിയിലുള്ള ശബ്ദവിന്യാസമാണ് ഇവരുടെ പാട്ടുകളെ ഏറെ വേറിട്ട് നിർത്തുന്നത്. 'അമസിയഖ്' ഗോത്രത്തിന്റെ പാട്ടുകളും ഇതേ രീതിയിൽ പ്രത്യേക ശബ്ദവിന്യാസത്തിലുള്ള, വളരെ വ്യത്യസ്തമായ പാട്ടുകളാണ്. കരഞ്ഞ് പാടുന്നത് പോലെയാണ് സ്ത്രീകൾ പാടുക. ആ വ്യത്യസ്തയാണ് വാരമ്പറ്റയിലെ നെല്ല് കുത്ത് പാട്ടിൽ ഞാൻ കേട്ടത്. അന്നത്

കേൾക്കുമ്പോൾ 'അമസിയഖ്' ഗോത്രത്തെ പറ്റിയോ മൊറോ ക്കോയിലെ പാട്ടുകളെ കുറിച്ചോ എനിക്കറിയില്ല. പക്ഷെ പൂർവ്വികരുമായ് ബന്ധപ്പെട്ട കണ്ടെത്തലുകൾക്ക് ശേഷം, ഉത്തരാഫ്രിക്കൻ സംഗീതം നിരന്തരം ഞാൻ കേൾക്കാറുണ്ട്. ഭാഷയറിയാത്ത നമുക്ക് പോലും ആസ്വദിക്കാൻ കഴിയുന്നത്ര അതിമനോഹരമായ ഗാനങ്ങളാണ് അവരുടേത്. 'അമസിയഖ്' ഗാനാലാപന ശൈലി തന്നെയാണ് കുറിച്യരുടെ കുംഭ പ്പാട്ടിലും നരിപ്പാട്ടിലുമെല്ലാമുള്ളത്.

കുറിച്യരുടെ പാട്ടുകളിലും 'അമസിയഖ്' പാട്ടുകളി ലുമുള്ള മറ്റൊരു സാമ്യത, ഒരാൾ പാടുകയും അതേ വരികൾ മറ്റുള്ളവർ വായ്ത്താരിയായ് ഏറ്റുപ്പാടുകയും ചെയ്യു ന്ന രീതിയാണ്.

ആരാധന

മലക്കാരി എന്ന് പേരുള്ള ദേവനെയും മലദൈവങ്ങ ളെയുമാണ് കുറിച്യർ പ്രധാനമായും ആരാധിക്കുന്നത്. മലഞ്ചെരുവുകളിൽ വയലുകൾക്ക് അഭിമുഖമായ് അവർ താമസിക്കുകയും, ആ മലകളുടെ മുകളിൽ തങ്ങളുടെ ദൈവങ്ങൾ വസിക്കുന്നു എന്ന് വിശ്വസിക്കുകയും ചെയ്യുന്ന വരാണ് കുറിച്യർ. കുറിച്യർ ആരാധിക്കുന്ന മലനിരകൾ യഥാർത്ഥത്തിൽ, ഉത്തരാഫ്രിക്കയിലെ അറ്റ്ലസ് മലനിരകൾ തന്നെയാണ്. അവിടുത്തെ 'അമസിയഖ്' ജനത മലനിരക ളിൽ തന്നെ ജീവിക്കാനുള്ള കാരണങ്ങളിലൊന്ന്, അവരാരാ ധിക്കുന്ന ദൈവങ്ങൾ അവിടെയാണ് വസിക്കുന്നതെന്നതിനാ ലാണ്. ആകശത്താണ് സ്വർഗവ്വും ദേവതകളുമെന്ന് വിശ്വ സിക്കുന്നവരാണ് നമ്മൾ മനുഷ്യർ. ആകാശത്തെ മുട്ടിയുരുമ്മി നിൽക്കുന്ന മല നിരകളിൽ ദൈവത്തിന്റെ സാന്നിധ്യമുണ്ടെന്ന് വിശ്വസിക്കുന്നതിന്റെ കാരണവും അത് തന്നെയാണ്.

ഗ്രീക്ക് പുരാണങ്ങളിൽ പറയുന്ന കഥയനുസരിച്ച് സീയൂസിന്റെ ശാപത്തെ തുടർന്ന്, അറ്റ്ലസ് ദേവന്, തന്റെ ചുമലിൽ സ്വർഗ്ഗത്തെ ചുമക്കേണ്ടതായ് വരുന്നു. തന്റെ ഇരു കൈകളും ഉപയോഗിച്ച് അറ്റ്ലസ്, സ്വർഗ്ഗത്തെ താങ്ങി നിർ ത്തുന്ന ഇടമാണ് മൊറോക്കോയും സ്പെയിനും വളരെയ ടുത്ത് സ്ഥിതിചെയ്യുന്ന ജിബ്രാൾട്ടർ കടലിടുക്കെന്നും

വിശ്വസിക്കപ്പെടുന്നു. ഈ കഥാപശ്ചാത്തലമാണ് അവിടുത്തെ മലനിരകളെ അറ്റ്ലസ് എന്ന് വിളിക്കാനുള്ള കാരണം, അറ്റ് ലാന്റിക് സമുദ്രത്തിന് ആ പേര് ലഭിച്ചതും ഇതേ കാരണത്താ ലാണ്. 'അമസിയഖ്' ജനത, പർവ്വതത്തെ സൂചിപ്പിക്കാനു പയോഗിക്കുന്ന വാക്ക് 'അദ്രാർ' എന്നാണ്. ആ പദത്തിൽ നിന്നു ണ്ടായ 'അദ്രസ്' എന്ന പേരാണ് പിന്നീട് അറ്റ്ലസ് ആയ തെന്ന വാദം കൂടിയുണ്ട്.

മലക്കാരിയുടെ അരുളപ്പാട്

ഉത്തരാഫ്രിക്കയിൽ നിന്ന് യാത്ര ചെയ്ത്, മലബാർ തീരത്ത് കപ്പലിറങ്ങിയ 'അമസിയഖ്' ഗോത്ര ജനതയാണ് കുറിച്യരുടെ പൂർവ്വികർ എന്നുറപ്പിക്കാനാകുന്ന നിരവധി തെ ളിവുകൾ കൺമുന്നിൽ തെളിഞ്ഞപ്പോഴും; അവരുടെ മുഖച്ഛാ യയിലെ വൈവിധ്യം എന്നെ പിന്നെയും പിന്നെയും ഏറെ ചിന്ത കളിലേക്ക് നയിച്ചിരുന്നു. എന്റെ സംശയങ്ങൾക്കെല്ലാം അറുതി വരുത്തിയത് സാക്ഷാൽ മലക്കാരി ദൈവം തന്നെയാണ്.

ലോക മ്യൂസിയം ദിനാഘോഷത്തിന്റെ ഭാഗമായ്, കുങ്കിച്ചിറ മ്യൂസിയത്തിൽ കുറിച്യരുടെ പാട്ടുകൾ അവതരിപ്പിച്ച ദിവസമായിരുന്നു അത്. അവതരണം ചിത്രീകരിച്ച് മ്യൂസിയ ത്തിൽ പ്രദർശിപ്പിക്കുക എന്നതായിരുന്നു എന്റെ ഉത്തര വാദിത്തം. കുറിച്യരുടെ പാട്ടിന്റെ ശബ്ദവിന്യാസത്തിലെ പ്രത്യേകതകൾ പകർത്തി വെക്കുന്നത് എന്റെ പഠനങ്ങളെ സഹായിക്കും എന്ന പ്രതീക്ഷയിലാണ് ഞാൻ അവിടേക്ക് പോയത്. പക്ഷെ അവിടെയെന്നെ കാത്തിരുന്നത് അതിനെല്ലാ മപ്പുറത്തുള്ള സുപ്രധാനമായ ഒരു വിവരമായിരുന്നു.

കുറിച്യരുടെ സംസ്കാരത്തേയും പാട്ടുകളേയും കുറിച്ച് ആഴത്തിൽ അറിവുള്ള ഓടൊടുമ്പിൽ ചന്തു മൂപ്പ നാണ് അന്നവിടെ പാട്ടുകൾ അവതരിപ്പിച്ചത്. അദ്ദേഹ ത്തിന്റെ ഗംഭീരമായ പാട്ടവതരണത്തിനിടയിലാണ് ചില വാക്കുകൾ എന്റെ ശ്രദ്ധയെ പിടിച്ചുണർത്തിയത്. പാട്ടിൽ ചില കടലുകളുടെ പേര് കേട്ടപ്പോൾ എന്റെ ഹൃദയമിടിപ്പ് കൂടാൻ തുടങ്ങി. ആദ്യം കേട്ടത് ഇരുട്ട് കടലെന്നാണ്, രണ്ടാ മത് ചെങ്കടൽ, മൂന്നാമത് വെള്ളിയൻ കടൽ, നാലാമത് പാൽ ക്കടൽ. പിന്നെ കേട്ടത് കാതുകൾക്ക് തീരെ പരിചിതല്ലാത്ത

ഒരു വാക്കാണ്, 'ആദിബിലാത്തി' എന്നായിരുന്നു അത്. ഇരുട്ട് കടൽ എന്ന് കേട്ടപ്പോൾ കരിങ്കടലാണ് എന്റെ മനസ്സിൽ തെളിഞ്ഞത്, ചെങ്കടലെന്നത് സുപരിചിതമായ പേരാണ്.

വരാനൊത്തിരി വൈകിയെങ്കിലും വേനൽ മഴ കൊട്ടി ക്കയറിയ ദിവസങ്ങളായിരുന്നു അത്, പരിപാടികൾക്ക് ശേഷവും മഴ തുടർന്ന് കൊണ്ടേയിരുന്നു. കനത്ത മഴയായത് കൊണ്ട്, ചന്തു മൂപ്പൻ എന്റെ കൂടെയാണ് മാനന്തവാടി വരെ വന്നത്. അന്നത്തെ മഴ ഒരു ഭാഗ്യമായ് എനിക്ക് തോന്നി, മാന ന്തവാടിയെത്തുന്നത് വരെ അദ്ദേഹവുമായ് സംസാരിക്കാം.

അദ്ദേഹത്തിന്റെ വായിൽ നിറയെ മുറുക്കാനാണ്, തുപ്പുന്നതിനായ് ഇടയ്ക്കിടയ്ക്ക് ഞാൻ വണ്ടി നിർത്തിക്കൊ ടുക്കും. വെറ്റില ചവക്കുന്നതിനിടയിൽ എന്റെ ചോദ്യങ്ങൾക്ക് മൂപ്പൻ മറുപടി പറഞ്ഞ് കൊണ്ടിരുന്നു. പാട്ടിനിടയിൽ കേട്ട കടലുകളെക്കുറിച്ചും ഞാൻ അദ്ദേഹത്തോട് ചോദിച്ചു. മലക്കാരി ദൈവം ആദ്യം കാലുകുത്തിയ രാജ്യത്തെക്കു റിച്ചാണ് ആ വരികൾ എന്നദ്ദേഹം പറഞ്ഞു. വടക്ക് ഒടുക്കി ല്ലാത്തതും നാല് കടലുകൾക്കടുത്തുള്ളതുമായ ആ രാജ്യ ത്തിന്റെ പേര് 'ആദിബിലാത്തി' എന്നാണെന്നും അദ്ദേഹം പറഞ്ഞു. എവിടെയാണ് ശരിക്കും 'ആദിബിലാത്തി' എന്ന എന്റെ ചോദ്യത്തിന് മറുപടിയിങ്ങനെയയിരുന്നു "അത് അമേരിക്കയുടേയും അപ്പുറത്തുള്ള സ്ഥലമാണ്". മലക്കാരി ഇരുകൈകളുമുയർത്തി എന്നെ അനുഗ്രഹിക്കുന്നത് പോലെ തോന്നി.

മാനന്തവാടിയിൽ അദ്ദേഹമിറങ്ങി, കണ്ടതിലും പരി ച്ചയപ്പെട്ടതിലും ഒരുപാട് സന്തോഷമെന്ന് ഞാനറിയിച്ചു. അല്പം നേരം മുന്നോട്ടു പോയപ്പോൾ വാഹനം അരികിലൊ തുക്കി ഞാൻ ആദ്യം ഫോണിൽ തിരഞ്ഞത് ലോക ഭൂപട മാണ്. പ്രതീക്ഷിച്ചതുപോലെ, ഉത്തരാഫ്രിക്കയുടെ സമീപ ത്തായ് നാല് കടലുകൾ; ചെങ്കടൽ, കരിങ്കടൽ, മെഡിറ്ററേനി യൻ കടൽ, അറ്റ്ലാന്റിക് സമുദ്രം. മൊറോക്കോ ഉൾപ്പെടുന്ന പ്രദേശം ആഫ്രിക്കയുടെ വടക്കേ അറ്റത്തായതിനാലാകാം, വടക്ക് ഒടുക്കമില്ലാത്ത രാജ്യമെന്ന്, പാട്ടിൽ പറയുന്നത്. രാത്രി വൈകിയാണ് വീട്ടിലെത്തിയതെങ്കിലും ഞാൻ അന്വേഷണം തുടർന്നു.

'ആദിബിലാത്തി' എന്ന പേരിൽ ഏതെങ്കിലും സ്ഥല മുണ്ടോ എന്നാണ് ഞാൻ അന്വേഷിച്ചത്. അങ്ങനെയൊന്നും കണ്ട് കിട്ടിയില്ല, പക്ഷെ 'ബിലാദി' എന്ന അറബി പദത്തിന്റെ അർഥം രാജ്യം എന്നാണെന്നും 'ആദി ബിലാദി' എന്നത് കൊണ്ട് ഉദേശിക്കുന്നത് 'ആദ്യത്തെ രാജ്യം' എന്നാണെന്നും ഞാൻ തിരിച്ചറിഞ്ഞു. കരിങ്കടലും ചെങ്കടലും അതേ പേരു കളിൽ തന്നെ ഇന്നുമുണ്ട്, വെള്ളിയൻ കടൽ, പാൽക്കടൽ എന്നിവ മെഡിറ്ററേനിയൻ കടൽ, അറ്റ്ലാന്റിക് സമുദ്രം എന്നി വയെയാകണം സൂചിപ്പിക്കുന്നത്. പാൽക്കടൽ എന്ന് വിളി ക്കുന്നത് രാത്രികളിൽ, സമുദ്രം പാല് പോലെ വെളുത്ത് കാണുന്ന അവസ്ഥയെയാണ്. ആലപ്പുഴയിലും മറ്റും കാണ പ്പെടുന്ന ''മരീൽ'' എന്ന പ്രതിഭാസവും ഇത് തന്നെയാണ്, സമുദ്രത്തിനടിയിലെ ചില സൂക്ഷ്മ ജീവികളുടെ തിള ക്കമാണ് ഇതിന്റെ കാരണമെന്ന് കരുതപ്പെടുന്നു.

കുംഭപ്പാട്ടിൽ തന്നെ മലക്കാരിയുടെ കൈകളിലാണ് മേലെ ലോകവും താഴെ ലോകവുമെന്നും പറയുന്നുണ്ട് എന്നത് എന്റെ തുടരന്വേഷണങ്ങളിൽ നിന്ന് വ്യക്തമായ കാര്യമാണ്. അറ്റ്ലസ് ദേവൻ ഇരുകയ്യുകളിലുമായ് സ്വർഗ്ഗത്തെ താങ്ങി നിറുത്തുന്നുവെന്ന വിശ്വാസവുമായ്, കുംഭപ്പാട്ടിലെ ഈ വരികൾക്ക് ആഴത്തിൽ ബന്ധമുണ്ട്. ഉത്തരാഫ്രിക്കയിലെ അറ്റ്ലസ് ദേവനും കുറിച്ച്യരുടെ മല ക്കാരിയും ഒന്ന് തന്നെയാണെന്ന് ഉറപ്പിക്കുന്ന വരികൾ കൂടിയാണത്.

പക്ഷേ ഈ കഥകളൊന്നുമറിയാതെ, കേരളത്തിൽ നിന്ന് ഈ പാട്ടിനെ സമീപിക്കുമ്പോൾ, വടക്കുള്ള കൈലാസത്തെക്കുറിച്ചും പരമശിവനെക്കുറിച്ചുമാണ് ഈ വരികളെന്ന് തോന്നുക തികച്ചും സ്വാഭാവികമാണ്. പക്ഷേ പരമശിവൻ ലോകങ്ങളെ കൈകളിൽ താങ്ങി നിറുത്തുന്ന ദൈവമല്ല, മറിച്ച് സംഹാര മൂർത്തിയാണ്. മാത്രമല്ല കടലുകളാൽ ചുറ്റപ്പെട്ട സ്ഥലവുമല്ല ഹിമാലയം. ഇന്ത്യയുടെ വടക്കേ അറ്റത്തേക്കുറിച്ചല്ല, ആഫ്രിക്കയുടെ വടക്കേ അറ്റത്തെ കുറിച്ചാണ് കുംഭപ്പാട്ട് യഥാർത്ഥത്തിൽ സംസാരിക്കുന്നത്.

കടൽ കടന്ന യാത്ര

കുറിച്യരുടെ പൂർവ്വികർ മൊറോക്കോയിൽ നിന്ന് ഇന്ത്യയിലേക്ക് യാത്ര ചെയ്യാനുള്ള കൃത്യമായ കാരണം എനിക്കിനിയും മനസ്സിലാക്കാനായിട്ടില്ല. ഉത്തരാഫ്രിക്കയിൽ ഭരണം നടത്തിയിരുന്നവരായിരുന്നു 'അമസിയഖ്' ഗോത്ര സമൂഹം. അറബ് വത്കരണത്തെ തുടർന്ന് അവർക്ക് ഭരണവും, തനത് ഭാഷയും, സംസ്കാരവുമെല്ലാം ക്രമേണ നഷ്ടപ്പെട്ട് തുടങ്ങിയിരുന്നു. പതിനാറാം നൂറ്റാണ്ടോടെ 'അമസിയഖ്' ഭരണം പൂർണ്ണമായ് അവസാനിക്കുകയും ചെയ്തു; അക്കാലത്തവണം അവർ സുരക്ഷിതമായ മറ്റൊരു വാസസ്ഥലമന്വേഷിച്ച് കപ്പൽ കയറിയത്.

മൊറോക്കോയുടെ സമീപത്തയാണ് സ്പെയിനും പോർച്ചുഗലും സ്ഥിതി ചെയ്യുന്നത്; അവരാണ് ഇന്ത്യയിലേക്കുള്ള കപ്പൽ യാത്രകൾക്ക് തുടക്കം കുറിച്ച ആദ്യത്തെ യൂറോപ്യൻ രാജ്യങ്ങൾ. ഇന്ത്യയെ തേടിയിറങ്ങിയ കൊളമ്പസിന്റെ സ്പാനിഷ് കപ്പൽ വഴി തെറ്റിപ്പോയി അമേരിക്കയിലെത്തിയെങ്കിൽ, പോർച്ചുഗീസുകാരൻ ഗാമ കാപ്പാട് തന്നെ കൃത്യമായ് വന്ന് ചേരുകയും ചെയ്തു. പതിനഞ്ചും പതിനാറും നൂറ്റാണ്ടുകളിൽ നിരവധി കപ്പലുകൾ, മൺസൂൺ കാറ്റിന്റെ സഹായത്തോടെ മലബാർ തീരത്തെത്തിയിരുന്നു. ആ കപ്പലുകളിലാകാം കുറിച്യരുടെ പൂർവ്വികർ തീരമണഞ്ഞത്.

വന്നണഞ്ഞ തീരം

കടലിലൂടെ വരുന്ന കപ്പലുകൾക്ക് മലബാർ തീര മെത്തിയെന്ന അറിയിപ്പ് നൽകിയിരുന്നത് കണ്ണൂരിലെ ഏഴിമല യാണ്. ഏഴിമലയുടെ മുകളറ്റം കാണുമ്പോൾ കപ്പിത്താൻ കപ്പലിനെ തീരത്തേക്കെടുപ്പിക്കും. കുറിച്യരുടെ പൂർവ്വികർ കപ്പലിറങ്ങിയത്, തലശ്ശേരിയോട് അടുത്തുള്ള തീരത്താവാം. അറ്റ്ലസ് മലനിരകളിൽ ജീവിച്ച് ശീലിച്ച ആ മനുഷ്യർ, ഇവിടെയെത്തിയതിന് ശേഷവും ആദ്യം തിരഞ്ഞത് മലകളെ തന്നെയാവും. കടൽ തീരത്ത് നിന്ന് ഏഴ് മണിക്കൂർ സഞ്ചരി ച്ചാലെത്താനാകുന്ന വിലങ്ങാട് പ്രദേശങ്ങളിലാകാം കുറിച്യ രുടെ പൂർവ്വികർ ആദ്യം വാസമുറപ്പിച്ചത്. ഇക്കാലത്ത് പോലും ആ പ്രദേശങ്ങളിൽ കുറിച്യർ താമസിക്കുന്നുണ്ട്, കുന്ന് കുറി ച്യർ എന്നാണവർ അറിയപ്പെടുന്നത്. ഇവിടുത്തെ ഭാഷയും സംസ്കാരവുമെല്ലാം അന്യമായിരുന്നെങ്കിലും, മെല്ലെ അവർ ഈ ഭൂപ്രദേശത്തിനനനുസരിച്ച് രൂപപ്പെടാൻ തുടങ്ങി.

വിലങ്ങാട് നിന്ന് വെറും ആറ് കിലോമീറ്ററുകൾ മല കയറിയാൽ വയനാട്ടിലെ കുങ്കിച്ചിറയിലെത്താനാകും. ആ വഴിയിലൂടെ കുറിച്യരുടെ പുതുതലമുറകൾ വയനാട്ടി ലേക്ക് വരുകയും വാളാട്, തവിഞ്ഞാൽ, പടിഞ്ഞാറത്തറ തുടങ്ങിയ പ്രദേശങ്ങളിലേക്ക് വ്യാപിക്കുകയും ചെയ്തു.

വേരിന്റെ ആദ്യപാഠം

പന്ത്രണ്ടായിരം വർഷത്തോളം ചരിത്രവും പാരമ്പര്യ വുമുള്ള, ലോകത്തിലെ തന്നെ ഏറ്റവും പുരാതനവും, സാംസ് കാരികമായ് ഏറെ സമ്പന്നവുമായ, ഉത്തരാഫ്രിക്കയിൽ ഭരണം നടത്തിയിരുന്ന, 'അമസിയഖ്' ഗോത്രത്തിലാണ് വയനാട്ടിലെ കുറിച്യരുടെ വേരുകളെന്നത് തെളിവെള്ളം പോലെ വ്യക്ത മാണ്. നുണയുടെ ചരിത്ര പാഠങ്ങൾ ഇനിയെങ്കിലും നാം തിരുത്തിയെഴുതേണ്ടതുണ്ട്. വളർന്ന് വരുന്ന പുതിയ തലമുറ കൾക്ക് നിക്ഷ്പക്ഷവും സത്യസന്ധവുമായ അറിവുകളാകണം നാം പകരേണ്ടത്. വയനാട്ടിലെ ഗോത്ര ജനസമൂഹങ്ങളുടെ പൂർവ്വികരെക്കുറിച്ചുള്ള എന്റെ കണ്ടെത്തലുകൾ ആ വഴിയി ലേക്ക് സമൂഹത്തെ നയിക്കുമെന്ന് പ്രതീക്ഷിക്കുകയാണ്...

അമസിയഖ് ഗോത്രം   ചിത്രം : NYPL

ചേകാടിയിലെ മാര മുത്തശ്ശി
ചിത്രം : കെ.ആർ. രമിത്

അടിയരുടെ വേരുകൾ

സാംസ്കാരികമായ ഏറെ സമ്പന്നരായ ജനസമൂഹ മാണ് വയനാട്ടിലെ അടിയർ; രാവുളരെന്ന പേരിലും ഇവർ അറിയപ്പെടുന്നു. സാംസ്കാരികമായ മാത്രമല്ല സാമ്പത്തിക മായും സാമൂഹികമായും വളരെ പ്രബലരായിരുന്ന ജനത യാണ് അടിയരെന്ന് നിരീക്ഷണങ്ങളിൽ നിന്ന് ഞാൻ തിരിച്ച റിഞ്ഞ വസ്തുതയാണ്. വയനാട്ടിലെ മുള്ളുക്കുറുമരെയും കുറിച്ച്യരെയും പോലെ സ്വന്തമായ ഭൂമിയും നെൽ കൃഷി യുമൊക്കെയുണ്ടായിരുന്ന ജനതയായിരുന്നു അടിയരും. പക്ഷേ അടിമകളെന്ന ചിത്രമാണ് ഇക്കഴിഞ്ഞ കാലങ്ങൾ അവർക്ക് ചാർത്തപ്പെട്ട വിശേഷണം. പൊതുസമൂഹം ഇനിയും തിരിച്ചറിഞ്ഞിട്ടില്ലാത്ത സമ്പന്നമായ ഒരു ഗതകാലം അവർക്ക് വയനാട്ടിലുണ്ടായിരുന്നു.

മുൻ പഠനങ്ങൾ

അടിയരുടെ പൂർവ്വികർ കുടകിൽ നിന്ന് വന്നവരാ ണെന്ന് സി. ഗോപാലൻ നായർ, വയനാട്ടിലെ ജനങ്ങളെ കുറി ച്ചെഴുതിയ പുസ്തകത്തിൽ പരാമർശിക്കുന്നു. കുട്ടത്തെ കരിങ്കാളി എന്ന അടിയരുടെ ദൈവത്തിന്റെ പേരിൽ നിന്നാണ് അദ്ദേഹം അത്തരമൊരു നിഗമനത്തിലേക്കെത്തുന്നത്. പണി യരെപ്പോലെ ജന്മിയുടെ കണ്ണ് വെട്ടിച്ച് കടന്ന് കളയുന്ന വരല്ലെന്നും, വിശ്വസിക്കാൻ കൊള്ളാവുന്നവരുമായ അടി യരെ കൃഷിയിടത്തിൽ നന്നായ് പണിയെടുപ്പിക്കാൻ കഴിയു മെന്നും അദ്ദേഹം പറയുന്നു.

ദക്ഷിണേന്ത്യയിലെ ജാതികളും ഗോത്രങ്ങളും എന്ന പുസ്തകത്തിൽ, ബ്രിട്ടീഷ് നരവംശ ശാസ്ത്രജ്ഞനായ എഡ്ഗർ തേഴ്സ്റ്റൻ അടിയരെ അടിമകളെന്നാണ് വിശേഷിപ്പിക്കുന്നത്. അടിമപ്പണം നൽകി ജന്മികൾ അടിയരെ വിലക്കെടുക്കുന്ന കഥയാണ് അദ്ദേഹം പറയുന്നത്.

വയനാട്ടിലെ ആദിവാസികൾ എന്ന പുസ്തകത്തിൽ ഡോ. അസീസ് തരുവണ, ആറടി ദൂരം അയിത്തമുണ്ടായിരുന്നതിനാലാകാം അടിയർ എന്ന പേര് അവർക്ക് ലഭിച്ചതെന്ന സാധ്യത മുന്നോട്ട് വെക്കുന്നു.

പഠന രീതി

ചുറ്റുമുള്ള മനുഷ്യരേയും അവരുടെ ജീവിതത്തേയും നിരീക്ഷിച്ചാണ് ഞാൻ യാഥാർത്ഥ്യങ്ങൾ മനസ്സിലാക്കിയത്. അടിയരുടെ ആഭരണങ്ങളും സംസ്കാരവും അടുത്തറിയാനായത് ഏറെ സഹായകമായി.

കണ്ടെത്തലുകൾ

വയനാട്ടിലെ അടിയരുടെ പൂർവ്വികൾ ഒഡീഷയിൽ നിന്നുള്ള ഗോത്ര ജനതയാണ്.

ഒഡീഷയിലെ 'ദോംഗ്രിയ കൊന്ത്' ഗോത്ര സമൂഹത്തിൽ നിന്നുള്ളവരാണ് നൂറ്റാണ്ടുകൾക്ക് മുൻപ് യാത്ര ചെയ്ത് വയനാട്ടിലെത്തിയത്.

ഒഡിയ ഭാഷ സംസാരിച്ചിരുന്നവർ എന്നർത്ഥത്തിലുള്ള ഒഡിയർ എന്ന വാക്ക് പിന്നീട് അടിയർ എന്ന് മാറ്റപ്പെട്ടതാണ്.

അടിമകളായിരുന്നില്ല അടിയർ, ഒരു കാലത്ത് വടക്കേ വയനാട്ടിലെ വയലുകളുടെ ഉടമകളും സ്വയം പര്യാപ്തരും സ്വതന്ത്രരുമായിരുന്നു അവർ.

മുഖങ്ങളിൽ തെളിയുന്ന ചരിത്രം

ഫോട്ടോ ജേർണലിസ്റ്റായ് ജോലി ചെയ്തിരുന്ന കാലത്ത് അടിയരുടെ മുഖങ്ങൾ പലപ്പോഴും ക്യാമറയിൽ പകർത്താനുള്ള അവസരം എനിക്ക് കിട്ടിയിട്ടുണ്ട്. മുള്ളുക്കുറുമരുടെയും കുറിച്യരുടെയും മുഖങ്ങളിൽ ഞാൻ കണ്ട വ്യത്യസ്തകൾ ഒരിക്കലും അടിയരുടെ മുഖങ്ങളിൽ എനിക്ക് ആദ്യമൊന്നും കാണാൻ കഴിഞ്ഞിരുന്നില്ല. അവരുടെ മുഖങ്ങൾ പണിയരുടെയും കാട്ടുനായ്ക്കരുടേയും പോലെ ഇവിടുത്തെ ഭൂമിശാസ്ത്രത്തെ പ്രതിനിധീകരിക്കുന്നതായാണ് അന്നൊക്കെ തോന്നിയത്. 2020 ൽ തിരുനെല്ലി മാന്താനം തറവാട്ടിലെ ചേമ്പൻ മൂപ്പനെ കാണാനും സംസാരിക്കാനുമുള്ള ഭാഗ്യം കിട്ടി, അദ്ദേഹത്തിന്റെ ചിത്രങ്ങളുമെടുത്തു. അന്ന് പക്ഷേ അദ്ദേഹത്തിന്റെ മുഖത്തെ സവിശേഷതകൾ ഞാൻ തിരിച്ചറിഞ്ഞിരുന്നില്ല.

പിന്നീടൊരിക്കൽ ബൈക്കിൽ യാത്ര ചെയ്യുമ്പോൾ തിരുനെല്ലിയിലെ ഒരു ഇടവഴിയിൽ ഞാൻ അദ്ദേഹത്തെ കണ്ട് മുട്ടി. അൽപ്പനേരം സംസാരിച്ചതിന് ശേഷം പിന്നെ കാണാമെന്ന് പറഞ്ഞ് ഞങ്ങൾ പിരിഞ്ഞു. 2023 ൽ കുങ്കിച്ചിറയിലെ പൈതൃക മ്യൂസിയത്തിലേക്ക് വേണ്ടി അടിയരുടെ ആഭരണങ്ങൾ അന്വേഷിച്ചിറങ്ങിയ സമയത്ത് ഞാൻ ചേമ്പൻ മൂപ്പനെ കാണാനായ് പിന്നെയും പോയി. വഴികളൊന്നും എനിക്ക് കൃത്യമായ് ഓർമ്മയുണ്ടായിരുന്നില്ല, അദ്ദേഹത്തിന്റെ പേരും ആ സമയത്ത് ഓർമ്മ വന്നില്ല. നടക്കുന്നതിനിടയിൽ ഒരാളെ കണ്ടപ്പോൾ എനിക്ക് ചേമ്പൻ മൂപ്പനെ പോലെ തോന്നുകയും സംസാരിച്ച് തുടങ്ങുകയും ചെയ്തു. കുറച്ച് കഴിഞ്ഞപ്പോഴാണ് അത് ചേമ്പൻ പെരുമനല്ല എന്ന് മനസ്സിലാകുന്നത്, കാഴ്ചയിൽ അദ്ദേഹത്തെപ്പോലെ തോന്നിച്ചുവെന്ന് മാത്രം. അവിടെയുള്ള ആളുകളുമായ് കൂടുതൽ സംസാരിച്ചപ്പോഴാണ് ചേമ്പൻ പെരുമൻ കുറച്ച് മാസങ്ങൾക്ക് മുൻപ് മരിച്ച് പോയെന്ന സത്യം എനിക്ക് മനസ്സിലായത്. പഴങ്കഥകളുടേയും അറിവുകളുടേയും ഒരു വലിയ ശേഖരമായിരുന്നു ആ മനുഷ്യൻ, അദ്ദേഹത്തോട് ചോദിച്ചറിയാൻ എന്റെ മനസ്സിൽ ഒരുപാട് കാര്യങ്ങൾ ബാക്കിയുണ്ടായിരുന്നു.

അവിചാരിതമായ് ഞാൻ കണ്ട് മുട്ടിയ മനുഷ്യനെ

എന്തുകൊണ്ടാണ് ചേമ്പൻ പെരുമനെ പോലെയെനിക്ക് തോന്നിയത്? മുഖത്തെ പ്രത്യേകതകൾ തന്നെയാണ് അതിന്റെ കാരണം. അവരുടെ കവിളെല്ലുകൾ പ്രത്യേകം എടുത്ത് കാണിക്കുന്നതായിരുന്നു. മുഖത്തിന്റെ ഏറ്റവും വീതി കൂടിയ ഭാഗമാണത്, കീഴ്ത്താടിയിലേക്കെത്തുമ്പോൾ വീതി നന്നായ് കുറഞ്ഞ് വരുന്നു. അതുപോലെ അവരുടെ കണ്ണിലെ കൃഷ് ണമണികൾക്ക് കാപ്പിപ്പൊടിയുടെ നിറമായിരുന്നു. ഇത്തരം ജനിതകമായ പ്രത്യേകതകൾ അടിയർക്കിടയിൽ വളരെ യധികമുണ്ടെന്ന കാര്യം പിന്നീടുള്ള എന്റെ നിരീക്ഷണങ്ങ ളിൽ നിന്ന് എനിക്ക് മനസ്സിലായ്. പക്ഷേ അത് ഏത് ഭൂവിഭാഗ ത്തെയാണ് അടയാളപ്പെടുത്തുന്നത് എന്നെനിക്ക് അറിയില്ലായിരുന്നു.

അടിയർക്കിടയിൽ ഇരുണ്ട നിറമുള്ള മനുഷ്യർ മാത്ര മല്ല ഉള്ളതെന്നും നിരീക്ഷണങ്ങളിൽ നിന്ന് ഞാൻ തിരിച്ച റിഞ്ഞു. തണുപ്പുള്ള ഉത്തരേന്ത്യയെ പ്രതിനിധീകരിക്കുന്ന ജനി തക പ്രത്യേകതകളും അവരിൽ പലർക്കുമുണ്ട്. ഇന്ത്യയുടെ വടക്ക് കിഴക്കുള്ള പ്രദേശങ്ങളിലെ മനുഷ്യരുടെ രൂപവുമായ് അവർക്ക് സാമ്യമുണ്ടായിരുന്നു. അൽപ്പം മംഗോളിയൻ ജനി തക പ്രത്യേകതകളും അവരിൽ പ്രകടമായ് തന്നെ കാണാം.

തിരുനെല്ലിയിലെ അടിയരുടെ ജീവിതത്തെ വളരെ ഹൃദയസ്പർശിയായ് തന്റെ നോവലുകളിൽ പകർത്തി വെച്ച എഴുത്തുകാരിയാണ് പി. വത്സല. 2022 ൽ ടീച്ചറെ കണ്ട് സംസാരിച്ചപ്പോൾ ഞാൻ അവരോട് ചോദിച്ച ചോദ്യങ്ങളി ലൊന്ന് അടിയരുടെ മുഖത്തെ മംഗോളിയൻ പ്രത്യേകത കളെ കുറിച്ചായിരുന്നു. ഓർമ്മകളൊക്കെ മങ്ങിത്തുടങ്ങിയ അവസ്ഥയിലായിരുന്ന ടീച്ചർ, അത്തരം പ്രത്യേകതകളൊന്നും തന്റെ ശ്രദ്ധയിൽ പെട്ടിട്ടില്ലെന്ന നിഷ്കളങ്കമായ മറുപടി യാണ് നൽകിയത്.

2023 ൽ മ്യൂസിയത്തിൽ പ്രദർശിപ്പിക്കേണ്ട അടിയരുടെ മാലയിലെ മുത്തുകൾ അന്വേഷിച്ച് കുടകിലൂടെ അലഞ്ഞ ഒരു ദിവസം. കേരള കർണ്ണാടക അതിർത്തിയിലെ കാപ്പി തോട്ടങ്ങ ളിൽ ഇക്കാലത്ത് ജോലി ചെയ്യുന്നവരിൽ കൂടുതലും ഉത്ത രേന്ത്യയിൽ നിന്നുള്ള തൊഴിലാളികളാണ്. കുട്ടത്തേക്ക് നടന്ന് പോകുന്ന തൊഴിലാളികളെ കണ്ടപ്പോൾ അവരിൽ ചിലർക്ക് അടിയരിൽ ഞാൻ കണ്ട ജനിതക പ്രത്യേകതകളുള്ളത്

തിരുനെല്ലിയിലെ ചേമ്പൻ പെരുമൻ
ചിത്രം : കെ.ആര്‍. രമിത്

പോലെ തോന്നി. അവരെ പിന്തുടർന്ന് ഞാനും പോയി, അവിടുത്തെ സർക്കാർ ആശുപത്രിയിലേക്കായിരുന്നു അവരുടെ യാത്ര.

ആശുപത്രിയിൽ വെച്ച് ഞാൻ അവരോട് സംസാരിച്ച പ്പോഴാണ് അവർ ഒഡീഷയിൽ നിന്നുള്ളവരാണെന്ന് മന സ്സിലായത്. ചേമ്പൻ മൂപ്പന്റെ മുഖത്ത് കണ്ട പ്രത്യേകത കൾ അവരിൽ ഒരാളുടെ മുഖത്ത് ഞാൻ പ്രകടമായ് കണ്ടു. അദ്ദേഹത്തിന്റെ ചിത്രം അനുവാദത്തോടെ ഞാൻ പക രർത്തി. അടിയർക്ക് ഒഡീഷയുമായ് ബന്ധമുണ്ടെന്ന നിഗ മനത്തിലേക്ക് ഞാൻ ആദ്യമായ് എത്തിയത് അന്നാണ്.

ആഭരണങ്ങളിലെ ചരിത്രം

മ്യൂസിയത്തിൽ പ്രദർശിപ്പിക്കാനുള്ള ആഭരണങ്ങൾ തേടി നടക്കുന്നതിനിടയിലാണ് കൊയിലേരി അടിയത്തറ വാട്ടിലെ ചോലുവമ്മയെ ഞാൻ കണ്ട് മുട്ടുന്നത്. അവരുടെ കഴുത്തിൽ അടിയരുടെ പരമ്പരാഗത മാലയായ കാശുമാല ഉണ്ടെന്ന വിവരം കിട്ടിയതിനെ തുടർന്നാണ് ഞാൻ അവരെ പോയി കണ്ടത്. കേട്ടത് പോലെ തന്നെ പ്രത്യേക തരത്തി ലുള്ള മുത്തുകളും പഴയ നാണയങ്ങളും കോർത്തുണ്ടാക്കിയ മാല അവരുടെ കഴുത്തിലുണ്ടായിരുന്നു. അത് മാത്രമല്ല 'കട' എന്ന് വിളിക്കപ്പെടുന്ന വെള്ളിയാഭരണവും അവർക്കുണ്ടായി രുന്നു. നല്ല വിലയുള്ള ആഭരണമാണത്. അതായത് മുള്ളുക്കു റുമർക്കും കുറിച്യർക്കുമുള്ളത് പോലെ വിലപിടിപ്പുള്ള വെള്ളിയാഭരണങ്ങൾ ധരിച്ചിരുന്ന ഒരു ഭൂതകാലം വയനാ ട്ടിലെ അടിയർക്കുമുണ്ടായിരുന്നു. കാശുമാല, അതുപോലൊന്ന്

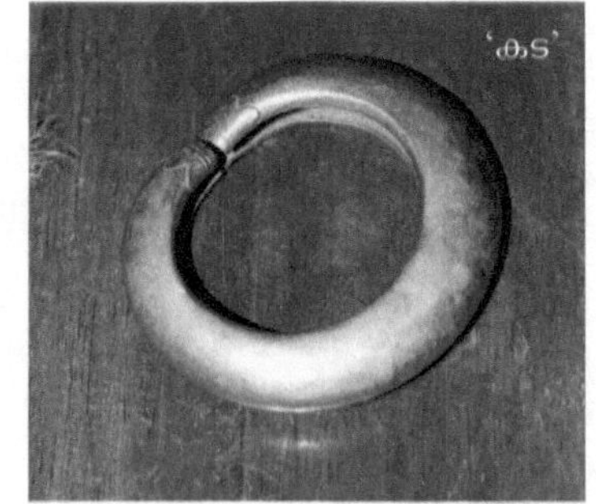

പുതുതായ് നിർമ്മിച്ച് തരാ മെന്ന് അവർ സമ്മതിച്ചു. പക്ഷേ ചോലുവമ്മ അവരുടെ 'കട' കൈമാറാൻ ഒരുക്കമാ യിരുന്നില്ല. ഞാൻ അതിനവരെ നിർബന്ധിച്ചുമില്ല; ആ ആഭര ണത്തോട് അവർക്കുള്ള അടുപ്പം അവരുടെ സംസാരത്തിൽ സുവ്യക്തമായിരുന്നു.

കൊയിലേരിയിലെ ചോലു മുത്തശ്ശി
ചിത്രം : കെ.ആർ. രമിത്

ചോലുവമ്മയുടെ കയ്യിലെ 'കട' പോലെ മറ്റൊന്ന് കിട്ടാനുള്ള അന്വേഷണങ്ങൾ ഞാൻ തുടർന്നു. കർണ്ണാടകത്തിലെ കുടക് ജില്ലയിൽപ്പെടുന്ന ഗോണിക്കുപ്പയിലെ വെള്ളി ആഭരണ ശാലകളിൽ അന്വേഷിച്ചപ്പോൾ, 'കട' ഇവിടെ ലഭ്യമല്ലന്നെും ഉത്തരേന്ത്യയിലെ ഗോത്ര ആഭരണമാണതെന്നുമുള്ള വിവരം എനിക്ക് ലഭിച്ചു. വയനാട്ടിലെ അടിയരുടെ ഒഡീഷൻ ബന്ധത്തെ കുറിച്ച് ചിന്തിച്ച് തുടങ്ങിയ എനിക്കത് ഒരു സുപ്രധാന വിവരമായിരുന്നു.

ഒഡീഷയിലെ ഗോത്ര ജനവിഭാഗങ്ങളെ കുറിച്ച് ഞാൻ മെല്ലെ പഠിക്കാൻ തുടങ്ങി. അവരുടെ ജനിതക പ്രത്യേകതകൾ വയനാട്ടിലെ അടിയരുടേതുമായ് വലിയ സാമ്യമുണ്ടെന്ന് എനിക്ക് ബോധ്യമായ്.

കമ്മദ പൂവും കണ്ണം പൂവും

മലയാളത്തിന്റെ വിഖ്യാത ചലച്ചിത്രകാരൻ രാമു കാര്യാട്ട് വയനാട്ടിൽ ചിത്രീകരിച്ച സിനിമയാണ് നെല്ല്. അതേ പേരിലുള്ള പി. വത്സലയുടെ നോവലാണ് മനോഹരമായ ചലച്ചിത്രമായ് മാറിയത്. സലിൽ ചൗധരി എന്ന മാന്ത്രികൻ സൃഷ്ടിച്ച നെല്ലിലെ പാട്ടുകളെല്ലാം അതിഗംഭീരമാണ്. സുപ്ര സിദ്ധ ഗായിക പി. സുശീല പാടി, ജയഭാരതി അഭിനയിച്ച, 'കല്യാണപ്രായത്തിൽ: എന്ന പാട്ട് ഒരിക്കലെങ്കിലും കേൾക്കാത്തവർ അധികമുണ്ടാവില്ല. പെണ്ണുങ്ങൾ ചൂടുന്ന കമ്മദ പൂവിനേയും കണ്ണം പൂവിനേയും പറ്റി, ആ പാട്ടിൽ മഹാ നായ വയലാർ എഴുതിയിട്ടുണ്ട്. അടിയർ സ്ത്രീയുടെ വേഷമ ഭിനയിച്ച ജയഭാരതിയുടെ മുടിയിലും പൂവുകളുണ്ടായിരുന്നു.

ചോലുവമ്മയുടെ സംസാരത്തിനിടയിലും മുടിയിൽ ഒരു പ്രത്യേക പൂവ് കുത്തിവെക്കുന്ന സമ്പ്രദായം അടിയർ സ്ത്രീകൾക്കിടയിൽ നേരത്തെയുണ്ടായിരുന്നു എന്ന് പറഞ്ഞി രുന്നു. പൂവ് മാത്രമല്ല ഒരുപാട് പ്രത്യേകതകൾ നിറഞ്ഞ കേശാലങ്കാര രീതി അവർക്കിടയിൽ നിലനിന്നിരുവെന്ന് ഞാൻ മെല്ലെ തിരിച്ചറിഞ്ഞു. ആ വിവരങ്ങൾ അടിയരുടെ പൂർവ്വികരെ കണ്ടെത്തുന്നതിൽ എന്നെയേറെ സഹായിച്ച ഘടകങ്ങളാണ്.

നീട്ടി വളർത്തിയ മുടി, മനോഹരമായ് മടക്കി മുൻഭാ

ഗത്ത് 'ഗോദ' കെട്ടി വെക്കുന്ന രീതി അടിയര്‍ സ്ത്രീക
ശ്ക്കിടയില്‍ നേരത്തെയുണ്ടായിരുന്നു. മുടിപ്പിന്നുകള്‍ ഉപ
യോഗിച്ചാണ് ഇങ്ങനെ ഭംഗിയായ് മടക്കി വെക്കുന്നത്.
മടങ്ങിക്കിടക്കുന്ന മുടിയുടെ മുന്നില്‍ ഒരു പൂവ് വെക്കുന്ന
പതിവും അവര്‍ക്കുണ്ടായിരുന്നു. പൂവ് മാത്രമല്ല ചീര്‍പ്പും
കൈതോലയും മുടിയില്‍ പ്രത്യേക രീതിയില്‍ കുത്തി
നിര്‍ത്തുന്ന അലങ്കാരവും അവരുടെ അടയാളമായിരുന്നു.
ഇത്തരത്തിലൊരു രീതി ഈ ഭൂവിഭാഗങ്ങളിലൊന്നും തന്നെ
കാണാനാകാത്തതാണ്.

ഒഡീഷയിലെ മലനിരകളില്‍ ജീവിക്കുന്ന 'ദോംഗ്രിയ
കൊന്ത്' ഗോത്ര ജനതയുടെ കേശാലങ്കാരം ഇതേ രീതിയിലു
ള്ളതാണ് എന്ന് എന്റെ അന്വേഷണങ്ങളില്‍ നിന്ന് വ്യക്തമായ
വസ്തുതയാണ്. നിയംഗിരി മല നിരകളില്‍ ജീവിക്കുന്ന അവര്‍,
ഇക്കാലത്ത് പോലും തുടരുന്ന സമ്പ്രദായം കൂടിയാണത്.

അടിയര്‍ സ്ത്രീകളുടെ മറ്റൊരു സവിശേഷതയായി
രുന്നു ചെവിയുടെ മുകള്‍ ഭാഗത്ത് അവര്‍ അണിഞ്ഞിരുന്ന
വട്ടത്തിലുള്ള മൂന്ന് ആഭരണങ്ങള്‍. ഇതേ രീതിയില്‍ 'ദോംഗ്രിയ
കൊന്ത്' സ്ത്രീകളും ചെവിയില്‍ വളയങ്ങള്‍ ധരിക്കുന്നുണ്ട്.
'ദോംഗ്രിയ കൊന്ത്' സ്ത്രീകളുടെ മുഖത്ത് ഏറ്റവും പ്രകട
മായ് കാണുന്നത് മൂക്കിന്റെ താഴ്ഭാഗത്തുള്ള മൂന്ന് വെള്ളി

ദോംഗ്രിയ കൊന്ത് വനിത
ചിത്രം : സര്‍വൈവല്‍
ഇന്റര്‍ നാഷണല്‍

വളയങ്ങളാണ്. സമാനമായ ഒരു വളയം നെല്ലിൽ ജയഭാരതി അവതരിപ്പിക്കുന്ന കഥാപാത്രവും മൂക്കിൽ ധരിച്ചിട്ടുണ്ട്. ഇക്കാലത്ത് പോലും അടിയർക്കിടയിൽ കാണുന്നതാണ് മൂക്കിന്റെ ഇരുവശങ്ങളിലുമുള്ള മൂക്കുത്തി. ഇതിൽ നിന്നെല്ലാം എനിക്ക് മനസ്സിലാകുന്നത് വയനാട്ടിലെ അടിയർ സ്ത്രീകൾ, കഴിഞ്ഞ നൂറ്റാണ്ടുകളിൽ ഒഡീഷയിലേത് പോലെ മൂന്ന് വളയങ്ങൾ മൂക്കിൽ ധരിച്ചിരുന്നുവെന്ന് തന്നെയാണ്.

മുൻകാലങ്ങളിൽ അടിയർ പുരുഷന്മാരും ചെവിയിൽ മുകൾ ഭാഗത്ത് 'മുരാവ്' എന്ന ആഭരണവും താഴെ പിച്ചള കടുക്കനും അണിഞ്ഞിരുന്നു. 'ദോംഗ്രിയ കൊന്ത്' സമൂഹത്തിലെ ആണുങ്ങൾ ഇക്കാലത്ത് പോലും ചെവിയുടെ മുകൾ ഭാഗത്തടക്കം ആഭരണങ്ങൾ ധരിക്കുന്നവരാണ്.

ചേകാടിയിലെ അടിയത്തറവാട്

വയനാട്ടിൽ ഇന്ന് അവശേഷിക്കുന്ന ഒരു പരമ്പരാഗത അടിയത്തറവാട് ചേകാടിയിലാണുള്ളത്. വിശാലമായ വയലിന് അഭിമുഖമായ് വളരെ പ്രതാപത്തോടെ നിലനിൽക്കുന്ന വീടാണത്. വിസ്താരമേറിയ തിണ്ണയും മരത്തിന്റെ വാതിലും ജനാലകളുമൊക്കെയുള്ള വലിയൊരു തറവാടാണത്. സ്വന്തം കൃഷിയിടത്തിൽ നിന്ന് കൊയ്തെടുത്ത നെല്ല് ശേഖരിച്ച്

ചേകാടിയിലെ മാച്ചി മാമിയുടെ വീട്   ചിത്രം : കെ.ആർ. രമിത്

വെക്കാനാവശ്യമായ പത്തായപ്പുരയടക്കം ആ വീടിനുണ്ട്. വൈക്കോൽ മേൽക്കൂരയുള്ള ചേകാടിയിലെ അടിയത്തറവാട് അവരുടെ സമ്പന്നമായ ഭൂതകാലത്തിന്റെ അവശേഷിക്കുന്ന അടയാളമാണ്. വയലുകളുടെ ഉടമകളായിരുന്നുവെങ്കിലും അവർ ഭൂമിക്ക് രേഖകൾ നിർമ്മിച്ച് വെച്ചില്ല. വയനാട്ടി ലേക്ക് കടന്ന് കയറി ഇവിടുത്തെ ഗോത്ര ജനതയുടെ സ്വതന്ത്ര ജീവിതം തകർത്തവർ ക്രമേണ അടിയരെ അടിമകളാക്കി മാറ്റിയതാകണം. ഉടമകളെ അടികളെന്ന് തോന്നിപ്പിക്കും വിധം അവരുടെ പേര് മാറ്റിയതും അതേ കാലഘട്ടമാണ്. ആ ഇരുണ്ട കാലത്തിന് ശേഷം പ്രസിദ്ധീകരിക്കപ്പെട്ട പുസ്തകങ്ങളിലൂടെ, അടിയർ നൂറ്റാണ്ടുകളായ് അടിമക ളാണെന്ന് തെറ്റായ് ചിത്രീകരിക്കുകയും ചെയ്തു.

ഒഡീഷയിലെ 'ദോംഗ്രിയ കൊന്ത്' ജനത

ഒഡീഷയിലെ ഏറ്റവും വലിയ ഗോത്രമായ 'കൊന്ത്' ജനസമൂഹത്തിന്റെ ഉപവിഭാഗമാണ് ദോംഗ്രിയ കൊന്ത് ജനത. നിയംഗിരി എന്ന പേരിലറിയപ്പെടുന്ന മലനിരകളി ലാണ് അവർ അധിവസിക്കുന്നത്. ഉയരമുള്ള മലകളും, വലിയ താഴ്‌വാരങ്ങളും, കാട്ടുചോലകളുമെല്ലാമുള്ള വനപ്രദേശ മാണ് നിയംഗിരി. അവിടുത്തെ വനവിഭവങ്ങളെ ആശ്രയി ച്ചാണ് ദോംഗ്രിയ കൊന്ത് ജനതയുടെ ജീവിതം.

വയനാട്ടിലെ ബ്രഹ്മഗിരി മലനിരകളുടെ പരസരത്താ യാണ് അടിയർ കൂടുതലും ജീവിക്കുന്നത്. നിയംഗിരി, ബ്രഹ്മ ഗിരി എന്ന രണ്ട് പേരുകൾക്കിടയിൽ വലിയ ബന്ധമുണ്ട്. വയനാട്ടിൽ ഉയരമുള്ള ഭൂവിഭാഗത്തെ മല എന്നാണ് പൊതുവേ വിളിക്കുന്നത്; ചെമ്പ്ര മല, ബാണാസുര മല തുടങ്ങിയ പേരുകൾ അതിനുദാഹരണങ്ങളാണ്. ഗിരിയെന്ന ഉത്തരേന്ത്യൻ വാക്കിന്റെയർത്ഥം, നദികൾ ഉത്ഭവിക്കുന്ന മല എന്നാണ്. അതായത് മല എന്ന വാക്ക്, ബ്രഹ്മഗിരി എന്ന പേരിനോടൊപ്പം ചേർക്കേണ്ട ആവശ്യമേയില്ല. നിയം ഗിരിയിൽ നിന്ന്, ഇവിടെയെത്തിയ അടിയരുടെ പൂർവ്വി കർ സൃഷ്ടിച്ച പേരാകാം ബ്രഹ്മഗിരി എന്നത്.

ദോംഗ്രിയ കൊന്ത് ഗോത്രത്തിന് ആ പേര് ലഭിച്ചത് ദോംഗർ എന്ന വാക്കിൽ നിന്നാണ്. മലയുടെ ചെരിവുകളിൽ

കൃഷി ചെയ്യുന്നവർ എന്ന അർത്ഥമാണ് ആ വാക്കിനുള്ളത്. വയനാട്ടിലെ അടിയരും മലഞ്ചെരുവുകളിൽ കൃഷി ചെയ്യു ന്നവരാണ്, അതിനുള്ള ഏറ്റവും നല്ല ഉദാഹരണങ്ങ ളാണ് തിരുനെല്ലിയിലെ കൃഷിയിടങ്ങളും വയലുകളും. കേരളത്തിൽ പൊതുവേ ഒരേ നിരപ്പിലുള്ള വയലുകളാണ് കാണാൻ കഴിയുക. പക്ഷേ അതിൽ നിന്നെല്ലാം വ്യത്യസ്ത മാണ് തിരുനെല്ലിയിലെ വയലുകൾ, തട്ട് തട്ടായുള്ള വയലു കൾ അവിടെ കാണാം. ഒഡീഷയിലും തട്ട് തട്ടായുള്ള വയലുകളിലാണ് കൊന്ത് ജനത കൃഷി ചെയ്യുന്നത്.

ഒരുകാലത്ത് ഉടമകളായിരുന്നവർ, ഇടക്കാലത്ത് അടിമ കളാക്കപ്പെട്ടപ്പോൾ അവരുടെ വയലുകൾക്ക്, രേഖകളിൽ പുതിയ ഉടമകളുണ്ടായി. വയലുകളിൽ പകലന്തിയോളം പണി യെടുക്കുന്ന മനുഷ്യർ മാത്രമായ് അവർ മാറ്റപ്പെട്ടു. എങ്കിലും എനിക്കുറപ്പുണ്ട്, തിരുനെല്ലിയിലേയും, തൃശ്ശിലേരിയിലേയു മൊക്കെ വയലുകൾ ആദ്യം സൃഷ്ടിച്ചതും കൃഷി ചെയ്തതും നിയംഗിരിയിൽ നിന്നെത്തിയ അടിയരുടെ പൂർവ്വികരാണ്.

'കുയി' എന്ന വാമൊഴി ഭാഷയാണ് ഒഡീഷയിലെ കൊന്ത് ഗോത്രജനത സംസാരിക്കുന്നത്. ബ്രഹ്മഗിരിയിലെ ത്തിയ അടിയരുടെ പൂർവ്വികർ സംസാരിച്ചിരുന്നതും 'കുയി' ഭാഷ തന്നെയാകണം. അവരിവിടെയെത്തിയ കാലത്ത് ബ്രഹ്മഗിരിയുടെ പരിസരത്ത് കന്നഡ സംസ്കാരമാണ് നില നിന്നിരുന്നത്. സ്വാഭാവികമായും അവരുടെ ഗോത്ര ഭാഷയി ലേക്ക് കന്നഡ പദങ്ങൾ കടന്ന് വരുകയും ചെയ്തു. പിന്നീട് മലയാളം ഈ ഭൂപ്രദേശത്തേക്ക് എത്തിയതോടെ മലയാള പദങ്ങളും അവരുടെ ഭാഷയിൽ കുടിയേറി. അങ്ങനെ നിര ന്തരമായ മാറ്റങ്ങൾക്ക് വിധേയമായ രൂപന്തരപ്പെട്ടതാണ് വയനാട്ടിലെ അടിയരുടെ ഇന്നത്തെ ഭാഷ.

'നിയം രാജ' എന്ന് പേരുള്ള ദൈവത്തെയാണ് ദോംഗ്രിയ കൊന്ത് ജനത പ്രധാനമായും ആരാധിക്കുന്നത്. നിയംഗിരി എന്ന മലനിരകളിൽ കുടികൊള്ളുന്ന ദൈവമാണ് അവർക്ക് നിയം രാജയെന്നത്. ആ രാജാവിന്റെ പിന്മുറക്കാ രാണ് തങ്ങളെന്ന് വിശ്വസിക്കുന്ന ജനതയാണ് അവർ. വയ നാട്ടിലെ അടിയർ ആരാധിക്കുന്ന മലക്കാരി ദൈവം ഒരു പക്ഷേ നിയം രാജ തന്നെയാകാനുള്ള സാധ്യതയുമുണ്ട്.

ചിത്രം : എൽ. ശ്യാമൾ

തിരുത്തപ്പെടുന്ന ചരിത്രം

എന്റെ നിരീക്ഷണങ്ങളിൽ നിന്നും, ലഭ്യമായ തെളിവു കളിൽ നിന്നും വയനാട്ടിലെ അടിയരുടെ പൂർവ്വികർ നൂറ്റാ ണ്ടുകൾക്ക് മുൻപ് ഒഡീഷയിലെ നിയംഗിരിയിൽ നിന്ന് വയ നാട്ടിലെ ബ്രഹ്മഗിരിയുടെ താഴ്വാരങ്ങളിൽ എത്തിച്ചേർന്ന ജനതയാണ് എന്ന് നിസ്സംശയം മനസ്സിലാക്കാം. സ്വന്തമായ് വയലുകളും വീടും പത്തായപ്പുരകളുമെല്ലാം ഉണ്ടായിരുന്ന സമ്പന്നരായ ജനതയായിരുന്നു ആദ്യ കാലങ്ങളിൽ അവർ. പുതുതായ് വന്നെത്തിയ ചിലർക്ക് മാത്രം സമൂഹത്തിൽ ഉയർന്ന് നിൽക്കാനും സുഖിക്കാനുമായ്, നേരത്തേയുണ്ടാ യിരുന്ന ജനതകളെ അടിമകളാക്കി മാറ്റിയ നെറികേടിന്റെ ചിത്രമാണ്, വയനാടിന്റെ യഥാർത്ഥ ചരിത്രം തിരയുമ്പോൾ അനാവരണം ചെയ്യപ്പെടുന്നത്.

അടിമകളല്ല, മഹത്തായ ഒരു സംസ്കാരത്തിന്റേയും പാരമ്പര്യത്തിന്റേയും കൃഷിയിടങ്ങളുടേയും ഉടമകളായിരുന്നു തങ്ങളുടെ പൂർവ്വികരെന്ന തിരിച്ചറിവ് വയനാട്ടിലെ അടി യരുടെ അഭിമാനബോധം ഇനിയുമയർത്തുമെന്ന് ഞാൻ പ്രതീക്ഷിക്കുകയാണ്...

ജയ്പൂരിലെ ജന്തർ മന്തർ
ചിത്രം : കെ.ആർ. രമിത്

കോപ്പർ നിക്കസിന്റെ കഥ

അതിസുന്ദരമായ ഹവാ മഹലിന് സമീപത്തുള്ള ജന്തർ മന്ദർ, ജയ്പൂരിലെത്തുന്ന സന്ദർശകർ തീർച്ചയായും കണ്ടി രിക്കേണ്ട കാഴ്ചകളിലൊന്നാണ്. പാഠപുസ്തകങ്ങളിൽ മാത്രം കണ്ടിട്ടുള്ള, ആ വാനനിരീക്ഷണ കേന്ദ്രത്തിലേക്ക് ഒരു കുട്ടിയുടെ കൗതുകത്തോടെ ഞാൻ കയറിച്ചെന്നു. 1734 ൽ നിർമ്മാണം പൂർത്തീകരിച്ച ഈ ജന്തർ മന്ദറിലാണ് ലോക ത്തിലെ ഏറ്റവും വലിയ സൗര ഘടികാരമുള്ളത്. സമയം, നക്ഷത്രങ്ങളുടേയും ഗ്രഹങ്ങളുടേയും സ്ഥാനം, ദിശ തുടങ്ങി ജ്യോതിശാസ്ത്രവുമായ് ബന്ധപ്പെട്ട വിവരങ്ങൾ നൽകുന്ന നിരവധി നിർമ്മിതികൾ അവിടെയുണ്ട്. യൂറോപ്പിൽ നിന്നെ ത്തിയ സന്ദർശകർക്ക്, അവിടെയുള്ള വഴികാട്ടികൾ വളരെ വിശദമായ് തന്നെ, സമയം കണക്കാക്കുന്നതിനെ പറ്റിയൊക്കെ പറഞ്ഞ് കൊടുക്കുന്നുണ്ട്. ക്യാമറയിൽ ദൃശ്യങ്ങൾ ചിത്രീകരി ക്കുന്നത് പോലെ അവരുടെ അടുത്ത് നിന്ന് പറയുന്ന തൊക്കെ കേട്ട് മനസ്സിലാക്കാനായിരുന്നു എന്റെ ശ്രമം. രാത്രി യിൽ നക്ഷത്രക്കുഞ്ഞുങ്ങൾ വിരിയുന്ന ആകാശം എനിക്കെന്നും കണ്ട് കൊതി തീരാത്ത കാഴ്ചയാണ്.

ആകാശത്തെ നോക്കിയിരിക്കുമ്പോഴാണ്, യഥാർത്ഥ ത്തിൽ മനുഷ്യന്റെ നിസ്സാരത ഏറ്റവും നന്നായ് നമുക്ക് തിരിച്ചറിയാനാകുക. സ്വയം വലുതാകാനും, ചിലരെ ചെറു താക്കാനും പരസ്പരം മത്സരിക്കുന്ന മനുഷ്യന്റെ വിഡ്ഢിത്ത ങ്ങളെ കുറിച്ച് ആലോചിച്ച് ചിരിച്ചുകൊണ്ട് ആകാശമപ്പോൾ നമ്മളോട് സംസാരിച്ച് തുടങ്ങും. ഈ പ്രപഞ്ചത്തിൽ ഒരു കടുക് മണിയുടെ വലുപ്പം പോലുമില്ലാത്ത ഭൂമിയിൽ ജീവിക്കുന്ന മനുഷ്യന്റെ വലുപ്പം അപ്പോൾ എത്രയായിരിക്കും?

ആ മനുഷ്യരുടെ തലച്ചോറിന്റെ വലുപ്പമോ? മനുഷ്യരുടെ, മനു ഷ്യകുലത്തിന്റെ വളർച്ചയെ പറ്റിയൊക്കെ നമ്മൾ പലപ്പോഴും ഊറ്റം കൊള്ളാറുണ്ട്. പ്രപഞ്ച സത്യങ്ങളുടെ വലുപ്പവുമായ് താരതമ്യം ചെയ്യുമ്പോൾ, മനുഷ്യന്റെ അറിവെന്നത് ഒരു കടുക് മണിയുടെ വലിപ്പം പോലുമില്ലെന്നതാണ് സത്യം. മനു ഷ്യന്റെ അറിവില്ലായ്മയോ, അത് ആകാശം പോലെ അറ്റമില്ലാതെ നീണ്ട് പരന്ന് അങ്ങനെ കിടക്കുന്നു...

ഭൂമിയുൾപ്പടെയുള്ള ഗ്രഹങ്ങൾ സൂര്യനെ ചുറ്റിയാണ് കറങ്ങുന്നതെന്ന് ആദ്യമായ് കണ്ടെത്തിയ ശാസ്ത്രജ്ഞനായി രുന്നു കോപ്പെർനിക്കസ്. ഭൂമിയാണ് എല്ലാത്തിന്റേയും കേന്ദ്ര ബിന്ദുവെന്നും, സൂര്യനും ഗ്രഹങ്ങളും നക്ഷത്രങ്ങളുമെല്ലാം ഭൂമിയെ ചുറ്റിയാണ് കറങ്ങുതെന്നുമുള്ള വിശ്വാസത്തെ ആദ്യമായ് തിരുത്തിയത് അദ്ദേഹമാണ്. തന്റെ വാനനിരീ ക്ഷണങ്ങളിലൂടെ അദ്ദേഹം എത്തിച്ചേർന്ന സത്യം, അതുവരെ നിലനിന്നിരുന്ന സകല ധാരണകളെയും പുസ്തകങ്ങളേയും അട്ടിമറിക്കുന്നതായിരുന്നു.

കോപ്പെർനിക്കസ് ചിത്രം : ക്രിസ്റ്റഫ് മ്യൂറെർ

ഇന്ന് നമുക്കെ ല്ലാവർക്കുമറിയാം സൂര്യനെ ചുറ്റിയാണ് ഭൂമി കറങ്ങുന്നതെന്ന്. പക്ഷെ കോപ്പെർനി ക്കസ് ആദ്യമായ് ആ വിവരം ലോകത്തോട് വിളിച്ച് പറഞ്ഞപ്പോൾ വിശ്വസിക്കാൻ അധി കം പേരുണ്ടായിരു ന്നില്ല. വിശുദ്ധ ഗ്രന്ഥ ങ്ങളിലടക്കം പറഞ്ഞ തിനെതിരായ് ചിന്തി ക്കാൻ അന്നത്തെ മനുഷ്യർക്ക് കഴിയുമാ യിരുന്നില്ല.

ഭൂമി ഓരോ നി മിഷവും അതിവേഗം കറങ്ങുന്നുണ്ടെങ്കിലും,

ആ കറക്കം മനസ്സിലാക്കാൻ കഴിയാത്ത വിധമാണ് പ്രകൃതി മനുഷ്യനെ സൃഷ്ടിച്ചിട്ടുള്ളത്. സാങ്കൽപ്പികമായ് നമ്മൾ ഭൂമിയിൽ നിന്ന് ബഹിരാകാശത്തേക്കുയർന്ന്, ആ വീക്ഷണ കോണിൽ നിന്ന് നോക്കിയാൽ മാത്രമേ ഭൂമിയുടെ കറക്കം നമുക്ക് തിരിച്ചറിയാൻ കഴിയുകയുള്ളൂ. ചിന്തയുടെ ആ ഉയർന്ന തലത്തിൽ നിന്നാണ് കോപ്പർനിക്കസ് യാഥാർഥ്യ ങ്ങൾ മനസ്സിലാക്കിയത്. ആ തലത്തിലേക്ക് ഉയരാതിരുന്ന മനുഷ്യർക്ക് അദ്ദേഹം പറഞ്ഞതൊക്കെ വിഡ്ഢിത്തമായാണ് തോന്നിയത്.

അച്ചടിച്ച് കൊണ്ടിരുന്ന തന്റെ പുസ്തകത്തിന്റെ താളു കൾ, മരണക്കിടക്കയിൽ കിടന്ന് കൊണ്ടാണ് കോപ്പർനിക്കസ് പരിശോധിച്ചത്. 'സ്വർഗ്ഗീയ ഗോളങ്ങളുടെ വിപ്ലവം' എന്ന് പേരുള്ള ആ പുസ്തകം അച്ചടിച്ച് പൂർത്തിയായെന്ന വിവര മറിഞ്ഞതിന് ശേഷമാണ് അദ്ദേഹം മരണത്തിന് കീഴടങ്ങുന്നത്. പുസ്തകം അച്ചടിച്ച് പൂർത്തിയായെങ്കിലും അദ്ദേഹത്തിന്റെ കണ്ടെത്തലുകൾ മൂന്ന് നൂറ്റാണ്ടോളം മറച്ച് വെക്കാൻ, അന്ന് സമൂഹത്തെ ഭരിച്ചിരുന്ന ശക്തികൾക്ക് കഴിഞ്ഞു. താത്കാലികമായ് കോപ്പർനിക്കസിന്റെ ആശയങ്ങളെ മറച്ച് വെക്കാൻ കഴിഞ്ഞുവെങ്കിലും, മിഥ്യാധാരണകളുടെ നേരെ നിർഭയം ചോദ്യങ്ങളുന്നയിക്കുന്ന ശാസ്ത്രചിന്തയുടെ പ്രതീക മായ് അദ്ദേഹം പിന്നീട് മാറുകയാണുണ്ടായത്.

വയനാട്ടിലെ ഗോത്ര സമൂഹങ്ങളുടെ യഥാർത്ഥ ചരിത്രം അനാവരണം ചെയ്യുന്ന എന്റെ കണ്ടെത്തലുകൾ, കൊളോണിയൽ എഴുത്തുകാർ സൃഷ്ടിച്ച പെരുംനുണകളുടെ തുടർച്ചയല്ല; തിരുത്തലാണ്. വയനാട്ടിലെ മനുഷ്യരുടെ ചരിത്ര വുമായ് ബന്ധപ്പെട്ട് ഇതുവരെ ലഭ്യമായതിൽ വെച്ചേറ്റവും സുപ്രധാനമായ വിവരങ്ങളുമാണത്. പുതിയതും വ്യത്യസ്ത വുമായ എന്റെ കണ്ടെത്തലുകൾ ചിലപ്പോൾ പാടേ അവഗ ണിക്കപ്പെട്ടേക്കാം അല്ലെങ്കിൽ ഒരുപക്ഷേ സ്വീകരിക്കപ്പെ ട്ടേക്കാം. എന്ത് തന്നെ സംഭവിച്ചാലും, കണ്മുന്നിൽ തെളിഞ്ഞ സത്യത്തെ എന്റെ മരണത്തിന് മുൻപ് അടയാളപ്പെടുത്തുക യെന്നത് എന്റെ ചുമതലയാണ്. ആര് അംഗീകരിച്ചാലും ഇല്ലെങ്കിലും സത്യമെന്നത് സത്യമായ് തന്നെ തുടരും...

കൃഷ്ണ മൃഗങ്ങൾ ധാരാളമുള്ള ജോധ്പൂരിലെ വന്യ ജീവി സങ്കേതത്തിനടുത്തായിരുന്നു ഞാൻ താമസിച്ച 'ഹെറി റ്റേജ് പാലസ് ഹോട്ടൽ'. പേര് സൂചിപ്പിക്കുന്നത് പോലെ, അത് മുൻപൊരു കൊട്ടാരം തന്നെയായിരുന്നു. പരമ്പരാഗത രാജസ്ഥാൻ വാസ്തുകലയിൽ തീർത്ത ആ കെട്ടിടങ്ങളോട് ചേർന്ന്, കിളികൾ പാട്ട് പാടുന്ന ഉദ്യാനങ്ങളും അരയന്നങ്ങൾ നീന്തുന്ന തടാകവുമൊക്കെയുണ്ട്. മുത്തങ്ങയിലൊക്കെ ധാരാളം കാണുന്ന ഹനുമാൻ കുരങ്ങുകൾ ഹോട്ടലിന്റെ വരാ ന്തകളിലൊക്കെ കറങ്ങി നടക്കുന്നത് കാണാം. നമ്മുടെ നിഴൽ കണ്ടാൽ സാധാരണ ഓടിയൊളിക്കുന്ന അവരെ അത്രയടുത്ത് ഞാൻ കാണുന്നത് ആദ്യമായാണ്. അടുത്ത ദിവസം രാവിലെ എഴുന്നേറ്റ് അവരുടെ കുറച്ച് ചിത്രങ്ങളെടുക്കണമെന്ന് എനിക്ക് ആഗ്രഹമുണ്ടായിരുന്നു. അതിരാവിലെ ഞാൻ എഴുന്നേറ്റുവെങ്കിലും കുരങ്ങുകളെ ആ പരിസരത്തൊന്നും കണ്ടില്ല. പക്ഷേ മധുരമായ് പാടുന്ന കിളികളുടെ സംഗീതം ഏറെ ഹൃദ്യമായിരുന്നു.

ജോധ്പൂരിലെ പ്രസിദ്ധമായ കോൽക്കളി നേരിൽ കാണാൻ വേണ്ടിയാണ് ഹോളിയുടെ സമയത്ത് ഞാൻ അവി ടെയെത്തിയത്. ജോധ്പൂരിനടുത്തുള്ള ദുന്താട എന്ന ഗ്രാമ ത്തിലെ ഹോളി ആഘോഷത്തിന്റെ ഭാഗമായ് നടക്കുന്ന കോൽക്കളിയെ കുറിച്ച് ഞാൻ കേട്ടിട്ടുണ്ട്, അവിടെ പോക ണമെന്നാണ് ആഗ്രഹം. പക്ഷേ അൻപത് കിലോമീറ്ററോളം ദൂരെയാണ് ആ ഗ്രാമം.

വാടക സ്കൂട്ടർ രാജസ്ഥാനിൽ വ്യാപകമാണെങ്കിലും ഞാനത് ആദ്യമായ് പരീക്ഷിച്ചത് ദുന്താടയിലേക്കുള്ള യാത്ര യിലാണ്. കാഴ്ചയിൽ സ്കൂട്ടറായിരുന്നെങ്കിലും, ഒരു സ്കൂട്ടറിന് വേണ്ടതൊന്നും അതിലുണ്ടായിരുന്നില്ല. ഇടത്തും വലത്തും കണ്ണാടികൾ ഇല്ലാത്തതിനാൽ പുറകിൽ നിന്നും വരുന്ന വാഹനങ്ങളെ കുറിച്ച് ചിന്തിക്കേണ്ട ആവശ്യമേയുണ്ടായി രുന്നില്ല. തലയിൽ ഒരു ചട്ടി കമിഴ്ത്തി വെച്ച അനുഭവമാണ് ഹെൽമെറ്റ് എന്ന പേര് മാത്രമുള്ള വസ്തു സമ്മാനിച്ചത്. പേരിന് പോലും ജാക്കറ്റ് ഇല്ലാതിരുന്നതിനാൽ രാജസ്ഥാൻ മരുഭൂമിയുടെ ചൂട് മുഴുവൻ ശരീരത്തിലേക്ക് ഏറ്റ് വാങ്ങിയാ യിരുന്നു എന്റെ യാത്ര. വഴികളെ കുറിച്ച് യാതൊരു ധാരണ

യുമില്ലാത്തതിനാൽ ഫോണിലെ ഭൂപടം മാത്രമാണ് ആശ്രയം. കണ്ണാടി പോലുമില്ലാത്ത സ്ഥിതിക്ക്, ഫോൺ ഘടിപ്പിക്കാൻ ഒന്നും തന്നെ ആ വണ്ടിയിൽ വേറെ പ്രതീക്ഷിക്കേണ്ടതില്ലല്ലോ. സീറ്റിൽ കാലുകൾക്ക് നടുവിലായ് വെച്ച ഫോണിൽ തെളിഞ്ഞ ഭൂപടമാണ്, സംഭവ ബഹുലമായ ആ യാത്രയിൽ എനിക്ക് വഴികാട്ടിയായത്. ആവശ്യം പോലെ ഇന്ധനം വാഹനത്തിൽ നിറച്ചിരുന്നുവെങ്കിലും, വണ്ടിയുടെ കിടപ്പ് വശം വെച്ച് നോക്കിയപ്പോൾ ഏത് സമയത്ത് വേണമെങ്കിലും ഒരു മിന്നൽ പണിമുടക്ക് അവൻ പ്രഖ്യാപിക്കുമെന്ന് ഉറപ്പായിരുന്നു.

രാത്രിയിലെ തീവണ്ടിയിൽ നാട്ടിലേക്ക് മടങ്ങേണ്ടവനാണ് ഞാൻ, ഈ സ്കൂട്ടറിൽ സമയത്ത് തിരിച്ചെത്തിയാൽ മാത്രമേ അതിന് കഴിയൂ. മാസങ്ങൾക്ക് മുൻപേ ശ്രമിച്ചത് കൊണ്ട് മാത്രമാണ്, ആ വണ്ടിയിൽ ടിക്കറ്റ് കിട്ടിയത്. അതെല്ലാം വെറുതെയാകുമോ. മടങ്ങുന്നതിന് മുൻപ് ചെയ്ത് തീർക്കേണ്ട രണ്ട് കാര്യങ്ങൾ ഇനിയും പൂർത്തിയാക്കാനുണ്ട്. മുന്നിൽ ആകെയുള്ളത് ഈയൊരു പകൽ മാത്രമാണ്.

നമ്മുടെ നാട്ടിലെത് പോലെ കുണ്ടും കുഴിയുമുള്ള പാത. വളവുകളില്ല എന്നതാണ് വ്യത്യാസം. നേരെ ഒരു വര വരച്ചത് പോലെയുള്ള പാതകളുടെ വശങ്ങളിൽ മരുഭൂമികൾ തന്നെയായിരുന്നു കൂടുതലും. വളരെ അപൂർവ്വമായ് മാത്രമാണ് മനുഷ്യരെയും ജീവികളേയുമൊക്കെ കാണാൻ കിട്ടിയത്. വല്ലപ്പോഴും മാത്രമാണ് വാഹനങ്ങൾ ആ വഴികളിലൂടെ കടന്ന് പോയത്. വെയിലേറ്റ് കരുവാളിച്ച ശരീരവുമായ് ഞാൻ യാത്ര തുടർന്നു.

ദുന്താടയിലേക്കുള്ള പാത   ചിത്രം : കെ.ആർ. രമിത്

ആട്ടിൻപറ്റവുമായ് പോകുന്ന വനിത
ചിത്രം : കെ.ആർ. രമിത്

ഇടയിൽ റെയിൽവേയുടെ ഒരു ലെവൽ ക്രോസ് വന്നു, മുന്നോട്ട് പോകാനാകില്ല. തീവണ്ടിയുടെ ദൃശ്യങ്ങൾ പകർത്താമെന്ന് കരുതി ഞാൻ വണ്ടിയിൽ നിന്നിറങ്ങി. തീവണ്ടിയല്ല, അവിടെയെന്നെ കാത്തിരുന്നത് മനോഹരമായ ഒരു ആട്ടിൻ പറ്റവും, അവരെ നയിക്കുന്ന ഒരു സ്ത്രീയും പുരുഷനുമായിരുന്നു. ക്യാമറക്കും കണ്ണിനും വലിയ ഒരു അനുഭവമായിരുന്നു വളരെ അപ്രതീക്ഷിതമായ് വന്ന് ചേർന്ന ആ കാഴ്ച. അൽപ്പദൂരം ആട്ടിൻപറ്റത്തോടൊപ്പം ഞാനും നടന്നു. ലെവൽ ക്രോസ് തുറന്ന് വാഹനങ്ങൾ പോകാൻ തുടങ്ങിയതോടെ ഓടിച്ചെന്ന് സ്കൂട്ടറിൽ കയറി.

വലിയ ആട്ടിൻ പറ്റങ്ങളുമായ് സഞ്ചരിക്കുന്ന ആട്ടിട യരെ കണ്ടപ്പോഴൊക്കെ, വണ്ടി നിർത്തി ക്യാമറയുമായ് ചാടിയിറങ്ങി. പറ്റാവുന്നത് പോലെയൊക്കെ, ആ കാഴ്ചകളെ പകർത്തി വെക്കാൻ ഞാൻ ശ്രമിച്ച് കൊണ്ടിരുന്നു. കുറേ ദൂരം യാത്ര ചെയ്യാനുള്ളതിനാൽ എനിക്ക് കൂടുതൽ സമയമെടുത്ത് അവരെ ചിത്രീകരിക്കാൻ കഴിയുമായിരുന്നില്ല. അവരോടൊക്കെ നന്ദി പറഞ്ഞ് തിരികെ സ്കൂട്ടറിൽ കയറി ഓട്ടം തുടർന്നു.

ആട്ടിടയൻ   ചിത്രം : കെ.ആർ. രമിത്

ദാഹമകറ്റാനെത്തിയ ആട്ടിൻപറ്റം   ചിത്രം : കെ.ആർ. രമിത്

ദുന്താടയിൽ എത്തിച്ചേർന്നതിന് ശേഷം വഴിയരി
കിൽ കണ്ട ഒരു കുടുംബത്തോട് കോൽക്കളി നടക്കുന്ന
സ്ഥലത്തെ കുറിച്ച് അന്വേഷിച്ചു. അവർ പറഞ്ഞ് തന്ന വഴിക
ളിലൂടെ ഞാനെത്തിച്ചേർന്നത് ഒരു ക്ഷേത്രമുറ്റത്തേക്കാണ്.
ഒരു വലിയ ആൾക്കൂട്ടം തന്നെ അവിടെയുണ്ട്. ക്ഷേത്രമുറ്റ
ത്തായ് വലിയൊരു തുണിപ്പന്തൽ. ആ പന്തലിന് താഴെ
വെളുത്ത പരമ്പരാഗത വസ്ത്രങ്ങളണിഞ്ഞ, തലയിൽ
ഭംഗിയുള്ള തലപ്പാവുകൾ ധരിച്ച തലമുതിർന്നയാളുകൾ
ഇരിക്കുന്നു. ഒരു വലിയ പാത്രത്തിൽ നിറയെ മധുര പലഹാര
ങ്ങൾ. ഗൂംഗട്ട് ധരിച്ച സ്ത്രീകൾ അവിടെ കൂട്ടമായിരുന്ന്
പാട്ട് പാടുന്നു.

കോൽക്കളിയിൽ പങ്കെടുക്കുന്നവരുടെ വസ്ത്രധാ
രണം അതിമനോഹരമാണ്. വെളുത്ത പയ്ജാമയും കൂർത്ത
യുമാണ് അവരുടെ വേഷം. തലയിൽ ചുവപ്പിനോടൊപ്പം മറ്റ്
നിറങ്ങളും ചേരുന്ന തലപ്പാവ്. ശരീരത്തിന് കുറുകെ, തോക്ക്
സൂക്ഷിക്കുന്നതിനുള്ള ഒരു തുകൽ ബെൽറ്റുണ്ട്. ഇരു
കൈയ്യിലും വടികളുണ്ട്, രണ്ട് കാലിലും വലിയ ചിലങ്ക
കൾ. അവർക്കിടയിൽ എല്ലാ പ്രായത്തിലുള്ള ആളുകളുമുണ്ട്,
കുട്ടികളും ധാരാളം.

രാജസ്ഥാനിലെ നിയമ മന്ത്രി ജോഗാറാം പട്ടേൽ അവിട ത്തുകാരനാണ്, അദ്ദേഹവും ആ സമയത്ത് അവിടെയുണ്ട്. ഞാൻ ചെല്ലുമ്പോൾ കയ്യിൽ കോലുകളുമായ് അദ്ദേഹം മറ്റൊരാളുമായ് ചേർന്ന് കോലടിക്കുകയാണ്. ഒരു ആയോധന കലയിൽ, പരസ്പരം പടവെട്ടുന്ന പോലെയാണ് അവരുടെ അവതരണം. ഞാൻ ക്യാമറയൊക്കെ എടുത്ത് ചെല്ലുമ്പോ ഴേക്കും, അവരുടെ പോരാട്ടം ഏകദേശം അവസാനിച്ചിരുന്നു.

അവിടെയുള്ള മനുഷ്യർ തികച്ചും അപരിചിതനായ എന്നെ വളരെ സ്നേഹത്തോടെയാണ് സ്വീകരിച്ചത്. രാജ സ്ഥാൻ യാത്രയിൽ അത്രയും സ്നേഹപൂർണ്ണമായ ഒരു സ്വീക രണം എനിക്ക് വേറെയെങ്ങും കിട്ടിയിരുന്നില്ല. എങ്ങനെ യാണ് ഗ്രാമങ്ങളിലെ മനുഷ്യർ എന്നോട് പ്രതികരിക്കുക എന്ന ആശങ്ക മനസ്സിനകത്ത് കാര്യമായ് തന്നെയുണ്ടായിരുന്നു. അതിന്റെ കാരണം തലേ ദിവസം അവിടുത്തെ ഗോത്ര ഗവേ ഷണ കേന്ദ്രത്തിൽ ജോലി ചെയ്യുന്ന ദിനേശ് എന്നൊരാളു മായ് ഞാൻ ഫോണിൽ സംസാരിച്ചിരുന്നു. ഹോളി പോലുള്ള ആഘോഷ വേളകളിൽ ഗ്രാമങ്ങളിൽ തനിച്ച് പോകുന്നത് വളരെ അപകടമാണെന്നാണ് അദ്ദേഹം എന്നോട് പറഞ്ഞത്. ചില ആളുകൾ ലഹരിയിൽ ആയിരിക്കുമെന്നും ക്യാമറ പോലെ വിലപിടിപ്പുള്ള വസ്തുക്കളുമായ് അവരുടെ ഇടയി ലേക്ക് തനിച്ച് പോകരുതെന്നുമായിരുന്നു അദ്ദേഹത്തിന്റെ മുന്നറിയിപ്പ്. പക്ഷേ ദുന്താടയിലെ അനുഭവത്തിൽ നിന്ന് എനിക്ക് മനസ്സിലായത് ഗ്രാമത്തിലെ ജനങ്ങൾ വളരെ നല്ലവരാണെന്നാണ്.

ദുന്താടയിലെ ജനങ്ങൾ   ചിത്രം : കെ.ആർ. രമിത്

ദുന്താടയിലെ കുട്ടികൾ   ചിത്രം : കെ.ആർ. രമിത്

ദുന്താടക്കാരുടെ കോൽക്കളി ഗംഭീര അനുഭവമാണ്. വലിയ വട്ടത്തിൽ നിന്ന് ചടുലമായ് ചലിച്ചും കറങ്ങിയുമാണ് അവരുടെ അവതരണം. കൃത്യമായ ഇടവേളകളിൽ അവരുടെ കോലുകളെല്ലാം ഒരു സമയത്ത് കൂട്ടിമുട്ടുമ്പോഴുള്ള ശബ്ദം അതിമനോഹരമാണ്. പശ്ചാത്തലത്തിൽ വലിയ ചെണ്ടയു ടേയും പാത്രത്തിന്റേയും ശബ്ദവുമുണ്ട്. ചെണ്ടയുടെ താള ത്തിനനുസരിച്ച് കോൽക്കളിയുടെ വേഗം കൂടുകയും കുറയു കയും ചെയ്യുന്നു. തുടങ്ങുമ്പോഴുള്ള വട്ടത്തിലെ ആളുകൾക്ക് പുറമേ കളി പുരോഗമിക്കുന്നതിനിടെ എത്തിച്ചേരുന്ന പുതിയ ആളുകളും കൂടിച്ചേർന്ന് വൃത്തത്തിന്റെ വ്യാസം കൂടി കൊണ്ടിരിക്കും. അത്തരമൊരു രീതി ഞാൻ ഇതിന് മുൻപ് കണ്ടത് പാക്കത്തെ ഉച്ചാലിന്റെ ഭാഗമായ് നടന്ന വട്ടക്കളിയിലാണ്.

അവിടുത്തെ കോൽക്കളി കഴിഞ്ഞതിന് ശേഷം അൽപ്പദൂരം മാറിയുള്ള മറ്റൊരു വീട്ടുമുറ്റത്തും കോൽക്കളി യുണ്ടായിരുന്നു. അതൊരു വീടാണെന്ന് എനിക്കാദ്യം മന സ്സിലായില്ല, കോൽക്കളിക്ക് ശേഷം ഗൂംഗട്ട് ധരിച്ച സ്ത്രീ കളും അവരുടെ തനത് നൃത്തം അവതരിപ്പിച്ചു. അവരെ നിക്ക് മധുരപലഹാരങ്ങളും പാനീയങ്ങളും തന്നു. വെയില്

ദുംതാടയിലെ കോൽക്കളി

കൊണ്ട് കരുവാളിച്ച എന്റെ ശരീരത്തിന് വലിയ ആശ്വാസ മായിരുന്നു കുടിക്കാനായ് തന്ന മധുരവും തണുപ്പുമുള്ള വെള്ളം. ആളുകളുടെ സംസാരത്തിനിടയിലാണ്, ആ വീട്ടിലെ കുട്ടിയുടെ നാമകരണവുമായ ബന്ധപ്പെട്ട ചട ങ്ങാണ് അവിടെ നടന്നതെന്ന് എനിക്ക് മനസ്സിലായത്.

ദുംതാടയിലെ ഏറ്റവും പ്രധാനപ്പെട്ട കോൽക്കളി നടക്കുന്നത് അവിടുത്തെ കോട്ടയിലാണെന്ന് ആളുകൾ നേരത്തെ പറഞ്ഞിരുന്നു. കോട്ടയിലെ കോൽക്കളി തുടങ്ങി യെന്ന് ഒരു സ്ത്രീ വന്ന് അറിയിച്ചു. വിശ്രമത്തിന് അവസ രമില്ല, ഞാൻ എഴുന്നേറ്റു. സ്ഥലം കാണിച്ച് തരാമെന്ന് പറഞ്ഞ് സഹായത്തിനായ് ഒപ്പം ഒരാൾ വന്നു. അവിടുത്തെ ആളുകൾ ബാംഗ്ലൂരിലൊക്കെ പലതരം കച്ചവടങ്ങൾ നടത്തുന്നവരാണ്. ഹോളി പോലെയുള്ള ആഘോഷ വേളകളിലാണ് അവരും തിരിച്ച് തങ്ങളുടെ നാട്ടിലെത്തുന്നത്. അതുകൊണ്ടൊക്കെ യാകാം അവർ എന്നോട് വളരെ സ്നേഹത്തോടെ പെരുമാറി യത്. സ്കൂട്ടറുള്ളത് ആദ്യത്തെ ക്ഷേത്രത്തിനടുത്താണ്. അവിടേക്ക് നടക്കുന്നതിനിടയിൽ ഒരു പത്രപ്രവർത്തകനെ കണ്ടു മുട്ടി. അദ്ദേഹത്തോട് സംസാരിക്കുന്നതിനിടയിൽ, അടുത്ത് മീണകൾ താമസിക്കുന്ന ഏതെങ്കിലും ഗ്രാമമുണ്ടോ എന്ന് അന്വേഷിച്ചു. അതൊക്കെ കുറേ ദൂരെയാണെന്നും ഒന്ന്

ചിത്രം : കെ.ആർ. രമിത്

രണ്ട് ദിവസങ്ങൾ ഇവിടെ തങ്ങിയാൽ പോയി കാണാമെന്നും അദ്ദേഹം അറിയിച്ചു. എനിക്കാ രാത്രിയിൽ തന്നെ നാട്ടിലേക്ക് മടങ്ങാനുള്ളത് കൊണ്ട് ഇന്ന് തന്നെ പോകാനാകുമോ എന്നായിരുന്നു എന്റെ അടുത്ത ചോദ്യം. അത് വളരെ പ്രയാസമാണെന്നും, സമയത്ത് തിരിച്ചെത്താൻ കഴിയാതെ വരുമെന്നും അദ്ദേഹം പറഞ്ഞു. അദ്ദേഹത്തോട് കൂടുതൽ ചോദിച്ചിട്ട് പ്രയോജനമുണ്ടായിരുന്നില്ല, ഞാൻ യാത്ര പറഞ്ഞ് നടന്നു. സംസാരത്തിനിടയിൽ രാമ എന്ന് പേരുള്ള മീണക ളുടെ ഗ്രാമത്തെക്കുറിച്ച് ഞാൻ മനസ്സിലാക്കി. ദുന്താടയിൽ നിന്ന് മുപ്പത് കിലോമീറ്ററോളം ഇനിയും യാത്ര ചെയ്താൽ മാത്രമേ അവിടേക്കെത്താൻ കഴിയൂ, എന്ത് തന്നെയായാലും അവിടേക്ക് പോകുക തന്നെ, ഞാൻ മനസ്സിലുറപ്പിച്ചു. സ്കൂട്ടറിൽ കയറി കോട്ട ലക്ഷ്യമാക്കി ഞങ്ങൾ പോകു മ്പോഴാണ് , ആളുകളൊക്കെ മടങ്ങി വരുന്ന കാഴ്ച കണ്ടത്. അവിടുത്തെ ഏറ്റവും പ്രധാനപ്പെട്ട കോൽക്കളി ഞങ്ങ ളെത്തും മുൻപ് തന്നെ സമാപിച്ചിരിക്കുന്നു, എന്തൊരു നഷ്ടം !

നിറങ്ങൾ വാരി വിതറിയുള്ള അവരുടെ ഹോളി ആഘോഷം ഉച്ചക്ക് ശേഷമാണ്. അത് കൂടി കണ്ടിട്ട് പോകാ മെന്ന് പലരും പറഞ്ഞു. അവരുടെ ആഘോഷത്തോടൊപ്പം തു ടരണമെന്ന് എനിക്കും ആഗ്രഹമുണ്ട്. പക്ഷേ മടങ്ങുന്നതിന്

മുൻപ് എനിക്ക് കാണേണ്ടത് മീണകളുടെ ഗ്രാമമാണ്. ഞാൻ ആ സുഹൃത്തിനോട് യാത്ര പറഞ്ഞിറങ്ങി. ഉച്ചക്ക് ശേഷം ആഘോഷങ്ങളില്ലായിരുന്നെങ്കിൽ ഒരു ധൈര്യത്തിന് അദ്ദേഹത്തെയും കൂടെ കൂട്ടാമായിരുന്നു...

തികച്ചും വിജനമായ സ്ഥലങ്ങളിലൂടെയാണ് പിന്നീട് യാത്ര ചെയ്യേണ്ടി വന്നത്. അന്വേഷിക്കുന്ന രാമ ഗ്രാമം മാത്രം എത്തുന്നേയില്ല. ഫോണിലെ ഭൂപടം പറഞ്ഞ സ്ഥലത്തെത്തി അന്വേഷിച്ചപ്പോൾ അവിടെ നിന്നും പിന്നെ നാലഞ്ച് കിലോ മീറ്ററുകൾ കൂടി പോകേണ്ടിയിരിക്കുന്നു. കല്ലും മണ്ണും മാത്ര മുള്ള വഴികളിലേക്ക് പാതയുടെ ശൈലി മാറിത്തുടങ്ങിയിട്ടും രാമ ഗ്രാമം മാത്രം കയ്യെത്താദൂരത്ത് തന്നെ മറഞ്ഞിരുന്നു.

അങ്ങോട്ട് സഞ്ചരിക്കുന്ന കാര്യം മാത്രമല്ല, ഈ വഴിക ളിലൂടെ തന്നെ ഞാൻ തിരിച്ചും സഞ്ചരിക്കണം. എഴുപതോളം കിലോമീറ്ററുകൾ ഈ മരുഭൂമിയിലൂടെ തിരിച്ച് സഞ്ചരിച്ചാൽ മാത്രമേ എനിക്ക് ജോധ്പൂരിലെ ഹോട്ടലിൽ തിരിച്ചെത്താ നാകൂ. അവിടെ ചെന്ന് സാധനങ്ങൾ എടുത്തിട്ട് വേണം രാത്രി എട്ടുമണിക്കുള്ള തീവണ്ടി പിടിക്കാൻ. നേരം ഇപ്പോൾ തന്നെ നാല് മണിയോടടുക്കുന്നു.

കുറച്ച് ദൂരം മുന്നോട്ട് പോയപ്പോൾ ഒരിടയൻ വലിയ പോത്തുകളുമായ് വീട്ടിലേക്ക് മടങ്ങുകയാണ്. രാജസ്ഥാ നിലെ പോത്തുകളുടെ കൊമ്പുകൾ അവിടുത്തുകാർ മീശ പിരിച്ച് വെക്കുന്നത് പോലെ അകത്തേക്ക് തിരിഞ്ഞാണ് ഇരിക്കുന്നത്. പോത്തുകളുടെ കൊമ്പുകൾ മാത്രമല്ല മാർ വാഡി കുതിരകളുടെ ചെവികളും, മാനുകളുടെ കൊമ്പു മെല്ലാം ആ രൂപത്തിലാണ്. ഞാൻ ആ പോത്തുകളുടെ ചിത്ര ങ്ങൾ പകർത്താൻ ശ്രമിച്ചു, പക്ഷേ അവ പിടിതരാതെ മുന്നോട്ട് പോയി.

കുറച്ച് ദൂരം കൂടി യാത്ര ചെയ്തപ്പോൾ ഒരു ഗ്രാമവും ധാരാളം ആളുകളേയും കണ്ടു. ഏറെ ദൂരമായ് തിരയുന്ന ഗ്രാമമെത്തിയെന്ന തോന്നലിൽ ഞാൻ സ്കൂട്ടർ അരികിൽ ഒതുക്കി വെച്ച് അവിടേക്ക് ചെന്നു. ദുന്താടയിൽ കണ്ടത് പോലെ ഹോളി ആഘോഷത്തിന് ഒത്ത് കൂടിയവരാണ് അവരെല്ലാം. തലേക്കെട്ട് കെട്ടി വെളുത്ത വസ്ത്രം ധരിച്ച പുരുഷന്മാരും, പരമ്പരാഗത വസ്ത്രമണിഞ്ഞ സ്ത്രീകളും കുട്ടികളും എല്ലാം അവിടെയുണ്ടായിരുന്നു. രാജസ്ഥാൻ

കാണാനും പഠിക്കാനുമായ് കേരളത്തിൽ നിന്ന് വന്നതാണെന്ന വിവരം ഞാൻ അവരെ ധരിപ്പിച്ചു. അവർ സന്തോഷത്തോടെ സ്വീകരിക്കുകയും മധുര പലഹാരം തരുകയും ചെയ്തു.

ഞാൻ മധുരം കഴിക്കുന്നതിനിടയിൽ എന്റെ തോളിൽ കൈവെച്ച് ഒരാൾ സംസാരിക്കാൻ തുടങ്ങി. ഷർട്ടും പാന്റും ധരിച്ച അയാളുടെ കയ്യിൽ ആറടിയോളം ഉയരമുള്ള ഒരു വടിയുണ്ടായിരുന്നു. മദ്യപിച്ച് കലങ്ങിയ അയാളുടെ കണ്ണുക ളിൽ എന്നെ കാത്തിരിക്കുന്ന അപകടം ഞാൻ മെല്ലെ കണ്ട് തുടങ്ങി. കടൽ പോലെ കിടക്കുന്ന രാജസ്ഥാന്റെ ഉള്ളിലെ വിദൂരമായ ഈ ഗ്രാമത്തിൽ വെച്ച് എനിക്കെന്ത് സംഭവി ച്ചാലും അത് പുറംലോകം അറിയാനേ പോകുന്നില്ല. തലമുതിർന്നയാളുകളുടെ കൂട്ടത്തിൽ നിന്ന് അയാൾക്കെന്നെ ദൂരത്തേക്ക് മാറ്റണം, അതിനായ് അയാൾ എന്നെ പിടിച്ച് വലിക്കുന്നുണ്ട്. പറഞ്ഞ് മനസ്സിലാക്കാം എന്ന ധാരണയിൽ ഞാൻ ഒരല്പം ദൂരം അയാളോടൊപ്പം ചെന്നു. എന്നിട്ട് ബാഗിൽ നിന്ന് എന്റെ പ്രബന്ധങ്ങളുടെ പകർപ്പ് എടുത്ത് കാണിച്ച്, ഞാൻ പഠനത്തിനായ് മാത്രം ഇവിടെ എത്തിയതാണെന്ന് പറയാൻ ശ്രമിച്ചു. അയാൾക്കതൊന്നും കേൾക്കാൻ ഒരു താത്പര്യമുണ്ടായിരുന്നില്ല. മാത്രമല്ല ആ സമയത്തിനുള്ളിൽ കയ്യിൽ ഉയരമുള്ള വടികളുമായ് ഒരു വലിയ സംഘം ആളുകൾ എന്നെ വളഞ്ഞ് കഴിഞ്ഞിരുന്നു. പിന്നീടയാൾ ആവശ്യപ്പെട്ടത് ആധാർ രേഖയാണ്, അതെന്റെ കയ്യിലുണ്ടായിരുന്നില്ല. അധാർ കയ്യിലില്ലെന്ന മറുപടി അവർക്ക് തീരെ ദഹിച്ചില്ല. എന്റെ ജീവൻ അപകടത്തിലാണെന്ന് എനിക്കുറപ്പായ്. വെട്ടാനൊ രുങ്ങി നിൽക്കുന്ന അവരോട് കൂടുതൽ സംസാരിച്ചിട്ട് കാര്യമില്ലെന്ന് മനസ്സിലാക്കിയ ഞാൻ പ്രബന്ധങ്ങൾ തിരിച്ച് ബാഗിലേക്ക് വെക്കാൻ ശ്രമിച്ചു. അപ്പോഴവർ ബാഗിനുള്ളിലെ ക്യാമറ കാണുകയും അതിനെ കുറിച്ച് ആക്രോശിക്കുകയും ചെയ്തു. ഒരു തെറ്റും ചെയ്യാത്ത എന്നെ എന്തിനാണ് വെറുതേ ക്രൂശിക്കുന്നതെന്ന് ഞാൻ അവരോട് ചോദിച്ചു. എന്നെ മടങ്ങാൻ അനുവദിക്കണമെന്നും അപേക്ഷിച്ചു. ആൾക്കൂട്ടത്തിൽ ചിലർക്ക് എന്നെ പറഞ്ഞ് വിടണമെന്ന അഭിപ്രായമുണ്ട്, പക്ഷേ തലയിൽ ലഹരിയുടെ മത്ത് പിടി ച്ചവർ കിട്ടിയ ഇരയെ ഉപേക്ഷിക്കാൻ ഒരുക്കമായിരുന്നില്ല.

ആക്രോശങ്ങൾക്കും പിടിവലികൾക്കുമിടയിൽ എങ്ങനെ യൊക്കെയോ ഞാൻ സ്കൂട്ടറിനടുത്ത് വരെ ചെന്നു. കയ്യിലുണ്ടായിരുന്ന പ്രബന്ധത്തിന്റെ പകർപ്പ് ഞാൻ കാല് വെക്കാനുള്ള സ്ഥലത്തേക്കിട്ട് സ്കൂട്ടർ സ്റ്റാർട്ടാക്കി രക്ഷപ്പെ ടാൻ ശ്രമിച്ചു. വണ്ടി ഏതാണ്ട് ഓടിത്തുടങ്ങി എന്നായപ്പോൾ അയാൾ വടിയുമായ് പിറകേ ഓടിവന്ന് വണ്ടിയുടെ പിറകിൽ പിടിച്ച് വെച്ചു. പിറകിൽ പിടിച്ചാൽ സ്കൂട്ടറും ഞാനും മറിയു മെന്ന് ഉറപ്പാണ്. അകത്തുള്ള മുതിർന്നവരോട് കാ ര്യങ്ങൾ പറഞ്ഞാൽ അവർ ചിലപ്പോൾ ദയ കാണിച്ചേക്കും എന്നെനിക്ക് തോന്നി.

വണ്ടി നിർത്തി ഞാനിറങ്ങിയപ്പോൾ അയാൾ എന്റെ കയ്യിലെ താക്കോൽ കൈക്കലാക്കാൻ ശക്തിയായ് പിടിച്ച് വലിച്ചു. സർവ്വ ശക്തിയുമെടുത്ത് അയാൾ വലിച്ചിട്ടും വിട്ടു കൊടുക്കാതെ, താക്കോൽ കൈപ്പത്തിക്കുള്ളിൽ തന്നെ ഞാൻ മുറുകേ പിടിച്ചു. പിന്നെ വേഗത്തിൽ ഗ്രാമത്തിനകത്ത് ആഘോ ഷങ്ങൾ നടക്കുന്ന ഇടത്തേക്ക് ഞാൻ ഓടിച്ചെന്നു. വടികളു മായ് തല്ലാനോങ്ങി അവരും എന്റെ തൊട്ട് പിന്നിൽ തന്നെ ഒരു കയ്യകലത്തായുണ്ട്. പക്ഷേ ആ ഭാഗത്തേക്ക് ഞാൻ ഓടുമെന്ന വർ ഒരിക്കലും പ്രതീക്ഷിച്ചിരുന്നില്ല. അടി ഭയന്ന് പുറത്തേ ക്കാകും ഞാനോടുക എന്നതായിരുന്നു അവരുടെ കണക്ക് കൂട്ടൽ. പക്ഷേ അതിനെ തെറ്റിച്ച് കൊണ്ട് ഞാൻ അകത്തേ ക്കോടി. അവിടെയിരിക്കുന്ന പ്രധാനികളോട്, ആളുകൾ എന്നെ തല്ലാൻ തുടങ്ങുകയാണെന്നും, രക്ഷിക്കണമെന്നും ഞാൻ കൈകൂപ്പി അപേക്ഷിച്ചു. പേടിക്കണ്ട, ഞങ്ങൾ നോക്കി ക്കോളാം എന്ന് പറഞ്ഞ് ഒന്ന് രണ്ട് പേർ വടികളുമായ് എന്റെ അടുത്തേക്ക് വന്നു. അവരും നന്നായ് മദ്യപിച്ചിട്ടുണ്ട്, അവരുടെ കൂടെ പോയാൽ അത് വീണ്ടും അപകടത്തിലേക്കാകും എന്നെ നിക്ക് തോന്നി. തത്കാലം എന്നെ ഗ്രാമ മുഖ്യന്മാരുടെ സമീപത്ത് നിന്ന് മാറ്റി, തല്ലാൻ വടികളുമായ് കാത്തിരിക്കുന്നവർക്ക് ഇട്ട് കൊടുക്കാനാകും ഇവരുടെ നീക്കമെന്ന് ഞാനുറപ്പിച്ചു. തല മുതിർന്ന ആളുകൾ തന്നെ കൂടെ വരണമെന്ന് പറഞ്ഞ് നിന്ന എന്റെ കൈകൾക്കിടയിലൂടെ, കൈകളിട്ട് അവരെന്നെ വലിച്ചു കൊണ്ട് പോയി. ഞാനൊരു തെറ്റും ചെയ്തിട്ടില്ല എന്നും, മടങ്ങിയെത്തുന്ന എന്നെയും കാത്ത് വീട്ടിൽ രണ്ട് കുഞ്ഞു ങ്ങളുണ്ട് എന്നൊക്കെ ഞാൻ അവരോട് പറയുന്നുണ്ട്.

മടങ്ങി വരുന്ന എന്നെ കണ്ടപ്പോൾ തല്ലാൻ കാത്ത് നിന്നവർ വടികളുമായ് ഓടിയടുത്തു. എന്നെ അവർക്ക് വിട്ട് കൊടുക്കണമെന്ന് ആക്രോശിക്കുന്നുമുണ്ട്. പക്ഷേ എന്റെ കൈകളിൽ കൈ ചേർത്ത് നിന്നവർ അതിനൊരുക്കമായിരുന്നില്ല. ഇയാൾ തെറ്റുകാരനല്ലെന്നും ഉപദ്രവിക്കരുതെന്നും ആ രണ്ട് നല്ല മനുഷ്യർ അവരോട് പറഞ്ഞ് കൊണ്ടിരുന്നു. അത് സമ്മതിക്കാൻ വെട്ടാനോങ്ങി നിന്നവർ ഒരുക്കമായിരുന്നില്ല. അവർ എന്നെ പിടിച്ച് വലിക്കാൻ തുടങ്ങി. പക്ഷേ ഒരുവിധം ആ രണ്ട് മനുഷ്യരെന്നെ സ്കൂട്ടറിനടുത്ത് വരെ എത്തിച്ചു. വേഗം വണ്ടിയെടുത്ത് രക്ഷപ്പെടാനുള്ള എന്റെ തത്രപ്പാട് കണ്ടപ്പോൾ; ഇനി പേടിക്കണ്ട, സമാധാനത്തോടെ ശ്രദ്ധിച്ച് പോയാൽ മതി എന്നവർ ചിരിച്ച് കൊണ്ട് പറഞ്ഞു. മണ്ണും കല്ലും മാത്രമുള്ള ആ പാതയിലൂടെ ഞാൻ വേഗത്തിൽ വണ്ടി പായിച്ചു. പൊടിമണ്ണ് പുരണ്ട എന്റെ വള്ളിച്ചെരിപ്പുകൾക്കടിയിൽ, 'മുള്ളുക്കുറുരുടെ വേരുകൾ' എന്ന പ്രബന്ധം അഴുക്ക് പറ്റിക്കിടക്കുന്നു. വണ്ടി നിർത്തി അതൊന്ന് ബാഗിലേക്കെടുത്ത് വെക്കാൻ പോലും അപ്പോൾ കഴിയുമായിരുന്നില്ല. മറ്റ് വണ്ടികളിൽ അവരെന്നെ പിന്തുടരുകയോ, എളുപ്പ വഴികളിലൂടെ എന്റെ മുന്നിലെക്കെത്തുമോ എന്നൊക്കെയുള്ള പേടി പിന്നെയും കുറേ ദൂരത്തേക്ക് മനസ്സിലുണ്ടായിരുന്നു. പക്ഷേ അങ്ങനെയൊന്നും സംഭവിച്ചില്ല. മണിക്കൂറുകൾ നീണ്ട സ്കൂട്ടർ യാത്രക്ക് ശേഷം സുരക്ഷിതനായ് ഞാൻ ജോധ്പുരിൽ തിരിച്ചെത്തി. ആ മരണക്കയത്തിൽ നിന്ന് തലനാരിഴക്ക് രക്ഷപ്പെട്ടത് ഒരു വലിയ അത്ഭുതമായ് എനിക്ക് തോന്നി. എന്റെ കുഞ്ഞ് കള്ളന്മാരുടെയും നല്ലപാതിയുടേയും പ്രാർത്ഥനകളാകാം എന്നെ രക്ഷിച്ചത്. അത്രയൊക്കെ സംഭവങ്ങളുണ്ടായിട്ടും എന്റെ മനസ്സ് പക്ഷേ പതറിയിരുന്നില്ല. ദുഷിച്ച മനുഷ്യർക്കിടയിൽ പോലും നന്മയുള്ള ഒന്നോ രണ്ടോ പേരെങ്കിലും കാണുമെന്ന വിശ്വാസം മനസ്സിലുണ്ടായിരുന്നത് കൊണ്ടാവണം എനിക്ക് വീഴാതെ നിൽക്കാനായത്...

വയനാട്ടിലെ ഗോത്രജനതകളേക്കുറിച്ചുള്ള എന്റെ പഠനവും അന്വേഷണ യാത്രകളും ഇവിടെ അവസാനിക്കു ന്നില്ല. ഞാനറിഞ്ഞതിലും എത്രയോ വിവരങ്ങൾ ഇനിയും അറിയാനിരിക്കുന്നു എന്നത് കൊണ്ട് തന്നെ ഈ പുസ്തകം ഒരു അവസാന വാക്കുമല്ല. തുടർ പഠനങ്ങളിൽ നിന്ന് ലഭ്യ മാകുന്ന വിവരങ്ങൾക്കനുസരിച്ച് ഈ പുസ്തകത്തിന്റെ ഉള്ള ടക്കത്തിൽ തിരുത്തലുകൾ വരുത്താൻ ഞാനൊരുക്കമാണ്.

ഓരോ മുടിപ്പിൻ വളവുകളും പിന്നിടുന്നതോടെ വയ നാടിന്റെ തണുപ്പ് എന്നെ കൂടുതൽ കൂടുതൽ പൊതിയാൻ തുടങ്ങി. തണുത്ത് മരവിച്ചാലും ബസ്സിന്റെ ജനാലയടക്കാൻ തോന്നാറില്ല, ആ തണുപ്പ് ഏറ്റുവാങ്ങി പുറത്തെ ഇരുട്ടിലേക്ക് നോക്കിയിരിക്കാൻ എന്ത് രസം. മക്കളുറങ്ങുന്ന നേരമായ്, അവർ രണ്ട് പേരുടേയും നടുവിൽ കിടന്നാൽ പിന്നെ ഈ ലോകത്തിലെ സർവ്വതും ഞാൻ മറക്കും. മീനങ്ങാടിയിൽ ബസ്സിറങ്ങിയപ്പോൾ കാറിൽ നിന്നിറങ്ങി അവന്മാരോടി വന്നു, ആ കുഞ്ഞ് ശരീരങ്ങളിലേക്ക് എന്നെ ചേർത്ത് പിടിച്ചു...

യാത്ര അവസാനിക്കുകയല്ല, തുടങ്ങുകയാണ്. പറ ഞ്ഞതും എഴുതിയതുമൊക്കെ തൊണ്ട തൊടാതെ വിഴുങ്ങിയ അടിമത്വത്തെ, ഇനിയെങ്കിലും നമുക്ക് തിരുത്തിത്തുടങ്ങണം. സങ്കുചിതമായ രാഷ്ട്രീയം, ചരിത്രമെന്ന പേരിൽ സമൂഹത്തിന് നൽകിയ നുണക്കഥകളെ മാറ്റിയെഴുതേണ്ട സമയം അതി ക്രമിച്ചിരിക്കുന്നു. മനുഷ്യരുടെ ചരിത്രമെന്നത് ഏതെങ്കിലും രാജാക്കന്മാരുടെ കുടുംബ കഥയല്ലെന്ന യാഥാർത്ഥ്യം നാം തിരിച്ചറിയണം. അവർ കൊന്നതിന്റെയും പിടിച്ചടക്കിയതി ന്റേയും കഥകളല്ല നമ്മുടെ കുട്ടികൾ ചരിത്രമായ് പഠിക്കേണ്ടത്. അരികുകളിലേക്ക് മാറ്റപ്പെട്ട ഇവിടുത്തെ സാധാരണ ജനങ്ങ ളുടെ പാരമ്പര്യത്തേയും അന്തസ്സിനേയും ഉയർത്തിപ്പിടിക്കുന്ന പാഠങ്ങളാണ് ചരിത്ര പുസ്തകങ്ങളിൽ ഇനി നിറയേണ്ടത്.

ഇവിടുത്തെ ഭൂപ്രകൃതിയും മലനിരകളും കാടും കാട്ടു ചോലകളും, അതിനുള്ളിൽ ജീവിക്കുന്ന അനേകം ജീവികളും ചെടികളും പൂക്കളുമെല്ലാം വിഷയമാകുന്ന ചരിത്ര രചനകളാണ് നമുക്കാവശ്യം. നേരിന്റെ , നിക്ഷ്പക്ഷതയുടെ, സമത്വത്തിന്റെ,

പരിസ്ഥിതിയുടെ, പുതുരാഷ്ട്രീയത്തിലൂടെ അവഗണിക്കപ്പെട്ട വരുടെ ശബ്ദമായ് മാറാൻ നമുക്ക് കഴിയണം.

വയനാട്ടിലെ മനുഷ്യരുടെ ചരിത്രം തിരഞ്ഞ് ഒരാൾ രാജസ്ഥാനിലേക്ക് നടത്തിയ ആദ്യത്തെ യാത്രയാണിത്; പക്ഷേ അത് അവസാനത്തേതാകില്ല! വയനാട്ടിലെ മുള്ളുക്കുറുമരുടേയും കുറിച്ച്യരുടേയും അടിയരുടെയുമൊക്കെ വേരുകൾ തേടി, രാജസ്ഥാനിലേക്കും, മൊറോക്കോയിലേക്കും, ഒഡീഷയിലേക്കുമൊക്കെ വരും തലമുറകൾ യാത്ര ചെയ്യുമെന്ന്, ആയിരം വട്ടമെനിക്കുറപ്പുണ്ട്. ഞാനൊറ്റയ്ക്ക് നടന്ന വഴികളിലൂടെ പുതിയ കാലത്തെ കുട്ടികൾ സധൈര്യം യാത്ര തുടരുക തന്നെ ചെയ്യും...

സഹായക ഗ്രന്ഥങ്ങൾ

തെക്കേ ഇന്ത്യയിലെ ജാതികളും ഗോത്രങ്ങളും	എഡ്ഗർ തേഴ്സ്റ്റൻ
വയനാട്, ജനങ്ങളും പാരമ്പര്യവും	സി. ഗോപാലൻ നായർ
മലബാർ മാന്വൽ	വില്ല്യം ലോഗൻ
ആദിവാസി, സ്വയംഭരണത്തിൽ നിന്ന് ദേശരാഷ്ട്ര പൗരത്വത്തിലേക്ക്	കെ.കെ. ബിജു
വയനാട് രേഖകൾ	ഒ.കെ. ജോണി
വയനാട്ടിലെ ആദിവാസികൾ	ഡോ. അസീസ് തരുവണ

ഈ പുസ്തകത്തിന്റെ രചനയുമായ് ബന്ധപ്പെട്ട് ഒരുപാട് മനുഷ്യരോട് ഞാൻ കടപ്പെട്ടിരിക്കുന്നു...

ഏത് പ്രതിസന്ധിയിലും സഹായഹസ്തമായ പ്രിയ സുഹൃത്ത് എബിൻ ഡേവിഡ്. ഈ പുസ്തകം ഇവിടെ വരെ എത്തിക്കാൻ കഴിഞ്ഞത് എബിന്റെ സഹായം കൊണ്ടാണ്.

രാജസ്ഥാൻ യാത്രക്ക് ആവശ്യമായ സഹായങ്ങൾ ചെയ്ത് തന്ന പ്രിയ സുഹൃത്ത് ധനുഷ് രാജേന്ദ്രൻ. ജൈസാ ൽമേറിലെ ഫാദർ ബോണി, ആന്റണി സാർ, മാത്യു. ജയ്പൂ രിൽ ആവശ്യമായ സഹായങ്ങൾ ചെയ്ത് തന്ന സ്നേഹി തൻ സതീഷ്.

എന്റെ പ്രബന്ധങ്ങൾ ഏറ്റുവാങ്ങിയ മുൻ മന്ത്രി ശ്രീ. കെ. രാധാകൃഷ്ണൻ. മന്ത്രി ശ്രീ. ഒ. ആർ. കേളു, ശ്രീ ടി. സിദ്ദിഖ് എം.എൽ.എ, മുൻ ജില്ലാ കളക്ടർ ശ്രീമതി. രേണു രാജ് ഐ.എ.എസ്. ആവശ്യമായ സഹായങ്ങൾ ചെയ്ത് തന്ന ജില്ലാ പഞ്ചായത്ത് പ്രസിഡണ്ട് ശ്രീ. സംഷാദ് മരക്കാർ. ദേശാഭിമാനി ഫോട്ടോഗ്രാഫർ കുട്ടേട്ടൻ, സുപ്രഭാതത്തിന്റെ ഫോട്ടോഗ്രാഫർ അനന്തു.

എന്റെ കണ്ടെത്തലുകളെക്കുറിച്ച് വാർത്തകൾ പ്രസി ദ്ധീകരിക്കാൻ സന്മനസ്സ് കാട്ടിയ ജില്ലയിലെ തലമുതിർന്ന മാദ്ധ്യമ പ്രവർത്തകൻ ജെയിംസേട്ടൻ, മലനാട് റിപ്പോർട്ടർ ഇല്യാസ്ക്ക, വയനാട് വിഷനിലെ ഷിബുവേട്ടൻ, സുഹൃത്ത് ജിൻസ് തോട്ടുംകര, വീക്ഷണത്തിലെ ഗിരീഷേട്ടൻ, മാദ്ധ്യമ ത്തിലെ ബിജുവേട്ടൻ, ഓപ്പൺ ന്യൂസറിലെ ഹാഷിം...

ജേർണലിൽ പഠനങ്ങൾ പ്രസിദ്ധീകരിക്കാൻ ആവശ്യ മായ നിർദേശങ്ങൾ നൽകിയ പഴശ്ശി രാജ കോളേജിലെ ചരിത്ര വിഭാഗം മേധാവി ശ്രീ. ജോഷി മാത്യു, വെറ്റിനറി സർവ്വകലാശാലയിലെ രതീഷ് സർ. ജില്ലാ പഞ്ചാ യത്ത് സ്റ്റാന്റിംഗ് കമ്മിറ്റി ചെയർമാൻ ശ്രീ. ജുനൈദ് കൈപ്പാ ണി. പ്രിയ സഹോദരൻ ഷോബിൻ...

സാമൂഹിക മാധ്യമങ്ങളിലൂടെ എന്നെ അഭിന ന്ദിച്ച, പിന്തുണച്ച ഒരുപാട് സുഹൃത്തുക്കളുണ്ട്.... എന്നെ സഹായിച്ചവരുടെ പേരുകൾ ഇവിടെയെഴുതി തീർക്കാ നാകില്ല എന്ന സത്യം ഞാൻ തിരിച്ചറിയുന്നു...

എല്ലാവരോടും നന്ദി... സ്നേഹം ...

നിനവും നിലവും...
അച്ഛന് താങ്ങും തണലുമായ മക്കൾ.
തളർന്ന് വീഴുമെന്ന് തോന്നിയപ്പോഴൊക്കെ
നിങ്ങളുടെ കളിചിരികളും വർത്തമാനങ്ങളുമാണ്
എനിക്ക് കരുത്തേകിയത്.
കരുത്തായ് കൂടെ നിന്ന നല്ലപാതി ഷനില...

നിങ്ങൾക്കും നിഷ്കളങ്കരായ
ഈ ലോകത്തെ മുഴുവൻ കുഞ്ഞുങ്ങൾക്കും
ഞാനീ പുസ്തകം സമർപ്പിക്കുന്നു...

കെ.ആർ. രമിത്

www.ingramcontent.com/pod-product-compliance
Lightning Source LLC
Chambersburg PA
CBHW031127130726
47988CB00006B/2256